रिवणावायली मुंगी

राजन गवस

मेहता पब्लिशिंग हाऊस

✆ +91 020-24476924 / 24460313

Email : info@mehtapublishinghouse.com
production@mehtapublishinghouse.com
sales@mehtapublishinghouse.com

Website : www.mehtapublishinghouse.com

- *या पुस्तकातील लेखकाची मते, घटना, वर्णने ही त्या लेखकाची असून त्याच्याशी प्रकाशक सहमत असतीलच असे नाही.*

RIVANAVYALI MUNGI by RAJAN GAVAS

रिवणावायली मुंगी : राजन गवस / कथासंग्रह

© सौ. अलका गवस
मु. पो. गारगोटी, जि. कोल्हापूर ४१६२०९

प्रकाशक : सुनील अनिल मेहता, मेहता पब्लिशिंग हाऊस,
१९४१, सदाशिव पेठ, माडीवाले कॉलनी, पुणे - ४११०३०.

मुखपृष्ठ : चंद्रमोहन कुलकर्णी

प्रथमावृत्ती : ऑक्टोबर, २००१ / सुधारित द्वितीयावृत्ती : डिसेंबर, २००७ /
पुनर्मुद्रण : जून, २०१५

ISBN for Printed Book 8177661922

ISBN for E-Book 9788184987676

ती. आईस
तू सांगितलेल्या गोष्टींसारखी एक तरी
गोष्ट आयुष्यात लिहिता यावी.

- राजबा

अनुक्रम

ऋणनिर्देश

प्रसन्नकुमार अकलूजकर
सदा डुम्बरे
भास्कर चंदनशिव
निशिकांत गुरव
मोहन पाटील
वैजनाथ महाजन
आणि
सुमित्रा जाधव

रिवणावायली मुंगी

तेव्हा मी ठरवून टाकलं होतं, आता आपण घरचे म्हणतील तसं वागायचं. तुम्ही म्हणाल, एवढ्या बंडखोर पोरीनं असा काही निर्णय घेणं म्हणजे पराभव पत्करणं. तुम्ही काहीही म्हणू शकता, तुमच्या म्हणण्याला माझ्या लेखी काही एक किंमत नाही. म्हणजे तुम्हाला मी झिरो समजते. पर्याय नाही. माझा मला विचार करायचा असेल तर तुम्हाला किंमत देण्यात अर्थ नाही. हे माझं पूर्ण अनुभवान्ती झालेलं त्यावेळचं नव्हे आताचंही मत. त्यामुळं तेव्हा मी ठरवलं, आपण घरचे म्हणतील तसं वागायचं. अगदी त्यांचं गुलामपण स्वीकारावं लागलं तरी चालेल; पण त्यांच्या मतानुसार वागायचं. कशाला म्हणून विरोध करायचा नाही. अर्थात पहिल्यांदा भलतंच जड गेलं. जाणारच. परिवर्तन-बिरीवर्तन नावाच्या चळवळीत भंपक, उमेदीचं आयुष्य घालवणाऱ्यांची अशीच गत होणार. नाही तर काय? उगाच आपलं हे शिबिर करा; ते शिबिर करा, मोर्चा काढा, चर्चा करा, बौद्धिकं ऐका, भाषणं करा, घोषणा द्या. भंपकच भंपक. पण त्याची एकदा तुम्हाला सवय पडली की वाईट. भयंकर वाईट.

मग तुम्हाला अन्य कोणतीच गोष्ट सहजासहजी जमणार नाही. जमलीच तर मग तुम्ही परिवर्तन-बिरीवर्तन असल्या चळवळीत नेते वगैरे असले पाहिजे. त्यांना ते सगळं सहज जमतं. कारण त्यांचा बंगला असतो. गाडी असते. मुलं फॉरेनला अथवा भारतातच जोरदार पगारावर असतात. पुन्हा असं की सगळं सांगण्यापुरतं असावं हा टोकदार विवेक असतो. सामान्य कार्यकर्त्याजवळ हेच नसतं. त्याला पोटपाणी, जगणं-बिगणं याच्यापेक्षा डोक्यात घुसलेली भिरभिर मोलाची वाटून भिंगरीसारखा स्वतःभोवतीच फिरत असतो. आणि भोवळ येऊन पडला की, पुन्हा जाग्यावर. पार मागास वगैरे ज्याला म्हणत होते असल्या खेड्यातली मी पहिली एस. एस.सी. पोरगी असं निश्चित म्हणता येणार नाही; कारण आबा पाटलाची सुमी तिच्या मावशीकडं राहून एस.एस.सी. होऊन आली होती. गावाची शीव ओलांडून

कॉलेजचा उंबरा बघितलेली मी पहिलीच. त्यानंतर असल्या भंपक उद्योगात मी पडले त्याला इतिहास असला तरी चूक माझीच होती. मग व्हायचं ते सगळं झालं. नको होतं तेही झालं. म्हणजे हा परिवर्तन बिरीवर्तनाचा किडा ज्याच्या ज्याच्या डोक्यात वळवळतो तो आंतरजातीय वगैरे लग्न करून आपण जग बदलणारी क्रांती वगैरे करावी अशा विचारात असतोच. तसा भंपक विचार करून मी एका कळपातल्या हिरोच्या प्रेमात पडले. चक्क प्रेमात. म्हणजे अगदी हिंदी सिनेमात दाखवतात तसं. त्यानंतर जे जे झालं त्याची एक फिल्मी स्टाईलची कथा होईल. कारण आमचा हिरो बुळा निघाला. आता तुम्ही म्हणाल, ही बुळा वगैरे बिनधास्त बोलते म्हणजे भलतीच और बाई आहे. हेही स्वाभाविक आहे. पण आमच्या गावात बायका यापेक्षाही बरंच काय काय बोलतात. आमची भाषा तशीच. त्याला मी काय करणार? तर त्या बुळ्या हिरोनं फसवल्यानंतर काय झालं? मी भलतीच अपसेट झाले. त्यावेळी ठरवून टाकलं, आपण फुलटायमर व्हायचं. तर हा फुलटायमर म्हणून असणारा भयानक प्रकार तेव्हा मला ग्रेट वाटायचा. म्हणून मी फुलटायमर झाले तर हिरोही फुलटायमर. झंझट नको म्हणून ते सगळं सोडून टाकलं तर हिरोचा पाठलाग सुरू. तोवर त्यानं लग्नही करून टाकलेलं. त्याच्या जातीतल्या पोरीशी. मग एकदा त्याला त्याच्या बायकोसमोर घुमवला. असा की त्यानं त्या दिवसापासून अंथरूण धरलं. तुम्ही म्हणाल हा हिरो कोण? त्याचं नाव सांगणार नाही. कारण तो तुमच्या दृष्टिने भलामोठा समाज उद्धारक वगैरे आहे. अशा माणसाचं नाव ऐकल्यावर तुमच्या गोट्या कपाळात जातील. मग तुम्हीच म्हणाल, ही भंकसगिरी करते. पण भंकसगिरी माझ्या रक्तात नाही. हा सगळा घोळ घालण्यापेक्षा तुम्हाला नाव न सांगितल्यानं काहीही बिघडणार नाही. उलट तुमची जिज्ञासा कार्यरत राहील. अर्थात ती राहण्यानं, न राहण्यानं माझं काहीच बिघडणार नाही.

तर त्यानंतर हळूहळू या परिवर्तन-बिरीवर्तनातला सगळा भंपकपणा माझ्या लक्षात यायला लागला. तेव्हा मी माझ्या घरातल्या माणसांच्या खूपच दूर गेले होते. आणि लगेच्या लगेच सगळं विसरायला ती काही पुण्या-मुंबईच्या बंगल्यातली अथवा फ्लॅटमधली माणसं नव्हती. ती रोज मातीत आणि शेणामुतात वावरणारी चिवट आणि काळजात आठवणींचं गाठोडं घेऊन जगणारी रासवट माणसं होती. मग ठरवलं, आपण सगळं सोडून घरात कोंडून घ्यायचं. त्यानंतर सगळंच बंद केलं. म्हणजे अगदी उंबऱ्याच्या बाहेर पाऊल टाकणंसुद्धा. तुम्ही म्हणाल, उनाड पोरीला हे कसं शक्य आहे? माझ्या स्वतःच्या अनुभवावरून सांगते, शक्य आहे. अगदी सहज शक्य आहे. एकदा तुम्हाला तुम्ही करत असलेल्या गोष्टीची प्रचंड उबग आली की मग काहीही शक्य आहे. अगदी आत्महत्या करणंसुद्धा.

तर मग मी घरात कोंडून घेतलं तेव्हा आमच्या घरातल्या आडाणी माणसांची

कल्पनाशक्तीच खुंटली. त्यांना काही कळेनासंच झालं. स्वाभाविक आहे; कारण यापूर्वी त्यांनी मी उंबऱ्याबाहेर पडू नये म्हणून पराकोटीचे प्रयत्न केले होते. म्हणजे अगदी माझं अंग काळं-निळं पडेपर्यंत बदडलं होतं. तरीही मी बदलले नव्हते. मग त्यांनी पोरगी वाया गेली असं समजून माझा विचारच सोडला होता. कारण त्यांना मला ठार मारणं शक्य नव्हतं. तेही त्यांनी केलं असतं. पण केव्हा? त्यांना आणखी एक मुलगी असती तर... म्हणजे मी एकची एक असल्याचा जगण्याला फायदा झाला. कारण मी आमच्या आईला नवसानं झाले होते. म्हणजे असं की, आमच्या तीन पिढ्यांत कुणालाच पोरगी झाली नाही. अगदी नवस करूनही झाली नाही. त्यामुळं माझ्या आधीच्या तीन पिढ्या पोरगी व्हावी म्हणून नवस करीत होत्या, असं आमची आजी सांगायची. मी जन्मले तेव्हा म्हणे गावभर साखर वाटली होती. मग मला मारून टाकणं कसं शक्य आहे?

मी कोंडून घेतल्यानंतर सगळ्यांना बरं वाटलं. पोरगी ताळ्यावर आली असं वाटाय लागलं. त्यांनी माझ्याशी भलतीच लाडी गोडी लावायला सुरुवात केली; पण मला कशातच इंटरेस्ट नव्हता. खाल्लं की झोपायचं. उठलं की खायचं. एवढाच कार्यक्रम. पहिले काही दिवस वैताग आला पण हळूहळू सवय पडली. मग मजा यायला लागली. भरदिवसाही देवघरात अंधारगुडूप अवस्थेत नुसतं पडून राहण्यात गम्मत वाटाय लागली. सगळीकडं अंधाराची वर्तुळंच वर्तुळं. वर्तुळात गरगरणं भलतं आवडतं कधी कधी, असं वाचलं होतं. ते अनुभवानं खरं वाटाय लागलं.

पण यामुळं झालं असं की आई भलतीच चिंताक्रान्त झाली. पोरीचं एकाएकी असं कसं झालं, हा प्रश्न तिला सतावायला लागला. मग तिनं आपला हुकमी एक्का काढला. तिनं सगळे देव-देवरसी पालथे घालायला सुरुवात केले. मी थोडीशी झोपेत असले की कपाळाला अंगारा लावायची. कधी माझ्या उशाला लिंबू ठेवायची. एकदा तर मला म्हणाली, तुझा रेच काढायचा. आता ही रेच काढणं काय भानगड मला माहीत नव्हती. म्हणून मी तिच्या इच्छेखातर अंथरुणावरनं उठले तर तिनं नुक्ता शिजवलेला भात भांड्यातून काढून दुसऱ्या भांड्यात ठेवला. परातीत पाणी घेतलं. माझ्यासमोर आणलं. भात काढलेलं खरकटं भांडं माझ्यावरून उतरवलं आणि परातीतल्या पाण्यात उपडं करून ठेवलं तर सगळं पाणी खरकट्या वाफाळलेल्या भांड्यात. मला हसू आलं. तर आई प्रचंड खूश. म्हणाली, आता तुझ्यावर केलेली करणी गेली. मग मला आणखी हसू आलं. पण हसू दाबून मी अंथरुणावर कलंडले ते दुसऱ्या दिवशीच उठले.

आईनं पुन्हा दुसरा देवरसी शोधला. मग मात्र मला जाम्म कंटाळा आला. मी घरातल्या घरात हिंडाय-फिराय सुरुवात केली. आईचा आनंद ओसंडाय लागला. तिच्या चेहऱ्यावर प्रचंड समाधान. डोळ्यात एकाएकी लकाकी. मग मात्र मी

ठरवलं, आपण घरचे म्हणतील तसं वागायचं.

ही बातमी आईकरवी सगळ्या घरात समजली. तेव्हा माझ्या चुलत्यानं म्हणजे काकानं लक्ष्मीला कोंबडी कापली आणि शेतात कामावर आलेल्या गड्यांना फुल्ल दारू पाजली.

वडील-काका यांनी एक कलमी कार्यक्रम सुरू केला, माझ्यासाठी स्थळं शोधणं. आता माझ्यासारख्या पंचविशी गाठलेल्या पोरीला स्थळ शोधणं म्हणजे साधंसुधं काम नव्हतं. त्यात आमच्या घरची शहाण्णव कुळी. म्हणजे मातब्बर कुळी. अशा कुळीत पोरगी पंचविशीपर्यंत घरात म्हणजे महाभयंकर पाप.

बामणा-बिमणाच्यात बरं असतं. पस्तीस गाठले तरी मुलगी वयातच. त्यात पुन्हा नोकरीला असली की चाळीशीतसुद्धा खपणारी. पण हे आमचं शहाण्णव-बिण्णव म्हणजे महाभयंकर. त्यात पुन्हा पदराला पदर, उंबऱ्याला उंबरा जुळायची भानगड महत्त्वाची. पोरगं टिनपाट छाप आसलं तरी चालेल, पण कुळी जमली पाहिजे. यातलं मला काही एक कळत नाही. आई मला लहानपणापासून बरंच काय-काय सांगायची पण मला त्यावेळीच प्रचंड जांभया यायच्या. मग आई वैतागायची. जातीसाठी माती खावी असं म्हणून दटावायची. मी आपलं तिचं सगळं ऐकून पुन्हा शांतपणे विसरून टाकायची. तरीपण काकू-भावकीतल्या वयन्या आम्ही कशा थोर याच्या सुरस कथा सांगायच्या; तर एकदा काय झालं, मी घागर घेऊन पाण्याला गेले. वास्तविक मी पाणी आणायची काय गरज नव्हती पण जोंधळ्याची कमी म्हणाली, पाण्याला जाऊ. मग मी तिच्या सोबतीला पाण्याला गेले. पाण्याची विहीर गावापासून फर्लांगभर. कमीनं घागर, चुंबळ सगळं आणलेलं. तिनं घागर भरली, चुंबळ ठेवून डोक्यावर घेतली आणि रमत-गमत दोघी घरापर्यंत आलो. तर सगळी भावकी दारात येऊन माझ्याकडं बघाय लागली. मला काहीच कळेना. तशीच घरात आले. मग काय काय घडलं म्हणून सांगू? भयंकरच. तर मी डुईवर घागर घेतली, ही फार मोठी घटना नव्हे. पण केवढा गहजब झाला. सगळीकडं बोंबाबोंब. आमच्या घराण्यात डुईवर घागर घ्यायची नाही, हा नियम मला माहीत नव्हता, अशातला भाग नाही. पण म्हटलं, त्यात काय फारसं? तर काकूनं ओरडून-बोंबलून भावकी गोळा केली. आईनं चांगली पिसुळीची लपती काठी काढून बडवलं. त्यानंतर मी ठरवलं, सगळी पाणी पाणी म्हणून मराय लागली तरी पाणी आणायचं नाही, अर्थात मी पाणी आणायची गरजच नव्हती. हे पूर्ण माहीत असूनही हा निर्णय मी माझ्या समाधानाखातर घेतला. आज माझं मलाच हसू येतं. घागर डुईवर काय आणि काखेत काय? सोय महत्त्वाची. तर आईचं म्हणणं डुईवर घागर कुणब्याच्या बायका घेतात. काखेत घागर खानदानी बायका घेतात. असला अजब प्रकार. त्यामुळं खानदान म्हटलं की मला चिक्कार हसू येतं.

एकदा तर मी पोट धरून हसले. म्हणजे झालं काय, आमची काकू नव्यानं लग्न होऊन घरात आली. ती पहिल्यापासून गोल साडी नेसायची. एकदा तिनं शेताकडं जाताना कासोटा घातला. तिची पद्धत चुकली, म्हणजे झालं काय तर डावी पेंढरी उघडी पडली. आजीनं घर डोक्यावर घेतलं. म्हणे पेंढरी उघडी पडली की ती बाई कुणब्याची झाली. खानदानी बायका चांगला गच्च बामणी कासोटा घालतात. अगदी पायाचा घोटासुद्धा उघडा राहून उपयोग नाही. तेव्हापासून काकूनं पुन्हा कासोटा घातला नाही. पण हे कासोटा प्रकरण माझ्या मनात भयंकरच रुतून बसलं. कधीही साडीची निरी हातात घेतली की काकूचा चेहरा समोर यायचा. त्यानंतरच उलट वागायचं म्हणजे तुमच्या भाषेत बंड-बिंड करायचं असं ठरवलं होतं. खानदानातल्या सगळ्यांची जिरवायची असंही ठरवलं होतं. पण झालं काय तर माझीच जिरली.

तर आमच्या कुळीला-कुळी, पदराला-पदर जुळेल असा उंबरा शोधायची भानगड जोराला लागली. घरात सारखी तीच चर्चा. आमक्या गावात हे आहेत, तमक्या गावात ते आहेत. ते शिंद्याचे पाहुणे, हे निंबाळकरचे इवाई. त्यांचं देवाक हे, आमचं देवाक ते. सगळा वैताग. असली चर्चा सुरू झाली की मी जनावरांच्या गोठ्यात जाऊन गाईच्या पाठीवरून हात फिरवत उभी राहायचे. अगदी तासन्तास. चर्चा बंद झाली असं वाटलं की पुन्हा देवघरात. चादर घेतली की गुडूप. मग काही एक ऐकू यायचं नाही. फक्त अंधाराची वर्तुळ...

मग एकदा काका-बाबांच्या प्रयत्नाला यश आलं आणि उंब्रजचे धार-पवार मला बघायला आले. मुलगा गावच्या पतसंस्थेत मॅनेजर. धार-पवार मॅनेजर. माझी मलाच गम्मत वाटाय लागली. पाहुणे यायच्या आधी तीन दिवस आई माझी रिहर्सल करून घेत होती. पाटावर कोणता पाय, डोक्यावरचा पदर, पाया कसं पडायचं, नजर कुठं ठेवायची. ओटी कशी सांभाळायची. बोलतेवेळी ओठ कसे हलवायचे. एक ना हजार भानगडी. मी ठरवलं होतं कितीही वैताग आला तरी आईला विरोध करायचा नाही. मग आईला जोर दांडगा. मला तर ते पाहुणे कधी एकदा येऊन जातात असं होऊन गेलेलं.

पाहुणे तालुक्यापर्यंत एस.टी.नं आले. त्यानंतर त्यांनी भाड्याची जीप केली. मग गावात आले. ही नंतर मिळालेली माहिती. तर पाहुणे जीपमधून आले. अख्खी भावकी गोळा झालेली. सगळा कार्यक्रम झाला. धार-पवार मॅनेजरला मी चोरून बघितलं. तर तुरकाटी छाप. नुसत्या लांबलचक मिशा. म्हणजे अगदी नाटकातल्या पात्राला चिकटवाव्या तशा. अशा माणसाबरोबर आयुष्य काढायचं म्हणजे भयंकरच. तरीपण मनाला बजावून ठेवलं, विरोध करायचा नाही.

तर आम्हाला पाहून धार-पवार गेले आणि आठव्या दिवशी निरोप आला. यावर्षी कर्तव्य नाही. बाबा म्हणाले, मग लेकाचे बघायला आलेच कशाला? म्हणे

धार- पवार. कसले धार-पवार? असं बरंच काही. आईला दु:ख झालं. तिचा चेहरा एकदम काळवंडला. काकांनी दुसरं स्थळ शोधायचा जोर सुरू केला. मग एक साखळी सुरू. कोणी शिंदे, निंबाळकर, पवार, देसाई, जाधव, भोसले यायचे. जायचे. मागाहून निरोप. कर्तव्य नाही. पसंत नाही. पत्रिका जुळत नाही. असं काय वाट्टेल ते. थापेबाज. एकसुद्धा खरा निरोप नाही. सगळे भंपकबाज. मग नंतर नंतर स्थळ आलं की मी आईला त्यांचा पुढचा निरोप सांगायची. आई जाम्म वैतागायची. मलाच शिव्याशाप द्यायची. या सगळ्याचीच चांगली सवय होऊन गेली. म्हणजे कोणी पाहायला आलं की मी त्यांच्यापुढं परसाकडं जाऊन बसावं तसं सहज जाऊन बसायची. परत यायची. कारण पुढचं सगळं पूर्ण माहीत होतं.

एकदा सावन्तवाडीचे सावन्त आले. सगळं झालं. परत गेले. आणि त्याचं पत्र आलं, तुमच्या मुलीविषयी आम्ही बरीच चौकशी केली तर सगळीकडं नको-नको तेच. तेव्हा आम्ही सोयरीक करू इच्छित नाही. काकांनी हे पत्र वाचल्या वाचल्या माझा चांगला उद्धार केला. पण एकतरी घराणं खरं बोलणारं आहे याचं मला भलतंच समाधान वाटलं. कारण ठरावीक उत्तरं ऐकून मला कंटाळा आलेला. सगळं खोटं- खोटं. हे कसं खरं-खरं. तशी माझी कीर्ती सर्वत्र असल्यामुळं माझ्याविषयी कोणी चांगलं बोलणं शक्य नाही. म्हणजे मी वाईट वगैरे वागले असं तुम्ही म्हणू शकत नाही. कारण माझ्या त्या थोर हिरोला फक्त चुंबन दिलं होतं. बाकी काहीच नाही. तुम्ही म्हणाल, वाया गेलेली प्रत्येक पोरगी असंच सांगते. पण मी त्यातली नाही. कारण तुमच्या वाकडं वागण्याच्या, वाया जाण्याच्या गोष्टी मला पहिल्यापासून मान्य नाहीत. एखाद्या पोरीनं स्वेच्छेनं काही केलं की वाया गेली, हे तुमचं तत्त्वं मला मान्य नाही. ती तिची गरज नसेल कशावरून? आणि त्यात काय गुन्हा मानायचा. तुमच्या मतानुसार असे भलते-सलते विचार असणारी मी बया असल्यामुळं, तसं काही केलं असतं तर सरळ-सरळ सांगायला मला कुणाची भीती? पण मी खरोखरंच काहीसुद्धा केलं नाही. तरी मला लोक वाईट म्हणतात. ही त्यांची चूक नाही. कारण पोरगी बिनधास्त वागते म्हणजे वाईटच. हे त्यांचं गणित असतं. मी तशी बिनधास्त वागत गेले आणि माझी कीर्ती सर्वदूर झाली. त्यात पुन्हा मी शहाण्णव कुळी. म्हणजे काय? प्रचंड गहजब. शहाण्णव कुळीतली पोरगी असं वागते म्हणजे काय? सगळीकडं एकच चर्चा. पण त्यावेळी मी सगळ्यांनाच वजा करून टाकलं होतं. त्यामुळं अशा चर्चेचा माझ्यावर काहीसुद्धा परिणाम व्हायचा नाही. उलट चर्चा व्हायला लागली की मी अधिक बिनधास्त. त्यामुळं झालं काय की, मी म्हणजे कामातून गेलेली पोर. ही जाहिरात सवंग झाली. त्याचा परिणाम मला नव्हे पण घरच्यांना भोगाय लागलाय. हे जरा वाईटच.

गावात, भावकीत, पाहुण्या-पैत एकच चर्चा. पोरीचं जुळत नाही. मग स्थळं

येणं बंद झालं. म्हणजे अगदी प्रयत्न करूनही कोणी फिरकेना. यामुळं घरात चोवीस तास तणाव. आई झुरणीला लागलेली. वडिलांनी घर कोंडून बाहेर पडणं बंद केलं. सगळीकडं आणीबाणी. आता अशा अवस्थेत मी तरी काय करू शकणार? मग माझा मलाच राग यायला लागला. पण राग येऊन तरी लग्न जुळणार थोडंच? म्हणून मी थंड-थंड व्हायला लागले. परिणाम असा झाला की मला भयंकर स्वप्नं पडायला लागली. आता यातून मार्ग निघेल असं मला वाटेना. मग मी रात्र-रात्र टक्कं डोळे उघडून पडाय लागले.

हळूहळू सगळंच निवळत गेलं. आईनं मात्र झुरणी खाल्ली ती खाल्लीच. तिनं अंथरूण धरलं. त्यात तिला दमा. त्यामुळं दिवसभर आणि रात्रच्या रात्र चळ धरून खोकायची. मला म्हणजे दम घोटल्यासारखं व्हायचं. कुठल्या तरी वैद्याचं गावठी औषध तिला सुरू झालं आणि तिची तब्येत सुधारायला लागली. मीही भलतीच नम्र वागून तिची मर्जी संपादन करू लागले. अगदी विनाकारण.

तुळशीचं लग्नं झाल्यानंतर काका-बाबा आणि आई यांचं कायतरी गुप्तपणे सुरू झालं. त्या तिघांशिवाय कुणालाच काय पत्ता लागायचा नाही. हे केव्हापासून तर खानापूरच्या काकाचा साडू आमच्या घरात येऊन गेल्यापासून. एक दिवस आई-बाबा आणि काका भगटायच्या आधीच कुणाला न सांगता गाव सोडून गेले. मी काकूला विचारलं तर वैतागायला लागली. तिलाही ही तिघं चोरून काय तरी करताहेत याचा राग येत असावा. हे तिच्या बोलण्यावरून मी हेरलं. मग तेथून पुढं मी तिच्याशी कोणत्याही प्रकारे विषय वाढवला नाही.

एके दिवशी आईनं मला झोपेतून उठवलं. म्हणजे मी तशी जागीच होते; पण आई उठवते म्हटल्यावर झोपेचं सोंग घेतलं होतं. म्हणाली, 'आवर लवकर. पयल्या गाडीनं खानापूरला जायचं.' काहीच न विचारता मी गडबडीनं आवरलं. आरशासमोर आले आणि माझ्या लक्षात आलं की आपल्या दोन्ही डोळ्यांभोवती काळी वर्तुळं जमाय लागलेत. अगदीच विचित्र वाटाय लागलं. मग निरखून केसाकडं बघितलं. तरी बरं, सगळे केस काळेच होते. सगळ्यांबरोबर घरातून बाहेर पडले ते थेट दहा वाजायला खानापुरात. काकांचा साडू वाट बघत बसलेला. आम्हाला बघितल्यावर त्यानं नि:श्वास टाकला. तिथल्या घरातल्या चर्चेवरून, तयारीवरून समजलं की इथं मला दाखवायला आणलंय. म्हणजे अगदी चोरून दाखवायला आणलंय. हे म्हणजे विचित्रच. मग मला कसंतरी व्हायला लागलं. मळमळल्यागत वाटाय लागलं. पण म्हटलं दाखवायचं नाही. गरीब गायीसारखी मी त्या अनोळख्या घरात वावराय लागले. आई भिंतीला टेकून बसलेली. तिच्या भोतेभोर त्या घरातल्या बायका. त्यांच्या लेखी मला काहीच किंमत नव्हती. त्या भलत्याच नजरेनं माझ्याकडं बघायच्या.

दुपारी दोनच्या टायमाला पाहुणे आले. पोलकरवाडी त्यांचं गाव. गावाचं नाव

मी कधीसुद्धा ऐकलं नव्हतं. मुलगा कुठल्या ज्युनियर कॉलेजात प्राध्यापक. ही सगळी मला मिळालेली ऐकीव माहिती. सगळा कार्यक्रम झाला. तेव्हा काकाच्या मेहुणीनं मला चोरून गृहस्थ दाखवला. अगदीच मरतुकडा. पांढरट. नाक तेवढं लांब. डोळं खोल-खोल. मला तर किळसच आली. गर्रकन वळले. तांब्याभर पाणी प्याले. बाहेर मोठमोठ्यानं गप्पा चाललेल्या. स्वत:लाच धीर दिला आणि बसून राहिले. तर मंडळी लगेच ठरावालाच बसली. मला काय कळेनाच. बायका जेवणाच्या तयारीला लागल्या. सुपारी फुटली. गुळभाताचं जेवण झालं. तीन तोळं सोनं, दहा हजार रोख, नवऱ्याला भरपेरावा. लग्न, साखरपुडा एकाच वेळेला. नवऱ्यानं कुठंही लग्न करावं.

गाडीतून येता येता काका म्हणाला, तुझा नवरा पक्षाचा तालुक्याचा पुढारी हाय; मला जाम्म हसू आलं. पण फक्त मान डोलावली. मग काका भलतंच कौतुक कराय लागला. आता तीन हजार पगार हाय, गावाकडं वीस एकर जमीन हाय. दरवर्षी दहा हजाराचं काजू इकत्यात. काय का आसना आकीरला तुझं चांगलं झालं... काका बडबडत होता. मी गच्च डोळे मिटले तर समोर खबडू छाप मिचमिच्या. याच्याबरोबर आयुष्य घालवायचं? माझा मलाच राग यायला लागला. मेंदूत घण कोसळले. उगाचच गळ्याशी आवंढा आला. तरीही मोठ्या धीरानं सगळं आवरलं. म्हटलं, तांदुळ टाकून घरचे मोकळे झाले की ठरवू. तोवर कशाचाच विचार करायचा नाही.

माझं लग्न ठरल्याची बातमी दोन दिवसात गावभर झाली. मग एकाएकी सगळ्यांच्या नजरा बदलल्या. भाषा बदलली. प्रत्येकाच्या तोंडात कौतुक, नजरेत आदर. पण कुठंतरी संशय लपलेला असायचाच– एवढं चोरून लगीन का ठरीवलं? बायका फांगसून फांगसून विचारायच्या. मलाच काही माहीत नव्हतं तर मी काय सांगणार? आणि सांगितलं तरी विश्वास कोण ठेवणार होतं? मी आपली मूग गिळून गप्प. अशातच खालच्या गल्लीची देववाली शेवंता बातमी घेऊन आली. मग सगळीकडं एकच चर्चा. पोरगी रयताच्यात दिली. आता ही रयत भानगड काय मलाही माहीत नव्हती. भाऊबंद अस्वस्थ झाले. प्रश्न त्यांच्या कुळीचा होता. प्रत्येकजण बार भरून. खातेदार आबा घाटगे तणतणत घरात आला. काका म्हणाला, 'पोरगी आमची हाय आमी कुणाच्यातबी देऊ'. तर आबा घाटगे तरबत्तर. मग आईनं तोंड घातलं आणि अख्ख्या खानदानी शहाण्णव कुळीचे पावणे-पै लेकावळ्यापासून; कडू पाटवाल्यापर्यंत कसे आहेत याचा पाढा वाचला आणि म्हणाली, 'माझी लेक किमान पाटलाच्यात तरी दिलीया. बाकीच्यांनी काय काय केलंय, बघा जावा'. मग भांडण ऐन रंगात आलं. यातून माझं जातीविषयक ज्ञान प्रचंड वाढलं. कोण कुठल्या वसाचा, इथपासून ते कुणाची पोरगी कडूच्यात नांदती इथपर्यंत. सगळे संदर्भ अद्ययावत झाले आणि भरीसभर म्हणजे माझ्या भावी

नवऱ्याचं आडनाव पाटील आहे ही अधिक माहिती मिळाली. अर्थात पाटील आमच्यात बसत नाहीत. ते खालचे. हे हजारदा आईनं यापूर्वी सांगितलं होतं. पण आईच आता पाटलांची तरफदारी करून ते कसे आमच्या बरोबरीचे हे सांगत होती याची मला गम्मत वाटली. नंतर या प्रश्नावर बरेच दिवस अख्ख्या भावकीत वातावरण तंग होतं... अशातच आमच्या घरात एक पत्र आलं. ते पडलं काकाच्या हातात. मग आई, काका आणि बाबा यांची गुप्त खलबतं झाली. घरातल्या पोरांच्यावर खेकसाखेकसी सुरू झाली. काका दुसऱ्या दिवशी खानापूरला गेला. यावरून ते पत्र लग्नासंदर्भात होतं एवढा अंदाज मी बांधला. वाटाय लागलं, हे लग्न मोडावं. त्या खबड्या माणसाबरोबर संसार काय करायचा? पत्रातला मजकूर काय, म्हणून आईला फांगसून फांगसून विचारलं. तर म्हणाली, 'रांडा-भाड्यास्नी बघवत न्हाई. म्हणून कायबी लिवत्यात. त्येच्या दिव्यात कुत्रं मुतू दे...'एवढ्यावरून कळलं की पत्र खानापूरचं नाही. मग पत्र कुणाचं? विचार करून करून बघितलं. हिरोनं झक मारली असावी असं वाटाय लागलं. पण हिरो काहीही झालं तरी असं करणार नाही. पुन्हा त्यानं असमर्थता दाखवली. माझा हात पुढंच होता. मग तो असले धंदे कशाला करील? यापलीकडं माझी कल्पनाशक्ती चालणं शक्य नव्हतं. कारण माझ्यावर मरणाऱ्यांची संख्या भरपूर असली तरी प्रत्येकाची वासलात मोठ्या हिंमतीनं लावली होती. त्यामुळं त्यापैकी कुणाकडून असं होणं शक्य नव्हतं.

मग आईप्रमाणेच माझंही मत झालं की हे काम भावकीतलंच असावं. काका खानापूरहून आला. त्या तिघांची बैठक झाली. वातावरण बदललं आणि असं काही पत्र आलं होतं हेही सगळ्यांनी विसरून टाकलं. पण शेवटपर्यंत मला मजकूर काही सांगितला नाही. ही गोष्ट माझ्या मनात तशीच राहिली. त्यादिवशी उसाची भांगलण चालली होती. त्यामुळं घरात फक्त काकू आणि मी. बाकी सगळी मळ्याकडं गेलेली. माझा दिवसभराचा कार्यक्रम ठरल्यासारखा. पोटभर खायचं. तमाम झोपायचं. त्यामुळं माझ्या पोटावर आता वळ्या पडाय लागलेल्या. कितीही झाकायचं म्हटलं तरी पोट उघडं पडायचं. हा सगळा सुस्तपणाचा परिणाम. तर नेहमीसारखं भरपेट खाऊन मी गडद झोपले होते आणि काकू मला हलवून हलवून उठवत होती. माझ्या पापणीवर प्रचंड धुंदी आलेली कारण गळ्याला येईपर्यंत आंबील पिली होती. शेवटी डोळं चोळंत उठले तर काकू म्हणाली, 'तुझ्याकडं कोणतरी बाई आलीया. उठ लवकर'. मग नाइलाज झाला. जांभई देतच बाहेर आले तर चेहरा ओळखीचा नाही. तिनं नमस्कार केला. म्हणाली, 'मी वसुधा कुलकर्णी. मुळगाव पारेवाडी. सध्या बहिणीकडं मुंबईला असते'. तिच्या अंगकाठीवरून ती बामणाची आहे हे पटत होतं. पण पारेवाडी ही काय भानगड कळत नव्हती. असेल कोणीतरी परिवर्तन-बिरीवर्तनवाली. माझ्यासारखीच फसलेली. हिरोनं पाठवली असेल. म्हणून मी न्हाणीत जाऊन

सपासप तोंडावर पाणी मारलं. निरपून तोंड पुसलं आणि काकूला चहा टाकायला सांगून तिच्यासमोर येऊन बसले. तशी ती बोलाय लागली. 'घरात कोण कोण असतं?' मग मी नामावली वाचली. ती म्हणाली, 'आता घरात कोण आहे?' मी म्हणाले– 'फक्त काकू'. ती थोडावेळ हातातल्या पर्सबरोबर खेळत राहिली. मग म्हणाली, 'आपण थोडावेळ बाहेर जाऊन बोलूया का?'

मग माझ्या लक्षात आलं ही बाई कळपातली नाही. भानगड काय तरी वेगळी आहे. मी तिला सांगून टाकलं, 'इथंच बोला की. काकू सोडून दुसरं कोणीच नाही.'

ती म्हणाली, 'जरा खाजगी आणि अवघड होतं. बाहेर गेलो असतो तर बरं झालं असतं.' ती भलतीच घाईला आली. म्हटलं, आपल्या घरात आलेल्या माणसाच्या फिरक्या घेऊ नये. नाही तर लहर आलीच होती. चहा झाल्यानंतर तिला परड्यातल्या आंब्याखाली आणलं आणि म्हटलं, 'हंऽऽ काय बोलायचं ते बोलून घे बाई.' मग ती अंगठ्यानं चप्पल उकराय लागली. कसंबसं म्हणाली, 'तुम्ही माझ्यापेक्षा खूप सुंदर आहात. तुमचं लग्न सहज होईल.'

आणि थांबली. मी म्हटलं, 'बाई, माझं लग्न ठरलंय.'

ती म्हणाली, 'तेच म्हणतेय मी. तुमचं लग्न पाटलांशी ठरलंय ना? तुमचं लग्न सहज दुसरीकडं होईल होऽऽ'

तिच्या गळ्यात आवंढा आला आणि मटकन् खाली बसून ती ढसढसा रडाय लागली. मला म्हणजे एकदम गरगरलं. तिच्या शेजारी बसून तिला थोपटावं, शांत करावं हेही क्षणभर विसरले. अगदी क्षणभरच. मग मी सावरून बसले. तिला थोपटत शांत करू लागले, तर ती माझ्या कुशीत तोंड खुपसून भलतीच ढसढसा रडाय लागली. मामला गंभीर वाटाय लागला. तिला म्हटलं, इथं तमाशा नको. आमची भावकी बघतेय. आपण घरात जाऊ. काकू असली तरी काही बिघडत नाही. मोकळेपणानं बोलू.

तिचा आवंढा काय केलं तरीही थांबेना. तशी मी वैतागले. मग ती तोंडात पदराचा बोळा कोंबून माझ्याबरोबर चालाय लागली. घरात आल्यावर निवांत रडू दिलं. काकू काचबारली. तिला खुणेनंच गप्प केलं. मनसोक्त रडल्यानंतर ती म्हणाली, 'माझं त्यांच्यावर प्रेम आहे. आम्ही दोघं लग्न करणार आहोत. तुम्ही फक्त त्यांना नकार द्या, ते मजबूर आहेत.' इत्यादी इत्यादी.

एकूण तिचं म्हणणं ऐकल्यावर माझ्या ठिकाणी दुसरी असती तर चक्कर येऊन पडली असती किंवा रडून ओरडून गोंधळ घातला असता. मी अगदी पोक्त वडिलधाऱ्यासारखी गंभीर झाले. ही त्या परिवर्तन-बिरीवर्तन कळपाची देणगी. हे प्रामाणिकपणे कबूल करायलाच हवं. तर मग तिचं मी सगळं ऐकून घेतलं. तिच्या मतानुसार हा मास्तर त्यांच्या गावात नोकरीला आहे. तो गेली बरीच वर्षे त्यांच्या

घरात राहायला होता. ह्या एकूण सहा बहिणी. त्यातल्या मोठीचं लग्न झालं आहे. हिचा नंबर दोन. त्यानंतर सगळे माल माझ्यासारखेच शिल्लक. वडील कोर्टात स्टॅम्प विक्री आणि लिखनावळ करणारे. त्यात या पोरींचं काय भागणार? तर या मास्तरनं त्यांच्या घरात ठिय्या मारला. त्यांचा संसार व्यवस्थित चालू लागला. ही त्याच्या उपकाराच्या ओझ्यातून प्रेमात पडली. मग आणाभाका – इत्यादी फिल्मी सीन. हे वडिलांना ठाऊक होतं. तरी ते हिच्यासाठी स्थळ शोधू लागले. म्हणून हिनं धाडसानं वडिलांना मनातलं सांगितलं. मग चिडून वडिलांनी हिला मुंबईच्या बहिणीकडं पाठवलं आणि याचं हे लग्न ठरवलं. इत्यादी इत्यादी. हे तिनं सारं पत्रातून मला कळवलं आहे असं तिचं मत. मग तिला सांगून टाकलं. पत्र काकांकडं आहे. त्यांनी मला सांगितलं नाही. पण ते खानापूरला गेले होते. तिला उत्सुकता निर्माण झाली. म्हणाली, 'मग नकार दिला का तुम्ही?'

तिचा भाबडा चेहरा भलताच भावुक झाला. मग मात्र मला चीडच आली. मी म्हणाले, 'बाई गऽऽ तुझ्या प्रियकराला तू सांभाळायला हवंस. तुला लग्न करायचं असंल तर चटकन् आटपून घे. तो काही कुकुलं बाळ नाही. चांगला घोडा आहे. त्यात मास्तर आहे. त्याला अक्कल नाही? कशाला ठरवायचं त्यानं हे लग्न?'

माझ्या तोंडाचा पट्टा सुटला. ती गार पडली. म्हणाली, 'काहीही करा हो, माझं आयुष्य तुमच्या हातात आहे.'

मग मी तिला सरळ सांगून टाकलं, 'माझ्या अक्षता पडायच्या आत तू तुझं आटपून घेतलंस तर माझं म्हणणं नाही. पण मी नकार देऊ शकत नाही. कारण होकार नकार माझ्या हातात नाही. तुझ्या घोड्याला कसं गटवायचं ते तू ठरव. या उपर मला तुझ्याशी बोलायचं नाही.'

मग ती पुन्हा धाय मोकलून रडाय लागली. कसंबसं शांत करून तिला घरातनं वाटेला लावलं, तर घरात काकूनं हाणून-बडवून घ्यायला सुरुवात केली. वैताग. काकूची समजूत काढणं ही काही माझ्या हातातली गोष्ट नव्हती. म्हणून मी देवघरात ढिम्म बसले. हे माझ्याच वाट्याला का यावं? असं बरंच काय-बाय मनात यायला लागलं. मग मी आयडिया काढली. फणी आणि आरसा घेऊन डोकीतल्या उवा मारायला सुरुवात केली...

संध्याकाळी आई-बाबा-काका यांनी घर डोक्यावर घेतलं. त्यावेळी बाबा वैतागून बडबडाया लागला, 'कुणब्याच्यात असूनसुद्धा पोर द्यायची ठरवली. कमीपणा घेतला. नाचक्की झाली आणि रांडेचा दुसरं लग्न करतोय. त्येला कुऱ्हाडीनं खापलतो. माझ्या पोरीचं वाटूळं करतोय. बघून घेतो.' काकानं निर्णायकपणे जाहीर केलं, 'त्याला झाडाला बांधून लगीन लावतो.' मग असंच बरंच काय काय. त्यानंतर आई-बाबा आणि काका यांची गुप्त बैठक झाली. काकानं सकाळी खानापूर गाठलं.

तरी बरं, ही बातमी गावात गेली नाही. अन्यथा सगळा आनंदीआनंद.

मी आईला म्हटलं, 'त्याची अशी भानगड असेल तर त्याच्याशी लग्न करून काय उपयोग?'

आई म्हणाली, 'हे लगीन मोडलं तर तुला लिपणातच ठेवाय पायजे. मग तुझं रूईबरबरच लगीन.'

मी म्हणाले, 'जगात सगळ्या बायकांची लग्न होतातच असं कुठाय?' मग आई चिडली. म्हणाली, 'रांड, तुझ्या अशा वागण्यानं आणि बोलण्यानंच आमचं सगळं वाटूळ झालं. जलामलीस तवाच मेली असतीस तर बरं झालं असतं.'

आईच्या या बोलण्यानं माझी तळपायाची आग मस्तकात गेली, पण मी काहीच बोलले नाही. कारण मी घरातल्यांच्या मतांप्रमाणे वागायचं ठरवलं होतं. अन्यथा मी आईला पुरेवाट करून सोडली असती. मला रांड म्हणते म्हणजे काय? काका आणि काकाचा साडू खानापूरहून आले. जेवणं-बिवणं झाल्यावर पुढच्या सोप्यात बैठक बसली. पोरं डाराडूर झोपलेली. मला पुढच्या सोप्यात बोलावलं आणि काकाचा साडू म्हणाला, 'तुझ्याकडं आलती, त्या बामनाच्या पोरीवर परणाम झालाय. जरा किऱ्याक हाय. जावाई पावण्यानं त्यास्नी मदत केलीय ही गोष्ट खरी. पण त्या पोरीचा त्यांचा काय संबंध न्हाई. हे सोता जावायानंच सांगितलंय. त्यामुळं तू काय काळजी करू नगो.'

काका म्हणाला, 'गडी लई घाईला आला. मी म्हटलं तुझं झाडाला बांधून लगीन लावतो का न्हाई बघ. तसा थरथराय लागला. मग रडाय लागला. मग त्येनं आमास्नी पोरीच्या बापाकडं न्हेलं. तर त्ये म्हातारं पायाच पडाय लागलं. ठरावाच्या दिसी कोटवाला बामण म्हातारा व्हता, त्योच तिचा बाप. आता खरोखरच भानगड आसती तर त्यो म्हातारा ठरावाला कशाला आला असता?'

मग ही चर्चा अशीच वाढत गेली. जावई कसा वजनदार पुढारी आहे. किती गुणी आहे. आसंना वयाचा, पण गडी कसा चार माणसातला आहे याचं गुणगान सुरू झालं. मला बोअर झालं. सरळ उठून देवघरात आले.

त्यानंतर महिनाभरात लग्नाची धांदल सुरू झाली. अर्थात त्या मास्तरबरोबर लग्न करण्यात मला इंटरेस्ट नव्हताच. पण घरातल्या मंडळीचा उत्साह प्रचंड. कपडे काढणं, पावण्या-पैला कळवणं, जेवण कुठं? कसं? देवाचं कसं करायचं? गोंधळाला काय काय करायचं. गावजेवण कधी घालायचं. अशा उत्साहपूर्ण गोष्टींवर घरात वारेमाप चर्चा सुरू झाली. काका सारखा-सारखा खानापूरला जात होता. कारण त्याला मागच्या प्रकरणापासून थोडं शंकादायकच वाटत होतं. त्यामुळं त्याच्या सारख्या फेऱ्या. आला की वृतान्त सांगायचा. त्यात जावयाचं कौतुकच अधिक असायचं.

माझ्यासमोर मात्र त्या पोरीचा भाबडा चेहरा सारखा यायचा. तिच्याविषयी कुणी काहीही सांगितलं तरी आपण काही तरी केलं पाहिजे. पण नेमकं काय करणार? त्या दोघांचं लग्न लावणं माझ्या हातात नव्हतं. तसंच लग्नाला नकार देणंही माझ्या हातात नव्हतं. कारण मी घरच्यांच्या मतानुसार वागायचं ठरवलं होतं.

देवळात शंभर-सव्वाशे माणसांच्या साक्षीनं माझं लग्न यथासांग विधीपूर्वक झालं आणि सगळ्यांच्या बरोबर मीही निःश्वास टाकला. म्हटलं, झालं एकदा. आता आपल्याला तिरडीवरून जायचा अधिकार प्राप्त झाला.

लग्नात फारशी कोणी खळखळ केली नाही. मुळात रयताच्यात पोरगी दिली म्हणून आमच्या भावकीतलं कोणी आलंच नाही. पाहुणे-पै आले. त्यांनी अक्षता टाकणे सोडून कशातही भाग घेतला नाही. मुळात देऊळ ओसाड डोंगरावर. सगळीकडं काळीभोर दगडं. अशा ठिकाणी लग्न. मग उत्साह कुणाला वाटणार? जागा निवडण्याबाबत मास्तरच्या कल्पनाशक्तीचं मला कौतुक वाटाय लागलं आणि किळसही वाटाय लागली.

मुळातच मास्तर या प्राण्याबाबत माझं बरं मत नाही. तसा बाळगलेल्या कुत्र्यात आणि पगारासाठी नोकरी करणाऱ्या मास्तरात फारसा फरक मला वाटत नाही. दोघांचंही काम भोकणं. तेवढं इमाने-इतबारे केलं की मग शेण हुंगत हिंडायला हरकत नाही. तुम्ही म्हणाल हिचे विचार भलतेच बेकार आहेत. इलाज नाही. तुम्हाला सांगायला हरकत नाही, या मास्तरनी मला भयंकर पिडलंय. तेव्हा मी नववीत असेन. अख्ख्या वर्गात आम्ही दोघी. दुसरी मुख्याध्यापकाची पोरगी. त्यामुळं प्रत्येकजण माझ्यावर ट्राय करायचा. हलकट बारदेकरनं मला वर्गात दाबलं. मग मी त्याला तिथल्या तिथं शिव्या दिल्या तर कुत्रा पाया पडाया लागला. ढसढसा रडल्यागत करू लागला म्हणून दिला सोडून हलकटाला. कॉलेजमध्येही असंच. मग कुठल्या पोरीचं बरं मत होईल?

माझं तर दुर्दैव असं की, माझ्या गळ्यात मास्तरच पडला. आता अशा बेकार माणसाबरोबर आयुष्य काढायचं तरी कसं? हा माझ्या समोरचा बिकट प्रश्न. अक्षता पडल्यानंतर एक-दोन तासात सगळी गुंडाळा-गुंडाळी झाली आणि गाडी खानापूर रस्त्यावर उभी राहिली. आमच्या आईनं रडून गोंधळ घातला. पोरगी नांदाय चालली की कुठल्याही आईला वाईट वगैरे वाटणारच की. त्यावेळी मीही रडणं गरजेचं होतं. पण डोळ्यात पाणीच येत नव्हतं. त्याला मी काय करणार?

सगळं बिनअंकी नाटक यथासांग पार पडल्यावर गाडी पोलकरवाडीत आली तर भाताचा मुटका आणि आरती घेऊन ही बया म्हणजे वसुधा कुलकर्णी. माझा मेंदू गरगर फिरला. तशातच मी नजरेला नजर भिडवली तर बाई काहीच घडलं नाही असं कौतुकानं बघत होती. नंतर झोपायच्या वेळेपर्यंत ती माझ्याभोवती-भोवती करीत

होती. पण तिच्याशी बोलावं असं वाटलंच नाही. सगळं घर माणसांनी खच्चून भरलेलं. त्यात घर म्हणजे सगळा अवतारपुरच. पुढं गोठा. गोठ्यालगत ओसरी. आत मद घर. सगळीकडे अंधार आणि जळमाटं. मला तर तासाभरातच उमळल्यासारखं व्हायला लागलं. मग मी अंथरलेल्या घोंगड्यावर गुडूप झोपून टाकलं.

लग्न झाल्याचा पाचवा किंवा सहावा दिवस असेल. आमचे पतीराज श्रीयुत मास्तर म्हणाले, 'आज आपण जोतिबा करून येऊ.' मी काहीच बोलले नाही. लग्नानंतर जोतिबाला नवं जोडपं पाया पडून येतं एवढं माहीत होतं. त्यामुळं बॅग भरली आणि पतीराजांच्या पाठीमागून निघाले. अंबाबाईच्या देवळात ओटीचं सामान श्रीयुत पतीराजांनीच खरेदी केलं. मला म्हणाले, 'हातात घे.' मी गुमान हातात घेतले आणि सांगून टाकलं. 'अशा गोष्टीत मला काय इंटरेस्ट नाही. काय करायचा देवधर्म तो तुमचा तुम्ही करत जा.' तर स्वारी भंपक हसली. मग श्रीयुत पतीराजांनी माझ्या कौतुकाला वारेमाप सुरुवात केली. मलाही काही क्षण ते बरं वाटायचं पण लगेचच वैताग यायचा. कारण लगेच ती माझ्या डोळ्यासमोर यायची.

दिवसभरात जोतिबा करून पुन्हा शहरात आलो आणि भल्या महागड्या लॉजमध्ये आमचं साहित्य पडलं. कॉटवर मी आडवी झाले. आणि एकदम अंधारून आलं. अशातच अंगावरची सगळी कापडं काढून महाशय समोर उभे राहिले. अंगावर झर्रकन काटा आला. नुस्ता हाडाचा हिडीस सांगाडा. माझे डोळे गरगर, अशा माणसाबरोबरच झोपायचं? डोकं बधिर झालं. अंगाची घालमेल. काय होतंय हे कळायच्या आत पाळी झाली आणि मी कपाळावर हात मारून घेतला. तर माझी अचानक पाळी झाल्यामुळं आमचा हानीमून पोस्टपोन झाला. त्यानंतर पंधरा दिवस मी फक्त मानसिक तयारी करून होते. घरच्यांच्या मताप्रमाणे वागायचं तर या माणसाबरोबर झोपलं पाहिजे. अर्थात आता घरच्यांचा आणि माझा तसा काय संबंध राहिला नव्हता. लग्न झालं तेव्हाच त्यांचं कर्तव्य संपलं. त्यांच्या डोक्यावरचं ओझं गेलं. आता काही करायला माझी मी रिकामी होते. तरीही थोडं धीरानं घेण्याशिवाय गत्यंतर नव्हतं. मनातल्या मनात बरंच ठरवून ठरवून वैताग आला. मग सुरू झालं. जगायचं-मरायचं. त्याचाही निर्णय होईना. म्हणून मी ठरवून टाकलं, जसं जमेल तसं जगायचं. आता एकदा ठरवलं म्हटल्यावर सगळे प्रश्न आपोआप निकालात निघाले. मग मी परंपराप्रिय भारतीय नारीच्या रीतिरिवाजानुसार अत्यंत नम्र, सोशीक, कष्टाळू पद्धतीने वागू लागले. रयताच्या घरातले रिवाज आणि आमच्या खानदानी घरातले रिवाज ह्यात कमालीचं अंतर असूनही सगळं जुळवून घेतलं. म्हणजे अगदी डोक्यावर घागर घेऊन पाणीसुद्धा आणणं सुरू केलं. ह्या उबग येणाऱ्या घरात अगदी कोंडल्यासारखं होऊनही ब्र काढला नाही. सासू, चुलत सासू साप्ताहिक अंघोळ करायच्या. मग आपण रोज अंघोळ केल्याचं वाईट दिसंल म्हणून साप्ताहिक सवय

केली. पहिल्यांदा प्रचंड घाण वाटली पण नंतर सवय झाली.

तर हे आमचे पतीराज पारेवाडीहून फक्त शनिवार, रविवार पोलकरवाडीला यायचे. माझ्यावर नवरेगिरी गाजवायचे आणि परत जायचे. तीन-चार महिन्यानंतर यांच्या डोक्यात काय भरलं, कसं भरलं कुणास ठाऊक. पण त्यांनी पारेवाडीत स्वतंत्र घर घेतलं आणि मला घेऊन आले. नवा संसार उभा करायची मलाही थोडी उर्मी चढली. मग मी हे जमव, ते जमव असं सुरू केलं. पतीराज पुढारी वगैरे असल्यामुळे आणि त्यात पुन्हा पक्षाचे असल्यामुळे गप्पा छाटायला येणारे रिकामे पुष्कळ. त्यांची ऊठबसही मी उत्साहाने सांभाळाय लागले. गल्लीतल्या बायकांच्या बऱ्यापैकी ओळखी झाल्या. त्यामुळे रिकामा वेळ त्यांच्यात घालवणं मला सोपं जाऊ लागलं. इथवर हे सगळं सरळ चाललं. पण त्या बामणीनीच्या बापानं आम्हाला जेवाय बोलावलं आणि सगळं बिघडलं. झालं काय? तर आम्ही दोघं रात्री आठच्या सुमारास पोहोचलो. त्यांच्या घरात एकूण पाच पोरी. 'ही' सोडून बाकीच्यांच्या ओळखी करून दिल्या. मग मी त्यांच्याशी गप्पा मारत बसले. पतीराज तिच्या बापाशी बोलत बाहेरच्या सोप्यात. आमच्या गप्पा ऐन रंगात आलेल्या बघून ऊर्मिला नावाची तीन नंबरवाली आमच्यातून उठून गेली. म्हटलं गेली असेल आईला मदत करायला. कारण ही म्हणजे वसुधा आणि तिची आई दोघीच स्वयंपाक करत होत्या. त्यात हिनं थोडी मदत केली तर भरभर आटपेल असं मलाही वाटलं. मी त्या उरलेल्या तिघींच्या बरोबर गप्पा मारत बसले. म्हणजे कसल्याही. उगाच भंकस. बऱ्याच वेळानं मला झालं लघवीला. म्हणून त्यांच्यातल्या छोट्या अर्चनाला घेऊन मी परड्यात आले. सगळीकडं अंधार. आमचा सासूल लागताच कोणतरी धडपडून एकमेकांपासून बाजूला झालं. मी घाबरून जोरानं ओरडले. सगळे घरातले पळत परड्यात. पाहते तर आमचे पतीराज आणि ऊर्मिला तिथं. माझ्या अंगाला थरकाप सुटला. त्यांच्या घरात न जेवताच मी परत आले. त्याचं त्यांच्यातही कुणाला काही वाटलं नाही.

घरात काहीच न घडल्यासारखं हा महाशय झोपायच्या तयारीत होता. मग मीच त्याला उठवलं आणि म्हणाले, 'लग्नापूर्वी झालं ते सगळं ठीक झालं. पण आता हे असले धंदे चालणार नाहीत.'

तर माझं हे बोलणं न कळल्यासारखं करून वेड पांघरून पेडगावला जाणं सुरू केलं. मग मात्र वैताग आला.

म्हटलं, 'तुझ्यासारखा हलकट मास्तर मी जगात बघितला नाही. उद्यापासून त्या बामनाच्या घरात पाय ठेवला तर माझ्यासारखी वाईट बाई नाही.' तर हसत हसत म्हणाला, 'त्यांच्या घरात जात नाही. तिलाच इथं आणून ठेवतो. मग काय करणार?'

मी म्हणाले, 'मग लग्नच कशाला केलंस?'

तर म्हणतो, 'तुझ्यावर उपकार करायला. तुला नवरा मिळत नव्हता म्हणून लग्न केलं. तुला आधी सगळं माहितीच होतं की. मग नकार द्यायचा होतास?'

आता हे सगळं ऐकल्यावर पित्त खवळणं स्वाभाविकच आहे. मी जोरजोरानं ओरडून शिव्याशाप द्यायला लागले तर ह्यानं बनियनचा गोळा करून माझ्या तोंडात घातला आणि वरून बुक्कीनं माराय लागला. मग मी तशीच पडून राहिले. त्यात कधी झोप लागली कळलं नाही.

दुसऱ्या दिवशी जाग येऊनही दुपारपर्यंत अंथरूणावरनं उठले नाही. दहाच्या दरम्यान त्याचं तोच आवरून शाळेला गेला. त्यानंही मला हाक मारली नाही. माझी मीच अंथरूणावर विचार करत होते. यातून तगायचं कसं? पळून घराकडं जावं म्हटलं तर नवा गोंधळ. इथं रहावं तर हे सगळं डोळ्यानं पहाणं आणि सोसणं शक्य नाही. मात्र मी हळूहळू आत्महत्या करावी या निर्णयाला यायला लागले. दुपारी खोलीचं समोरचं दार वाजलं. म्हटलं आला असेल वळू. उठा कशाला. तर हाक आली. आवाजावरनं ती वसुधाच आहे हे ओळखलं. क्षणभर वाटलं, या रांडेचा आत्ताच गळा दाबावा. पण तशीच पडून राहिले. ती हळूहळू आदमास घेत उशाला येऊन टेकली आणि मुसमुसून रडाय लागली. म्हटलं, रांड पोटभरेपर्यंत रडू दे. तिच्याकडं लक्षच दिलं नाही तशीच डोळे मिटून पडले. मग तिचं रडणं अर्धा तास चाललं. मग आपोआप गप्प बसली. आणि बडबडाय लागली, 'ताई, आता तुम्हीच काय तरी बंदोबस्त करा. तुमच्या हातूनच हे काम होईल. नाहीतर माझ्या उरलेल्या तीन बहिणीपण याच्या तडाख्यातून वाचणार नाहीत. आम्हा तिघींचं झालं वाटोळं तेवढं चिक्कार झालं.'

असं बरंच काय बाय गदगदून सांगाय लागली. मग तिची मला कीव वाटाय लागली. नंतर तिचं सगळं ऐकून घेतलं. तर या महाशयानं अगदी पहिल्यांदा थोरली वयात आल्या आल्या तिला जवळ केलं. मग वसुधा आणि मग आता ऊर्मिला. डोकं फुटायची वेळ आली. म्हणून विचारलं, 'हे सारं तुझ्या आई-बापाला कसं चालतं?' ती म्हणाली, 'त्यांना महिन्याला घरखर्च मिळतो. पुन्हा लग्न ठरलं की लग्नाचा खर्च मिळतो. पुन्हा फार बभ्रा नसल्यामुळं सगळं घरातल्या घरात. त्यांचं काय जातंय.'

हे सगळं ऐकून डोळ्यासमोर अंधारी आली. घसा कोरडा पडला. मग अचानक माझ्या डोक्यात परिवर्तन-बिरीवर्तनात ऐकलेल्या भंपक गोष्टी आल्या. मग मी तिला सांगून टाकलं, 'तू मदत केलीस तर ह्याला मी महिन्यात वठणीवर आणते' आणि माझ्या आत्महत्येचा विचार बारगळला. तिला एकदम विश्वास वाटला. मी सांगितलेल्या सगळ्या गोष्टीला ती तयार झाली. अर्थात माझे सगळे प्लॅन मी तिला सांगितले

नाहीत; कारण तिचा विश्वास कुणी सांगावा?

मग मी काहीच न घडल्यासारखं घरात वावराय लागले. अगदी सर्व गुन्हे माफ करून. फक्त मोकळा वेळ मिळाला की गावात भटकायला सुरुवात केली. गाव कसलं एकूण सहा गल्ल्या. अर्ध्या तासात एक चक्कर व्हायची. उगाचच मुद्दाम ओळखी करून घ्यायला सुरुवात केली. तर ह्या कोकण्या गावात एकसुद्धा पुरुष मला लगट करावा असा सापडेना. सगळे मास्तरापेक्षा खबडे आणि रापलेले. शीऽऽऽ बघितल्या बघितल्या उमळून यावं. तुम्ही म्हणाल असा पुरुष सापडला असता तर काय झालं असतं? तर मी ठरवलं होतं. सरळ त्याला लागू व्हायचं. आणि ह्या मास्तरासमोर नाचायचं. ह्यातून माझं होऊन होऊन काय झालं असतं? तर घटस्फोट. तो मला घ्यायचा होताच. त्याची भीती नव्हती. फक्त भीती होती घरची. तर त्यावर आत्महत्या हे उत्तर ठरलेलं होतंच.

पण हा प्लॅन लवकर सक्सेस होणार नाही असं दिसल्यावर मी वसुधाला घरी जाऊन निरोप दिला आणि दुसरा प्लॅन सुरू केला. एकूण मला ह्या मास्तरची जिरवायची होती. पुन्हा एकदा मी पेटून उठले होते.

तर एकदा दुपारी दोन वाजता वसुधा पळत आली म्हणाली, 'वयनी, संधी आलीय.' तिचं वाक्य ऐकलं नि घर तसंच उघड्यावर टाकून मी बेफाम पळाले. सरळ बामणाच्या दारात. तर आई म्हणणारी उंबऱ्यावर तांदुळ निवडत होती. तिला ढकलून आत गेले तर मधल्या सोप्यात दोघं अंथरूणात. मास्तरला हिसड्यासारखा ओढला. तर नागडाबंब. त्याला काय सुचंना. मग ऊर्मीच्या झिंज्या धरल्या. वडत गल्लीत आणलं. तिच्या अंगात मॅक्सी. अंगात कुठलं बळ संचारलं कुणास ठाऊक. पण तिला दीड फर्लांग लांब शाळेपर्यंत ओढत नेलं. बहुतेक तास नुकताच सुरू झालेला. जोरानं बोंब मारली. सगळे मास्तर आणि पोरं शाळेतनं ग्राऊंडवर. मग मी जोरात ओरडून म्हणाले,

'बघा रे पोरांनोऽऽऽ तुमचा पाटील मास्तर माझ्याबरोबर लगीन होऊन हिच्याबरोबर झोपतोय.'

सगळीकडं स्मशान शांतता. हिंदी सिनेमासारखा मॉब सीन. आई शपथ, मी भलतीच खूष झाले. मोठमोठ्यानं हसाय लागले. अगदी डोक्यावर परिणाम झालेली हिरॉईन हसते तशी. मग तिथला हेडमास्तर मला शांत करू लागला. उर्मिलेला बायकांपैकी कोणी तरी घेऊन गेलं. सीन खल्लास.

स्वत: हेडमास्तर मला घराजवळ घेऊन आला. सगळी गल्ली थंड. विजयी उमेदवारासारखी मी उंबऱ्याजवळ आले. बायकांनी गराडा घातला. त्यांच्यातून सुटून मी उंबरा ओलांडला आणि आपण किती भयानक गोष्ट केली याची जाणीव होऊ लागली. मग मला प्रचंड भरून आलं आणि हमसून हमसून रडू लागले. बायका

शांताई घालत होत्या. पण काय उपयोग? शांत झाल्यावर सगळ्या बायका म्हणाल्या, 'बाई गऽऽ तू आता सरळ म्हायार गाठ. बापयाची जात व्हल्लस. तू तर सापाची कळ काढलीस. आता तुला त्यो मारूनसुद्धा टाकंल.' मग मी सांगून टाकलं, 'मला कुठं जगायचं आहे.' त्या सगळ्या पुन्हा समजूत घालाय लागल्या. किती केल्या तरी बायकाच त्या. थोड्या वेळानं मनात विचार आला, मरायचंच तर ह्याच्या हातून कशाला? आपलं आपण बघून घेऊ. मग गडबडीनं पिशवी भरली. दाराला कुलूप घातलं. किल्ली शेजाऱ्यांकडं दिली आणि गावच्या स्टॅन्डवर आले, तर माणसं टकामका बघाय लागलेली. गावाकडं जावं का पोलकरवाडीला जावं, हेच कळेना. मग ठरवलं जी गाडी लवकर येईल त्यात बसायचं, तर पोलकरवाडी गाडी आली. मग सरळ बसले आत जाऊन.

पोलकरवाडीत यायला रात्रीचे आठ वाजले. मला बघितल्या बघितल्या सगळी आवाक्. प्रश्नावर प्रश्न. एकटीच आलीस? तो कुठं गेला? भांडण झालं काय? परगावला गेला काय? एकटीलाच कसं पाठवलं? एक ना हजार. मग मी काहीच झालं नसल्याचं भासवून वेळ मारून नेली. तर सकाळी त्याच्या शाळेतला मास्तर हजर. मी जिवंत आहे का मेले बघायला. त्यानं आल्या आल्या सगळा प्रकार बहुतेक त्याच्या बापाला सांगितला. मग तासात घरभर झाला. वातावरण तापतंय अशी चिन्हं दिसू लागली. त्यांच्या त्यांच्यात गुप्तगू चालू झालं. सगळी एकमेकांत गुंतपळलेली बघितली आणि पिशवीतले पैसे कनवटीला लावून सटकले. ते सरळ हिंडलगा पाटीला येऊन गाडी धरली. गाडीत बसल्यावर सुटल्या सुटल्यासारखं वाटाय लागलं. मग ठरवलं, घरात सगळं सांगायचं. घरात ह्याचे हे धंदे कुणाला बरे वाटणार नाहीत. कारण खानदानात लग्नाची बायको सोडून कैक बायका ठेवण्याची, जवळजवळ परंपराच आहे शहाण्णव कुळीची. पण तिघी बहिणींबरोबर एकटा. कदाचित त्यांच्या आईलाही धरलं असेल ह्यानं. असं कधी झालं नाही. ही म्हणजे उकिरड्यातली अवलाद. सगळीच चिडतील. तेव्हा आपण सांगूच सगळं.

असं ठरवून गावात उतरले. उंबऱ्याच्या आत आले. आई एकदम कावरीबावरी झाली. तिनं माझ्या अवतारावरनं सगळं ओळखलं. मग गळ्यात पडून रडाय लागली. मग मलाही हुंदका आवरला नाही. तर काका, बाबा ओरडले. आम्ही गप्प झालो. मग हजार प्रश्न. काकू मधे आली. 'तिला पाणी घेऊ दे. जेवू दे. मग बघू.' सगळी गप्पगार.

तर सगळं आवरल्यावर मी सगळ्यांना अगदी सुरुवातीपासून शेवटपर्यंत सगळी कथा काहीही न लपवता अगदी खुल्लम खुल्ला सांगितली तर बाप भडकला, 'त्यो बापय हाय, रांडा करल न्हाई तर आनी काय तरी करंल. तुला पोटाला घालतोय न्हवं?'

काका म्हणाला, 'बापयांच्या यवारात तू पडतीसच कशाला?'

आई म्हणाली, 'ठार मारणा व्हत्यानी तुला. तू हिकडं आलीसच कशाला?'

तर ह्या सगळ्या प्रश्नांना मी काहीच उत्तर दिलं नाही. गप्प बसून राहिले, गळ्यात गुडघं घेऊन ढीम्म. मग त्यांच्या त्यांच्यात बरंच काय काय खलबतं झाली आणि बाप अंगावर आल्यासारखा म्हणाला,

'तुझं लगीन केलं त्याच दिवशी तू आमाला मेलीस. आमचा तुझा संबंध न्हाई. उद्या गुमान भगटायच्या आधी उटायचं आनी खानापूर गाठायचं. न्हाई तर बरं व्हणार न्हाई.'

घण कोसळावेत तसा बापाचा एक एक शब्द काळजावर कोसळला. सगळं घर माझ्याभोवती गरगरा फिराय लागलं. बसलेल्या जागेवरून उठवंना. काकूकडून खुणेनंच पाणी मागून घेतलं. तर आई म्हणाली, 'रांड नाटकं करती. आमच्या कुळीत आसी कोण नव्हती...'

...पुढं मी काय काय केलं. माझं काय होत गेलं हे मी तुम्हाला अजिबात सांगणार नाही.

कारण तुम्हीही राम-सीता, सत्यवान-सावित्री फ्रेम आमच्या घरच्यांसारखेच. विश्वास ठेवण्याएवढी कुवत नसलेले. मग फुक्कटचा डोक्याला ताप कशाला?

बखर, दिवाळी १९९२

❖

एक होता कावळा

काशाप्पा मदकरी हा, मी नोकरी करतो त्या गावातला सरळमार्गी व्यवहारी माणूस. या माणसाला गावात शहर घुसत असल्याचा अंदाज सर्वांत आधी आला. म्हणजे झालं असं, की महसूल खात्याच्या ऑफिसबरोबरच गावाच्या शेजारी सहकारी साखर कारखाना होणार, अशी बातमी फुटली आणि आपोआपच कुणाला कळायच्या आत गावात शहर घुसण्याची प्रक्रिया वेगाला लागली. काशाप्पा मदकरींनी व्यवहारीपणे या सगळ्याचा अंदाज घेतला. आपली गावाशेजारची एक एकर जमीन लाख खटपटी-लटपटी करून बिगरशेती करून आणली. एक म्हणजे त्या जमिनीत ते फक्त मण-दोन मण भात मळायचे. रान सगळं मशार असल्यामुळं दुसरं काय पिकायचंच नाही, आणि दुसरं म्हणजे जमीन गावालगत असल्यामुळे शेजारच्या गल्लीतली बाया-बापे परसाकडं जाण्यासाठी त्या जमिनीचा वापर सर्व हंगामात करून काशाप्पांना हैराण करायचे. म्हणून त्यांनी हा व्यवहारी पर्याय स्वीकारला. गावात घुसलेल्या शहराला ही बातमी लगेच लागली. बरेच गरजू काशाप्पा मदकरींच्या घराकडं घिरट्या घालायला लागले, तेव्हाच त्यांच्या नावापुढं अण्णा ही उपाधी जोडली जाऊन ते काशाप्पाण्णा झाले. बघता बघता त्यांनी आपल्या जमिनीत प्लॉट पाडून त्यातले निम्मेशिम्मे विकूनही टाकले, तेव्हा ही बातमी माझ्या कानावर येऊन थडकली. म्हटलं, या गावात आपल्याला राहायचंच नाही, तर असल्या गोष्टीचा विचार करा कशाला? एक तर हे गाव मला बिलकूल आवडत नाही आणि या गावात आपण दोन-चार वर्षांपेक्षा अधिक थांबायचं नाही, असं मी ठरवून टाकलेलं होतं. मुळात या गावात मला यायचंच नव्हतं. पण नशीब मला या गावात घेऊन आलं. कुठंच नोकरी मिळत नव्हती आणि इथल्या हायस्कुलात जागा शिल्लक होती. चांगले पन्नास हजार मोजून आणि कितीतरी लोकांचे उंबरे झिजवून ही नोकरी मिळाली. निसर्गक्रमाने लग्नवऱ्हाड झालं, तरी अजून मी ठरवतोयच – चार-दोन वर्षांत हे गाव सोडायचं. आमच्या एका स्टाफ मेंबरच्या बायकोनं काशापाण्णांचं प्लॉट प्रकरण आमच्या बायकोच्या कानापर्यंत

नेऊन पोचवलं आणि सगळा इचका झाला. दररोज बरोबर जेवायला बसलं की तिचं प्रवचन सुरू!

'आपली पोरं काय गावाकडं जाऊन जमीनजुमला सांभाळणार हायीत? आनि गेलीच गावाकडं, तरी इथं बांधल्यालं घर इकून चार पैसे करून जातील. सगळा जलोम भाड्याच्या घरात घालवायचा म्हणजे जल्माला काय रया उरली? व्हईना चार पैसे कर्ज! खरं घ्यायचाच पलाट...' असं बरंच काही. हातावर पाणी पडेपर्यंत अखंड वैताग. शेवटी इतका वैताग आला, की निदान खाल्लेलं अंगाला तरी लागावं म्हणून काशाप्पाण्णांच्या उंबऱ्यात पाय ठेवला. मास्तरांच्या पतसंस्थेतून साठ हजारांची उचल केली. नोकरीचं कर्ज, प्लॉटचं कर्ज... धास्तावलोच. पण इलाज नव्हता. नको असणाऱ्या गावाचा प्लॉटधारक झालो. त्या दिवशी भयंकरच वाईट वाटलं. हे सगळं बयवार सांगण्याचं कारण – या सगळ्याचा थेट संबंध कावळ्याशी आहे.

...जाग आली. दुसऱ्या मजल्यावर काहीतरी तडफडतंय. काय असेल? उगाचच भास असेल. थोडासा कानोसा घेत पुन्हा झोपायचा प्रयत्न सुरू केला. अशात अचानक पुन्हा जोराची धडपड. त्यात पाण्याचा आवाज. म्हणजे वरच्या हौदात काही तरी कडमडलं. म्हणजे पुन्हा वैताग. सगळं पाणी काढावं लागणार. स्वतःवरच चिडत आणखी झोपण्याचा नवा प्रयत्न. तर कावळ्यांची एकदम काऽऽव काऽऽव इतकी कर्कश, की एकदम उठूनच बसलो.

च्याआयला, कावळाच उलथला वाटतं! म्हणजे नुस्तं पाणी काढून नाही भागणार. सगळा हौद धुऊन घ्यावा लागणार. म्हणजे दोन–चार तास बोंबलले. एवढ्यात आमच्या सौभाग्यवती कावळ्याच्या ओरडण्यानं जाग्या झाल्या. म्हणाल्या, "इथं एवढं कावळं कुठनं आलं वो?" काहीच बोललो नाही, तर एकदम खेकसली. मग कसंबसं तिला वर काय घडलं असण्याची शक्यता आहे, याची कल्पना दिली, तर तिच्या अखंड बडबडण्याचा आरंभ 'हौदावर टोपण करा आधी' इथपासून झाला. आधीच अंगात करक भरलेली. कालचा सगळा दिवस सामान हलवण्यात. स्वतःच्या नव्या घरात यायचं म्हटल्यावर साहित्य हलवण्यात पहिल्यांदा प्रचंड उत्साह. नंतर नंतर अंगच आंबून गेलं, इतकं बायकोनं किडूकमिडूक जमवलेलं. कपाटांनी तर माझा जीवच घेतला. नव्या चौकटीतून आत घुसायला तयार नाही. उलटंपालटं, तिरपं करून आत सरकलं. या गुद्दडण्यात तिजोरीच्या आरशाला तडा गेला आणि बायकोनं चारचौघा बाहेरच्या माणसांसमोर आमच्यावर वस्तारा सुरू केला. रात्री अंथरुणावर कसा आडवा झालो माझं मलाच कळलं नाही. मनसोक्त झोपू म्हटलं, तर हा वैताग.

पुन्हा पंख फडफडून पाण्यात धडपडल्याचा जोरदार आवाज. अंगभर काटा

आला. एकदम अंग झटकलं. उठलो. लाईट लावायची गरज नव्हती, इतका स्वच्छ उजेड आत आलेला. सगळ्या खोलीभर बोचकी. कुठं पाय ठेवायला म्हणून जागा नव्हती. त्यातून कसाबसा उड्या टाकत जिन्याजवळ आलो. वरच्या मजल्यावरचं दार उघडून शिडी लावली. वर चढाय लागलो, तर एकदम कावळ्यांची काऽऽव काऽऽव वाढली. हौदाजवळ पोचलो, तर वरून तीन– चार कावळे घिरट्या घालाय लागले. हौदात बघतो तर कावळा पार धडपडून बेजार झालेला. पाण्यात बुडून त्याचं अंग पाण्यानं निथळत होतं आणि पंखात अडकलेल्या पाण्यामुळे त्याला नीट उडण्याचाही प्रयत्न करता येत नव्हता. माझा सुगावा लागताच त्याचा डोळा गरागरा फिरला. म्हणजे अजून जिवंत आहे. याला वर काढून टाकायला हवं. पण कसा? हातानंच व्हलपटू पाण्यातून. हळूच पाण्यात हात घातला, तर कावळा जिवाच्या आकांतानं तडफडला आणि बाजूला सरकला. च्याआयला, हातानं नाहीच धरता येणार. खालच्या गॅलरीतील लोखंडी बार आणू म्हणून वळतो, तर वर काऽऽव काऽऽव करणारे दोन-चार कावळे हौदावरच झेपावले. सर्रकन मागं सरकलो. झटापट शिडीच्या पायंड्या उतराय सुरुवात केली, तर मधली पायरी खस्सकन सरकली आणि अलगद खाली आलो. गुमान लोखंडाचे बार घेऊन पुन्हा वर. तर भिरभिरणारे कावळे मला हौदाजवळ जाऊ द्यायलाच तयार नाहीत. असा किंचित पुढं सरकलो, की ते एकदम जोरानं करकरत हौदावर झेपावायचे. मग मी आपोआप पाठीमागं. त्यांच्यावर हातातले बार गरगरा फिरवले आणि पुढं सरकलो, तर पुन्हा तेच. एकूण मी हौदातून त्या कावळ्याला काढू नये अशीच त्यांची इच्छा, असा अंदाज करून मी हातातला बार कावळ्यालगत हळूच हौदात उभा केला. म्हटलं बिचाऱ्याला किमान आधार तरी घेता येईल. कारण त्याचे पाय हौदाच्या गुळगुळीत सनल्यावर धरायलाच तयार नव्हते. फक्त त्याच्या नांग्यांचा आवाज होत होता आणि त्याची केविलवाणी धडपड. हौदातल्या कावळ्यानं क्षीण डोळे फिरवले आणि बार पायांत घट्ट धरून ठेवला. मग हळूच दुसरा बार त्याच्याजवळ सरकवला. त्याची धडपड वाढली, पण त्याला वर चढणं काही साधलं नाही. पुन्हा मी हौदाजवळ वाकलो, तर दहा-बारा कावळे एकदम हौदावर झेपावले. प्रचंड कलकलाट. एकदम घामच फुटला. शिडीवरून कधी गॅलरीत आलो, माझं मलाही कळलं नाही. एकदम आत जाऊन दार बंद करून घेतलं. पण या कावळ्याचं करायचं काय? डोक्यात तर नुस्ता कावळ्यांचा कर्कश आवाज! घराशेजारच्या सागाच्या झाडावर पाच-पन्नास कावळे आवाज करत होते ते वेगळंच. एवढ्यात आमच्या सौभाग्यवती वर आल्या. त्यांचं जांभई देणं सुरू होतं. म्हणाल्या, ‘‘काय पडलं हौदात?’’

मग सांगणं आलंच. तिनं गॅलरीत जाऊन सगळे कावळे बघून घेतले. तिची झोपच पार उडाली. आत येऊन म्हणाली, ‘‘ती बुट्टी घेवा, वर जाऊन पडला त्यो

कावळा काढून टाका.''

तिची बुट्टीची कल्पना एकदम आवडली. हातात लोखंडी बुट्टी घेऊन पुन्हा वर चढलो, तर पुन्हा कावळे झेपावलेच. हातातली बुट्टी फिरवली. थकून शेवटचे क्षण मोजत बसलेल्या कावळ्याला अलगद बुट्टीत घेतला आणि शेजारच्या शेतात व्हलपटला. कावळा तडफडत आपटला. एकदम सुस्कारा टाकला. करकरणारे कावळे शेतात पडलेल्या कावळ्याकडे झेपावले. म्हटलं, मरू दे आता. त्याचं काय व्हायचं ते होऊ दे.

शिडीवरून उतरलो तर बायकोचं सुरू – 'उगाच बसल्यात गिच्च्या घालत. आदीच घ्यायची बुट्टी आणि व्हलपटायचा. एवढंबी सुचलं न्हाई?' काहीच न बोलता बोचक्यांवरून उड्या टाकत पुन्हा अंथरुणावर आलो. लवंडून पापण्या मिटल्या, तर डोळ्यांसमोर पाण्यातला कावळाच तडफडाय लागला. मग नुस्ताच लोळण्याचा कार्यक्रम सुरू झाला.

प्रचंड दमल्यागत वाटत होतं. घटका-दोन घटकाच लवंडतोय तोवर पाठीमागच्या दारातून बायको ओरडली, ''अहो, उठाऽऽ, उठाऽऽ. इकडं या. त्या कावळ्याला बघा.''

गप्पकन उठून दोन उड्यांत पाठीमागचं दार गाठलं, तर शेजारच्या शेतात फेकलेल्या कावळ्यावर शंभरभर कावळे तुटून पडले होते आणि त्याला बोचकारून मारत होते. बिचाऱ्या एकट्याची जिवाच्या आकांतानं धडपड चाललेली. समोरच पडलेला विटेचा तुकडा घेतला नि कितखाऊन भिरकावला. कावळे आपोआप बाजूला झाले. पुन्हा क्षणातच हल्ला सुरू. दगड शोधून पुन्हा भिरकावला, तर परत तेच. हे बराच वेळ चाललं. नंतर वैतागून तो नादच सोडला, तर त्यांनी त्याला बोचकारून उलटापालटा केला. तो फक्त तडफडत होता. शेवटी निपचित पडला. ते सगळे बाजूला सरकले. तिथंच कडं करून काऽऽव काऽऽव करीत राहिले. तो मेल्याची पूर्ण खात्री झाल्यावर जागा सोडून हलले. मी अवाक होऊन पाहत होतो.

आत जाऊन तंबाखूची डबी शोधून काढली. बार भरला. तर बायकोचं सुरू – ''पाप! भाड्यांनी बोचकारून मारलं. तरी बरं, हौदातनं तरी भाईर काढलंसा. न्हाईतर हौदाचा इदोस केला अस्ता!'' मी म्हणालो, ''अगं, हौदातनं काढल्यामुळंच मारलं त्यांनी. हौदात असता तर काहीच केलं नसतं. माणसाची शिवाशिव न्हाई चालत कावळ्यास्नी.''

''थू माझ्या नशिबाऽऽ!'' म्हणतच बायको आपल्या उद्योगाला लागली.

शाळेला जाण्यासाठी बंगल्यातून सायकल बाहेर काढली. गडबडीनं टांग टाकली. आधीच वेळ झालेला. किमान प्रार्थना संपेपर्यंत तरी पोचायला हवं होतं. सायकल घरापासून कासरा-दोन कासरा जाते न जाते तोच कावळ्यांचा एक थवा

माझ्या मागोमाग यायला सुरवात झाली. शिटावरून बूड उचलून एकदम सायकल रेटली तर कावळ्यांनी एकदम काऽऽव काऽऽव करून एकदम आपलीही गती वाढवली. पुन्हा सगळी ताकद एकवटून सायकल पळवली, तर काव काव कावळ्यांचा आवाज वाढतच चालला. सायकल सरळ बाजारपेठेत वळवली. आवाज एकदम थांबला. एका हॉटेलासमोर थांबलो. गडबडीनं सायकल लावली. अंग घामानं थबथबलेलं. हॉटेलात घुसून टेबलावरचे तीन-चार ग्लास रिकामे केले. रुमालानं घाम निरपला. थंडगार बसून टाकलं. बोलायला तोंडही उघडत नव्हतं. चांगला दम खाऊन उठलो. पेठेतून शाळेकडे सायकल वळवली. कावळे जवळपासही दिसत नव्हते. मग निवांत शाळा गाठली. प्रार्थना होऊन वर्गही सुरू झालेले. मला वर्गाकडं जायचाही उत्साह उरलेला नव्हता. स्टाफ रूममध्ये बसून टाकलं, तर आमचे सुपरवायझर शोधत आले. म्हणाले, ''नव्या घरात कशी काय गेली रात्र? भलताच उशीर केला?''

म्हटलं, ''रात्र बरी गेली, पण...'' एकदम थांबलो. यांना नकोच सांगायला. तर ते म्हणाले, ''पण राव तुम्ही किमान सत्यनारायण तरी घालायला पाहिजे होता. नव्या वास्तूत तसंच जाऊन राहिला म्हणजे धाडसच.''

एवढ्यात आमचे गणिताचे सहकारी आले. त्यांनी सुरू केलं, ''लेका पंड्या, आता कसंही कर्ज झालतंच. त्यात आणि दहा-बारा हजार वाढलं असतं. पण तू लोकांच्या हातावर पाणी घालायला पायजे व्हतास. आता असंना पण पुढं तरी घाल हातावर पाणी. लोकांचा आशीर्वाद महत्त्वाचा.''

काहीच न बोलता फक्त हसलो. तेही बळजबरीनं. नंतर सरळ टेबलावर कपाळ टेकलं, मला डोकं सुन्न झाल्यागत वाटत होतं. कावळ्यांनी कावळ्याला बोचकारून मारलं इथपर्यंत सगळं ठीक होतं, पण त्यांनी माझ्यावर डाव धरावा हे नेमकं काय? आपण त्या घोळक्यावर विटा भिरकवायलाच नको होत्या, की त्यांच्यात दुसरा कोणता राग दडलेला असेल? एक ना हजार. डोक्यात सारखं काही तरी सुरूच. कुणाशी तरी याबाबत बोललं पाहिजे. मनात नाही ठेवून चालणार. एकाही तासाला शिकवता आलं नाही. दुपारच्या घंटेत बांवोलीकरना बाहेर काढलं. आमच्या स्टाफवरले सर्वांत वयस्क आणि अनुभवी गृहस्थ. म्हटलं, ''चहाला जाऊ. मला तुमच्याशी बोलायचंय.'' जाताजाताच विषय काढला, ''सर, कावळा माणसावर डूक धरतो का हो?''

त्यांच्या भुवया एकदम उंचावल्या. त्यामुळं देवीचे व्रण असणारा त्यांचा चेहरा भेसूर झाला. मग म्हणाले, ''ती फार विचित्र जमात आहे. लोक कावळ्याला आपला पूर्वज का म्हणतात, याचंच मला आश्चर्य वाटतं. माणसाला हैराण करणारा तो एकमेव पक्षी. तुम्हाला सांगतो...'' म्हणत ते थांबले. थोड्या वेळानं म्हणाले, ''त्यानं आपल्याला स्पर्श केला तर चालतो, पण आपण त्याला स्पर्श केला तर

नाही चालत. सगळे कावळे मिळून त्याला मारतात.''

'असंच झालं सकाळी' असं एकदम ओठावर आलं, पण एकदम आवरलं. त्यांचं पुढं सुरूच – ''आमच्या थोरला भावाला कावळ्यानं शिवलं. घरातल्या लोकांनी लगेच आपल्या जुन्या संकेतानं सगळ्या गोतावळ्यात निरोप पाठवला तो मरण पावला म्हणून. दहा-बारा गावचे पाहुणे जमा. इथनं मी गाडी करून गाव गाठलं, तर याला कावळा शिवलेला. दोन हजार फुक्कट गेले. काय सांगायच्या कावळ्याच्या कथा!'' म्हणत ते स्वत:शीच हसले. माझा मूळ प्रश्न बाजूलाच राहिला म्हणून त्यांना पुन्हा खोचकरलं, तर म्हणाले, ''असा डूक वगैरे न्हाई राव धरत कावळा? पण तुम्ही का एवढं खोदून विचारताय?''

मग त्यांना सगळं सांगूनच टाकलं. तर त्यांनी सुरू केलं, ''पंडित, तुम्हाला मी पयल्यापासून सांगतोय, जरा तरी रीतिरिवाजानं असावं माणसानं. तुम्हाला कुदळ मारण्यापूर्वीच म्हणालो, जरा मुहूर्त बघा. आया काढून घ्या, आयाभरणी करा. चौकट पूजा, वास्तुशांत करा. पण तुमचं प्रत्येक वेळी सुरू, 'मला कुठं या घरात कायम राहायचंय?' अहो, कायम नसंना, रिटायरपर्यंत ऱ्हाणार का न्हाई? आता हे केवढ्याला पडलं?'' मी म्हणालो, ''म्हणजे कावळे माझी पाठ सोडणारच नाहीत.''

ते म्हणाले, ''तसं नाही हो, पण एकातनं एक सुरू होतं.''

माझा जीव एकदम चरकला. चहा एकदम कडवट लागल्यागत वाटाय लागलं.

शाळा सुटल्या सुटल्या घराकडं येण्याचा माझा नित्यनियम, पण आज मात्र पाऊलच उचलेना. शाळेतनं सायकल बाहेर काढली. अंदाज घेत घेत पेठ गाठली. पेठेत उगाचच या दुकानातून त्या दुकानात. किनिट पडेपर्यंत नुस्तं फिरतच राहिलो. साधारण धोतरातनं बघितल्यागत उजेड असताना घराकडं बेफाम सायकल मारली, तर पोरं दारातच खेळाय लागलेली. सायकल भिंतीला टेकवली. दारातनंच आत वाकून बघितलं, तर बायकोनं आपला गोतावळा गोळा घातलेला. सासू-सासरा आणि त्यांच्या गल्लीतल्या दोन-तीन बायका.

दिवसभरात बाहेरची खोली तरी बऱ्यापैकी लावलेली दिसत होती. माझा सासूल लागताच बायको हातातलं काम सोडून बाहेरच्या सोप्यात आली. म्हणाली, ''सकाळी कावळ्यांनी पाठलाग सुरू केल्ता तसा आताबी केला न्हाई न्हवं?'' म्हणजे सकाळी झालेली तारांबळ हिनं बघितली तर. मी फक्त सुस्कारलो. तवर सासू म्हणाली, ''आत्ता इसारलं घ्येवा. सकाळी ताजं ताजं व्हतं म्हणून तसं केलं आसंल.''

सासरा म्हणाला, ''जात लई बारबोंडी कावळ्याची. हितं सागाच्या झाडावरच वस्तीला अस्तील म्हणून तसं झालं आसंल.''

मला आता तो विषय नको होता. एकदा सगळा हौद धुऊन घ्यायचा होता.

खालच्या हौदातलं पाणी वरच्या हौदात चढवायचं होतं. त्यात सकाळी या सगळ्या गोमगाल्यात आंघोळ राहिली होती. ती आवारायची होती. वरच्या खोलीत पडलेली पोती लाफ्टवर सरकायची होती. गडबडीनं कपडं काढली, तर बायकोचं सुरूच. म्हणाली, "किती दिवस असा पाठलाग करत्यात कावळं कुणास धक्कल!"

सासू म्हणाली, "कुणाला तरी जाणत्याला विचारून घेतलेलं बरं."

सासरा म्हणाला, "विचारायचं काय त्यात? लई तर चार-दोन दिवस करतील पाठलाग. मागनं इसारत्यात."

"आनि न्हाईच सोडला पाठलाग तर?" बायकोची शंका.

सासरा म्हणाला, "आसं घडत न्हाई लेकरा. आगा वरसाला जुंधळ्यात कावळं लई दंबवाय लागलं, की एक कावळा मारून जुंधळ्यात टांगतोय. पर आसं न्हाई गड्या कधी घडलं."

सासू म्हणाली, "त्ये का? थोरल्यानं आंबील काट्यातल्या बाभळीवरचं कावळ्याचं घरटं काढलं पेचकटून, तवा एक कावळा यायला न्हवता पाठलाग करत घरापतोर?"

बायको काय तरी आठवल्यागत म्हणाली, "आई, तुला आठावतंय? चौकट बसली त्या दिसी... लगोलग उभा केलेल्या चौकटीवर एक कावळा यीऊन बसला. त्यो कावळा सारखा घराभोत्यानं आसायचा. त्योच कावळा सकाळी सकाळी मेला का काय कुणास धक्कल!"

सासू म्हणाली, "त्यो आसला तर वाईटच बाई. त्यो कोण तरी पूर्वजच आसाय पायजे. आगदी रकवालीला ठेवल्यागत यायचा." सगळं ऐकून डोकं पार कामातनं जायची वेळ आली. पण बोलायची सोय नव्हती. गुमान बॅटरी घेऊन वरचा मजला गाठला. शिडीवरनं हौदावर आलो, तर हौद लकलकीत धुतलेला. खालच्या शेतात सहज बॅटरी मारली. मेलेला कावळा होता तिथं होता. त्याच्या भोवतीची जागा पांढरी शिबूर झालेली.

अंथरुणावर आडवा होऊन तास गेला, पण पापणी काय मिटायला तयार नव्हती. आपण घर बांधूनच गाढवपणा केला. भाड्याच्या घरात होतो ते ठीकच होतं; पण घरही सुखासुखी बांधलं अशातला भाग नव्हता. लग्न झाल्यापासून या गावात बारा घरं बदलली. कुठं पाण्याचा प्रश्न, तर कुठं मालकाची कचकच. मालक चांगला भेटला की गल्लीत कोण तरी वायट्यावर उठायचंच. शेवटी बाबू वाण्याच्या बंगल्यात राहायला गेलो. घर ऐसपैस, पाणी मुबलक. बाबू वाणी तर जवळ राहायचा नाही. तो बंगला भाड्यानं देऊन गावातल्या अडगळीच्या दोन खोल्यांत राहायचा. त्यामुळे कोणताच त्रास नव्हता. पण झालं असं, की पावसाळ्यात आमच्या सौभाग्यवतींनी मोगऱ्याचे दोन वेल घराशेजारी लावले. दोन-चार महिन्यांत चांगलेच वाढीला लागले. एक दिवशी बाबू वाणी फिरत फिरत आला आणि त्यानं

न सांगताच घराभोवती झांजड नको म्हणून मोगरी उपसून टाकली. बायकोनं भरमसाट शिव्या दिल्या. तेथून गप्पगुमान गेला. दुसऱ्या दिवशी पेठेत भेटल्यावर मला म्हणाला, ''मास्तर, घर सोडून टाका. माझी पोरगी येणाराय राहायला.''

बोलणार काय? डोक्याचं भजं झालं. एका झटक्यात ठरवून टाकलं, दोन खोल्या झाल्या तरी स्वत:च्या बांधायच्या. तसा मी म्हणजे कोणी इस्टेटदार गृहस्थ नव्हे. गावाकडं पाच-सहा एकर जमीन. त्या जमिनीवर दोन भावांची बायकापोरं. म्हातारा-म्हातारी. त्यामुळं जेमतेम शेतीतलं उत्पन्न. फक्त मला लागणारं धान्य विकत घ्यायला लागायचं नाही, इतकंच. एकत्र कुटुंब. लागलंसवरलं एकमेकं एकमेकाला बघायचे. एकटाच सरकारी नोकरीला, त्यामुळं आपलं घर पुढं आलं तर या पोरांमुळंच येईल, असा म्हातारा-म्हातारीचा विश्वास. त्यांच्या विश्वासाला तडा जाऊ नये म्हणून आठवड्याला एक चक्कर गावाकडं टाकायला लागायचीच. गावाकडं गेल्या गेल्या पहिल्यांदा आईच्या कानावर गोष्ट घातली. तिचा विरोध असायचं कारणच नव्हतं. ती म्हणाली, ''तिघं भाऊ एकाजाग्याला बसा, इच्यार करा आणि काय ती गोष्ट ठरवा.''

मग रात्री दोघा बंधुराजांना अडचण सांगून घराचा प्रस्ताव मांडला. तर धाकला म्हणाला, ''आधी हितं गावात बांधू या. मग तिकडचं बांध.''

थोरला म्हणाला, ''त्येच्या मनात हाय तर तिकडचंच आदी बांधून टाकू दे.''

बराच खल झाला. निर्णय काहीच नाही. एकूण जरा विरोधच दिसाय लागला म्हटल्यावर चर्चा थांबवून टाकली. यातलं बायकोला काहीच सांगून उपयोग नव्हता आणि निर्णयही बदलला नव्हता. झटक्यात बँकेचं दोन लाखांचं कर्ज केलं. त्यासाठी हजाराची दारू पाजावी लागली. पाया खोदला, पण मुहूर्तच केला नाही. सरळ कामाला सुरवात केली. तर लोकांनी एकदम खुळ्यातच काढलं. चुकलंच आपलं. आपण घर बांधून गाढवपणा केला. कूस बदलली. पुन्हा डोळ्यासमोर गावाकडचं घर आणि पुन्हा घरावर बसलेला तोच हौदातला कावळा. एकदम डोकं झिंजाडून उठून बसलो, तर भिंतीवरची पाल जोरानं काऽऽच काच कुचकुचली. तंबाखू चोळला. फक्त टक्क डोळं उघड टाकून पडून राहिलो.

... कावळ्यांनी सतत पाठलाग घेतलाय, ही गोष्ट आता सगळ्या गावभर झाल्यात जमा होती. जो तो विचित्र नजरेनं बघायचा. मी शिताफीनं कावळ्यांना चुकवत चाललो, की सगळे कुतूहलानं बघायचे. बायका चुकचुकायच्या. हे आठ दिवस सतत चाललेलं. माझी अन्नावरची वासनाच उडून गेलेली. शाळेत कावळ्यांइतकाच चर्चेचा त्रास. मुख्याध्यापकांनी आपल्या केबिनमध्ये बोलवून घेतलं. म्हणाले, ''पंडित, तुझं चाललेलं सगळं कानावर आलं. वाईटच सगळं घडतंय. सगळं सहन करण्याची तुझी ताकद जबरदस्त. पण गड्या, सकाळी दोघं-तिघं आपलेच सहकारी आले

होते.'' ते एकदम थांबले. मी कान टवकारले. मग ते पुन्हा बोलाय लागले. म्हणाले, ''त्यांचा सूर जरा तक्रारीचाच दिसतो.'' त्यांनी आवाज बारीक केला आणि सांगू लागले, ''ते म्हणत होते, तुझ्या पाठीमागून कावळे शाळेतही येऊ शकतील. पोरांना विनाकारण त्रास होईल. पुन्हा पालकांच्या तक्रारी होतील. असं त्यांनी बोलाय नको होतं; पण असतो काहींचा स्वभाव. स्वभावाला औषध नाही.'' ते एकदम आवाज वाढवत म्हणाले, ''तू असं का करत नाहीस? एक पंधरा दिवस रजेवरच का जात नाहीस? तोवर तुझी मन:स्थितीही ठीक होईल आणि कावळ्यांचं प्रकरणही मिटलेलं असेल.'' मला काय बोलावं हेच कळत नव्हतं. फक्त टकामका कावळ्याकडं बघितल्यागत त्यांच्याकडं बघत राहिलो. नंतर जागा सोडली. कोण असतील हे नग? सगळेच तर सहानुभूती दाखवत होते. उपाय सुचवत होते, हळहळत होते. मग असे कोण असतील? डोक्याला प्रचंड शीण देऊन बघितलं. काहीच निघायला तयार नव्हतं. मग नाद सोडला. स्टाफ रूममध्ये जाऊन एकदम जोरानं बडबडायलाच सुरुवात केली. हे कसं झालं माझं मलाच कळलं नाही. कुणी तरी तांब्याभर पाणी डोक्यावर ओतलं. एकदम भानावर आलो. मान खाली घातली. रजेचा अर्ज खरडला. सायकल घेतली आणि चालतच घर गाठलं. नेहमीसारखे कावळे जमलेच. मग स्वत:लाच जोराची शिवी हासडली.

कावळ्यांनी एकाएकी पाठलाग केलाय. रजा टाकून घरातच बसून आहे, ही बातमी पाझरत पाझरत गावापर्यंत पोचलीच. आई, दोघं भाऊ समजल्या समजल्या घरात येऊन थडकले. आईनं सगळं बयवार विचारून घेतलं. आई आली म्हटल्यावर तीन-चार शेजारणी, एक-दोन शेजारी जमलेच. त्यांनी येऊ नये असं माझ्या मनात कितीही असलं तरी त्यांना अडवणं काही माझ्या हातात नव्हतं. त्यांनी पुन्हा आईला माझी रस्त्यातली तारांबळ सांगून टाकली. आई एकदम अवाक. म्हणाली, ''काय तरी देवाधरमाचं चुकलं बाबा. घराला पाच सुताचा येडा तरी घालाय पायजे व्हतास. बांधाय घेतलास तवाच तुला जरा सुद्दीनं वाग म्हटलंतं. तर हेचं सगळं हुंबदांडगेपन! अशानं न्हाई चालत. लगोलग हत्ती व्हवून लाकूड फोडण्यापरास मुंगी व्हवून साकार खावावी. आसा किती आला असता खरोच? एक-दोन हजार. भरल्याल्या गाडीला काय चिप्पाडाचं वज्जं?''

थोरला म्हणाला, ''कावळ्याचं जरा वाईटच आस्तंय गा ऽऽ. माघच्या आईतवारी त्या मारकळ्याचं दिवस व्हतं. दिवसभर थांबलाव रानात. कावळा फिरकाय तयार न्हाई. झाडावर बसून व्हतं कावळं खरं, निवद शिवला न्हाई. आकिरला घरातली गाय आणली. तिनं त्वांड लावलं आणि कावळं झटक्यात खाली उतरलं. लई बातरी जात.''

धाकला म्हणाला, ''ह्येनं हे घराच ख्यॅट काढायलाच नको व्हतं. काय तरीच

करून बसलाय. उगंच बुहीभर करज आणि वर वांद्याला कारण.''

शेजाऱ्यापाजाऱ्यांसमोर अशी चर्चा होऊ नये असं आमच्या सौभाग्यवतींनाही वाटलं असावं. त्यांनी पटकन सगळ्यांना आत बोलावलं. शेजारी नाइलाजानं उठून गेले.

शेजाऱ्यापाजाऱ्यांच्या विचित्र नजरा, शाळेतल्या चर्चा, घरातल्या सगळ्यांचा राग, बायकोची भुणभुण, या सगळ्यानं मेंदूचा उकिरडा झालेला. त्यात येणारा प्रत्येक जण कावळ्यांविषयी नवीनच आख्यायिका सांगायचा. एकूण कावळ्याच्या माहितीचा वैताग आलेला. भरीस भर म्हणून बरेच दिवस घरातून बाहेरच पडलो नव्हतो. वेगवेगळ्या मांत्रिक, ज्योतिष्याला गाठून नवनवं बांधनं बांधून आणण्याचा आई आणि बायकोचा उद्योग अखंड सुरू होता. तरीही हे माझ्या बाबतीतच असं का व्हावं, हा प्रश्न मला पोखरत होता. शेवटी ठरवून टाकलं, हे कावळे करतात तरी काय बघू. किंवा आता विसरलेही असतील. असं ठरवून शाळेच्या वेळी सायकल बाहेर काढली. तोंडात तंबाखू. थोडासा बेदरकार होऊन चाललो. कासरा-दोन कासरं जातो तोच अचानक काऽऽव काऽऽव! एकदम दहा-बारा कावळे डोक्यावर गरगराय लागले. एकदम डोक्याला झिणझिण्या आल्या. सायकल जाग्यालाच उभी केली. वाकून रस्त्याकडेचा दगड हातात घेतला. डोक्यावरच्या घोळक्यावर भिरकावला. कावळे किती चलाख! अलगद दगड चुकवून दुप्पट आवाजात लागले काऽऽव काऽऽव करायला. त्यांची नेहमीची जमात क्षणार्धात जमा झाली. मी जागा सोडली नाही. म्हटलं, बघू काय होतं ते. तर त्यांनी माझ्या डोक्यावर जोरदार भिरभिर आणि काऽऽव काऽऽव सुरू केली. इतकी, की पंखांचा वारा डोक्यावर थडकाय लागला. म्हटलं, आता नुस्तं उभं राहून चालणार नाही. हातात दगड हवाच. दगड शोधायला थोडंसं सायकलपासून दूर झालो तर अख्खी सायकलच यरगटली कावळ्यांनी. सायकल नव्हे, कावळ्यांचा ढीग. बघतच उभं राहिलो. आपोआप हात मागं वळला. एवढ्यात आमचा शेजारी – जो मघापासून नयनरम्य दृश्य पाहत उभं होता, तो पळत पळतच माझ्या जवळ आला. म्हणाला, ''सर, थांबाऽऽ सर, थांबा.'' तर त्याला बघताच कावळे चौभाळ. टाळा पगळून आभाळाकडं बघत राहिलो. क्षणार्धात आभाळ निरभ्र आणि मोकळं मोकळं. आता इथं कावळे होते हे कुणाला पटलंच नसतं. बहुतेक ते आपल्या वारसाकडं मला सोपवून निर्धास्तपणे गेले होते. शेजारी म्हणाला, ''सर, प्रकरण हाताबाहेर गेलंय. काय तरी बघा बाबा. चांगलाच डूक धरलाय. आसं कधी ऐकिवात नव्हतं.''

मी म्हणालो, ''कसं असणार? माज्या पिढीच्या वाट्याला हे सगळं नवीनच असणार.''

ते म्हणाले, ''असं काहीही बडबडू नका. जरा थंड डोक्यानं विचार करा.''

नंतर ते बराच वेळ काय काय सांगत राहिले. माझ्या कानात आवाज घुमत होता, पण ते काय बोलतात हे मात्र कळत नव्हतं. बऱ्याच बडबडीनंतर त्यांच्या हे ध्यानात आलं असावं. ते मला गदागदा हलवत म्हणाले, "असं काय भांबावल्यागत करताय सर? घरात चला." त्यांच्याबरोबर घरात आलो. तर मला घरभर कावळ्यांचाच भास व्हायला लागला.

फणफणून ताप आलेला आणि सारखी तगमग. सगळं घर अस्वस्थ. होतंय तरी काय? हा ताप काही आजारपणाचा दिसत नाही. भ्रमिष्टासारखा बडबडत होतो, आणि पुन्हा पुन्हा त्या कावळ्याचा उल्लेख. हैराण व्हावं असंच सगळं. गावाहून दोघे बंधुराज येऊन तळ ठोकूनच बसलेले. त्यांना माझी फार काळजी होती अशातला भाग नाही, पण आईसमोर तसं दाखवणं तर गरजेचं होतं. जाणाऱ्या-येणाऱ्यांचा राबता वाढलेला. बायकोचा व्याप प्रचंड वाढलेला. त्यामुळं आदळआपटची प्रक्रिया तापाइतकीच गतिमान. शेजारी तर सारखी चाहूल घेऊन जायचे. मध्येच कोणीतरी शाळेतलं टपकायचं. एका बिस्किटपुड्याच्या बदल्यात तासभर कावळ्याची माहिती ओकून जायचं. असं बरंच. अशात ताप आणखी वाढत जायचा. बायकोचं कपाळावर मिठाच्या पाण्याच्या पट्ट्या ठेवणं इमानेइतबारे सुरू. अशात तिचे लांबचे नातेवाईक आले. शिवाण्णा त्यांचं नाव. इकडतिकडची खबरबात झाल्यावर त्यांनी सुरुवात केली – "एखाद्याच्या कुंडलीत काक योग असला, की हा ताप ठरलेला. आमच्या गावच्या हरिअप्पा नावाच्या माणसाच्या कुंडलीत हा योग होता. त्याला कावळ्यांनी शेवटी बोचकारून मारलं. हजार-दोन हजार कावळे जमले होते त्या वेळी. एकदम घेरलं आणि पुरा झाकूनच गेला हरिअप्पा. तो नेमका कुठाय हेच कळेना माणसांना. जमलेल्या लोकांनी भरपूर दगडफेक केली. कावळे हटले नाहीत. उलट इर्ष्येनं ओरडाय लागले. शेवटी गावातल्या शिव्वाण्णा इनामदाराची बंदूक आणली. चांगले चार बार काढले, तेव्हा सगळे कावळे पांगले. पण त्या वेळी हाऱ्याप्पा रक्तबंबाळ होऊन निपचित पडला होता. नंतर त्याला जनलाजेखातर दवाखान्याला हलवला. काहीच उपयोग नाही झाला."

हे सांगताना माझं असंच होणार, असं शिवाण्णाचं ठाम मत असावं. पण ते आमच्या बायकोच्या लक्षात नाही आलं. उलट ती त्याला चहा पाजून इलाज विचारत होती. हे आईला रुचलं नाही. ती लालबुंद डोळ्यांनी फक्त शिवाण्णाकडं बघतच राहिली.

शिवाण्णा गेल्यावर मला जागं करतच म्हणाली, "आता हितं ऱ्हाण्यापरास सरळ गावालाच जाऊ या." बायको म्हणाली, "आसल्या तापात कुठं न्हेत्यासा गावाकडं? आनि तितं काय बरंवाईट झालं तर?..."

आई एकदम किंचाळत म्हणाली, "रांडा-भाडे माज्या पोराच्या जिवावर उठल्यात.

आसंल कुठं लक्ष्मी बसल्याली ती त्यास्नीच घालील मातीत.'' नंतर ती नुसत्या शिव्याच घालत बसली. मला आईला गप्पही करता येईना. बायको डोळ्याला पदर लावून बसली. त्यानंतर एकाएकी तापाच्या फणफणीत ग्लानीतच गेलो होतो.

दवाखान्यातून आईनं सरळ गावाकडंच तिरपटून नेलं. ती एकटीच माझ्याजवळ बसून होती. बायकोलासुद्धा माझ्याजवळ यायला मनाई होती. चुकून कोण आलाच जवळ, तर आई ओरडून म्हणायची, ''भाड्यानू, माझ्या पोराला बोचकरून मारशीला. व्हा बाजूला! थांबायचंच नाही जवळ कोणी!''

खणखणीत बरा झाल्यावर आई स्वत:च घेऊन आली नोकरीच्या गावाला. आपण उभी राहिली दारात आणि म्हणाली, ''जा रं शाळंला. कुठला कावळा येतोय बघतो.''

मी दबकत चाललो, तर शिवारात कावळ्याचा सासूलसुद्धा नव्हता.

साप्ताहिक सकाळ, दिवाळी १९९९

❖

उचकी

आमचं घर म्हणजे गरिबीचा पेव. सुगी संपल्यावर कशीबशी चार-सहा महिने पोटगी चालते. तेथून पुढं कुणाच्यातलं तरी उसनं आणायचं, खायचं. हे ठरलेलं. बाबा उसनं आणून आणून कटाळतोय. कोणाच्याही दारात गेलं तर पहिला नकार ठरलेला. मग हातापाया पडून आडीसरी-पासरी गोळा करायचे आणि घरात आणायचे. तोपर्यंत आई डोळ्याला पदर लावून बसलेली असते. घरही सात-आट माणसांचं. सगळी खाणारी तोंडं. तीही तरणी!

बाबाचं वय आता उतरतीला लागलंय. त्याच्यानं कामधंदा व्हईत न्हाई... तरी सुद्धा तो कुणाच्यातरी बांदाला मूठ-पसा, मूठ-पसा मिळवाय जातोच. नाहीतरी घरात बसून कसं भागंल! आताशा आईच्यानं कामधंदा व्हईत नाही. नेहमी ती आजारीच असते. घरात खिडूकमिडूक बगत असते. आक्का आता-आता दुसऱ्याच्यात जातीया. बाकी आम्ही सगळे वळमगुंडच!

शेजारीपाजारी म्हणत्यात, "तरण्याताट्या लेकीचं लगनाचं कुठंतरी बघायचं सोडून तिला घर चालवायसाठी राबायला लावत्यात...फुडं बसतील शिमगा करत!"

पण हेला बाबा तरी काय करणार? लगीन करायचं म्हणजे मागणं तरी यायला पायजे! आपण व्हवून हुडकावं तर सगळ्यास्नी संशय : 'पोरगी कशात तरी बिचालिया' म्हणतील. कोणत्या मरणाला मरायचं! सगळं बाबाला गुडारतच. बाबा कामास्नं आला की मिट्ट, तव्याच्या घशीसारखा व्हवून येतो. हळूच करकरत्या हाडांना सावरत भिंतीला टेकून चिलीम फुकत बसतो. आक्का आमच्याबरोबर चिमणीच्या पिवळ्या उजेडात जड झालेल्या पापण्यांनी नुस्ती बसून असते. आई मात्र चुलीतल्या लाकडांचं इंगाळ बघत कायतरी गदागदा शिजवत असते. दादा कसलं तरी मोठं पुस्तक अगदी गुंग व्हवून वाचत असतो. बाबा त्येच्यावर नदार रुतवून चिलमीचा धूर सोडत असतो.

दादाचा अभ्यास हल्ली कसला येगळाच असतोय. उठला-सुटला की जाडजुड

पुस्तक घेवून बसलेला. पुस्तकावर माणसांच्या कवट्या, हाडं, एक लांब केस वाढवलेला माणूस, त्याचा विस्फारलेला हात आणि 'अस्सल इंद्रजाल' ही अक्षरं आहेत, एवढंच मी वाचलंय. एकदा त्येला त्याच्याबाबत विचारलं, तर म्हणतो कसा, "तुला हे समजायचं न्हाई. ते लई येगळं हाय. ह्येच्यात सगळी भुतं, द्याव-धरम आणि सगळ्या मंत्रतंत्राच्या गोष्टी हाईत."

मला त्याचं बोलणं काय समजलंच नाही. 'सगळं त्यात हाय' एवढंच म्हणून मी गप्प बसलो. दादाला नोकरी लागली की आमचं सगळं बदलणार असं म्हणतात; पण तो मात्र भिन्न होवून बसलेला असतोय.

आज सकाळच्याच टायमाला अत्याळहून मामा आल्याला बघून मला लई आनंद झाला. आमचं मामा म्हणजे लई भारी. आमचं निम्मं घर त्येच चालवतात. कमी पडलंसवरलं तर आपल्यातलं देत्यात; पर सारखं मागायचं आमच्या आईला पसंत पडत न्हाई. आमच्या करंबळी गावाला लागूनच उगावतीला अत्याळची शीव. दोन गावांत दोन फर्लांग अंतर. त्यामुळं मामांचं सारखं येणजाणं असतं.

मामा आलेला बघून मी पुस्तक हातात घेवून त्याच्या आडून मामाचं बोलणं ऐकत बसलो.

"आक्का, आप्पाला नोकरी लागली की तुझा पांग फिटलाच बघ! मी त्या जाधवाच्या आबाला बोललोय. तो लई मोठा पुढारी हाय. लावंल कुठं तरी."

"बघा बाबा ऽऽ जरा लवकरच..." आई काकुळतीला येऊन सांगत होती.

मी पुस्तकात तोंड घालूनच सारं ऐकत व्हतो. मलाही वाटत व्हतं, दादाला नोकरी लागली तर– मला नवी कपडं, नवी पुस्तकं, गारेगारला पैसे! गंमतच. शाळेला जायचा वेळ झाला आन मी पिशवी काखंला लावली, तसा मामा जवळ घेत म्हणाला, "मारुत्या! दिवाळीला येवा हूं रंऽ!"

मी 'हूं' म्हणतच बाहेर आलो. मी ठिकाणावर न्हवतोच. मामाच्यात गोड गोड खायला मिळणार, याच विचारात मी तरंगत होतो.

संध्याकाळी घरात आलो. दप्तर खोपड्यात व्हलपटलं. हिकडंतिकडं हुंदडलो. कोंबड्या झाकल्या, शेळ्या बांधल्या आणि दिव्याफुडं दप्तर पसरून बसलो. शेजारीच बाबा चिलीम भरत गप्प व्हता.

आई चुलीत फुकत फुकतच म्हणाली, "दिवाळी तोंडावर आली... सकाळी संबा बलवाय आल्ता. काय करायचं...!"

"आता मी काय सांगू!" बाबानं चिलमीला दिवा उचलून लावतच इच्यारलं.

तशी आई म्हणाली, "हितं पोरांनी शेजाऱ्या-पाजाऱ्याकडं बघत बसण्यापेक्षा गेल्यालं बर."

"मग तस्सं कर." बाबानं लांबलचक धूर सोडला.

दोन दिवस पाखरासारखं निघून गेलं. तिसऱ्या दिवशी मी, आई, आक्का, राम्या मामाकडं निघालो. दादा उद्या हिंग्लजास्नं तिकडंच येणार व्हता. आईनं पिशवीत कायबाय घेतलं. मामाच्या पोरास्नी दहा पैस्याचं चिरमुरं घेतलं. आक्का आईचंच लुगडं नेसली व्हती. आम्ही चालत व्हतो. सावल्या लांब लांब पडत होत्या. मी मधेच उड्या टाकत होतो.

अत्याळच्या शिवंत गेलो तसं आईनं सांगाय सुरुवात केली, "मारत्या, घरात दंगामस्ती करायची न्हाय. दिलं तर खायचं. कोणतरी खाईत आसलं तर बघत उभा ऱ्हायचं न्हाई..."

हे सगळं आता मला पाठ झालं होतं. आपल्या पोरांनी गोडधोड बघितलेलं न्हाई, तवा मामाकडं हावरापणा करतील आणि अब्रू जाईल म्हणून आई आम्हाला लई डोळ्याच्या दाबात ठेवायची.

मामांच्या घरात आलो. मामांचं घर लई मोठं. पहिल्या सोप्यात लग. लगीच्या खाली गोटा. लगीवर मोठे मोठे खांब. त्यांच्यावर नक्षी. लगीच्या भिंतीतच गणपतची दिवळी. त्यात रंग चाललेल्या शेडूच्या बाहुल्या. दिवळीच्यावर बक्कळ फोटू रांगेत लावलेले. त्यात देवाधर्माचेच लई. मधे माजघर. इथं उजेड येत नाही. त्यामुळे काहीच दिसत नाही. आजीशिवाय माजघरात जास्त कोणी फिरत नाही. पाठीमागं जेवणघर. भांड्यांचा चिवचिवाट इथं सतत चालू असतो. गाडगी निवांत बसलेली असतात. चुलीला भलीमोठी भानुशी आहे, त्यावर काडीचा डबा, दिवा, तंबाकूच्या पुड्या, चहाचा पुडका असं कितीतरी सामान.

आई आजीबरोबर बोलण्यात गुंतली आणि मी गल्लीत पोरांच्याबरोबर खेळण्यात गुंतलो.

सगळ्या मावशा गोळा झाल्यामुळं संध्याकाळी सगळी लगीवर बसून गप्पा मारत बसली. मावशा एकमेकीची विचारपूस करत होत्या. आमच्या आईला चार भनी. म्हणजे आमच्या चार मावशा. एक कौलग्यात, एक शिपूरात, आणि दोघी हिंग्लजात. ही सगळी गावं अत्याळपासून चार-सहा मैलांच्या अंतरात. मधे मधे येणंजाणं असतं, पण सगळ्या दिवाळीलाच एकत्र येतात.

दोन दिवस पत्त्या न्हाई ते गेले. लक्ष्मीपूजनाचा दिवस उजाडला. लक्ष्मीपूजनादिवशी मामांच्या घरात सत्यनारायणाची पूजाही असते. सगळे कामात गुंतलेले. आम्ही सगळ्या पोरांनी रानभर हिंडून बरीच फुलं गोळा केली. घरात ऊस येऊन पडले होते. कर्दळ आणलेली होती.

संबामामा चौरंगाभोवती ऊस आणि कर्दळ बांधत होता. आत जेवणघरात कणीक चेचल्याचा आवाज घुमत होता. अशातच आजीची बडबड चाललेली होती. मधले मामा पूजेला लागणारं सारं सामान तपासून घेत होते. घरातील मांजर तेवढं

निर्धास्तपणे सगळ्यांच्या पायांतून फिरत होतं.

दिवस मावळला तसा मी, नाऱ्या, शिव्या सगळी कार्तिकी दिवा घेवून दारात गेलो. त्यात येशेल तेलाचं ठावकं ठेवलं आणि दिवा काठीवर चढवू लागलो. अशातच दादा माझ्या जवळ येत म्हणाला, ''मारत्या, जरा लवकर जेवून घे हं.''

''का?'' मी लगेच प्रश्न केला, तसा दादा लगेच म्हणाला,

''का ते सगळं सांगतो...पूजेत अडचण नको म्हणून मामानं दोन्ही सायकली भिमूतात्याच्या घरात ठेवल्यात. तू जेव आणि सायकली घेऊन दिवाणीच्या चिंचंखाली ये. कोणाला पत्त्या लागता उपेगाचा न्हाई!'' म्हणत दादा पसार झाला.

मी घरात आलो तर राजाकाका पूजा वाचत होता. दरवर्षी आपला डेऱ्यासारखा देह कसाबसा अपुऱ्या पाटावर सत्यनारायणापुढं मांडून. चाललेल्या त्याच्या ओठाच्या आणि शेंडीच्या मनोरंजक हलचाली मी निरखीत बसायचो. तो पूजा वाचत वाचत साधुवाण्याच्या गोष्टीजवळ आला की मी स्वत:लाही विसरत चालल्याचा भास होई. पण आज मात्र मी फक्त राजाकाकाकडं बघितलं आणि आत गेलो.

सगळ्या मावशा जेवण करण्यात गुंतल्या होत्या. मी आईला शोधलं. आई नव्हतीच. मी आजीकडं जेवाय मागितलं तसं कौलग्याची मावशी खेकसली, ''कसली बाई हावरी ही दारकूची पोरं!''

''अगं ऽ त्यास्नी काय, चांगलं वळण लावलं आसलं तर...'' शिपूरच्या मावशीनं सूर भरला.

ह्या सगळ्या मावशा आमच्या वैरिणी. कारण काय?– तर मामा दादाला शाळंला पैसे देत्यात, घरात काय कमी पडलं तर दाणादुणा देत्यात, हे त्यांला बघवायचं नाही. त्यामुळं त्या सगळ्या आमचा पाणउतारा करायची संधीच हुडकत बसलेल्या असत.

शेवटी आजीच्या मायेने भाकरी मिळाली एकदाची.

सायकली भिमूतात्याच्या घरात. त्यामुळं मी निष्काळजी. कारण त्या घरात कोणीच नसतं. भिमूतात्या एकटाच. त्याची बायको नांदायला इथं आलीच नाही म्हणतात. त्यामुळं लटांबर नसलेला. तोही घरात कधी असायचा नाही. मी हळूच सायकली दिवाणाच्या चिंचेखाली आणल्या. दादा चिंचेच्या खोडाला लपून बसलेला. दिवाणाची चिंच गावच्या खालच्या बाजूला. इकडं माणसं सहसा येत नाहीत, त्यामुळं तो निर्धास्त होता.

मी आलेला बघून तो उठला. आपल्याकडं एक सायकल घेतली. दुसरी मला घ्यायला सांगितली. मला सायकल मारता येत व्हती, पर सीटवर बसून नाही. सीटवरनं माझं पाय पोचायचं नाहीत, त्यामुळे आत पाय घालून मी सायकल मारायचो. हेही त्यानंच शिकवलेलं.

आम्ही दोघं सायकल घेऊन गावाबाहेर आलो. खडीच्या रस्त्यावर आल्यावर

दादा म्हणाला, ''मारत्या, भादवणच्या कुंभाराच्या घराकडं जायचं.''

हा मला तिकडं कशाला घेऊन चाललाय याचा थांगपत्ता लागंना. परत विचारावं तर खेकसणार म्हणून मी गुमान आत पाय घालून सायकल माराय लागलो. गार वारा सुटलेला. अशातच खळ्यावर भाताची वाऱ्यासाठी धार धरावी तसा अंधार. रातकिड्यांची आंबट आवाजातली किऽऽर किऽऽर. यामुळे माझ्या मनात भीतीच्या पाखरांनी अंडी घालायला सुरुवात केली. माझ्या सायकलचा वेग काही केल्या वाढेना, कारण आत पाय घालून या बाजूला एकदा, त्या बाजूला एकदा, असे झोके देत सायकल जायची. अशातच खांद्याला नळी बडवायचा. थांबून थांबून दादाने रागवायला सुरुवात केली. मी जीव तोडून सायकल माराय लागलो.

अत्याळपासून मैलावर दोन तोंडीची म्होरी. ती जवळ येत चालली तसं माझ्या पायातलं अवसानच गळून गेलं. तीन गावच्या सीमंवर ही म्होरी येते. त्यामुळे या जवळच्या अत्याळ, ऐनापूर, कौलगं गावांतली बाळंतीन मेली की तिच्या डोक्यात मोळा मारून इथं आणून जाळत्यात. असं करून जाळल्यावर तिचं भूत व्हईत नाही म्हणं. पर कौलग्याची एक बाळंतीण डोक्यात मोळा न मारताच इथं जाळली. त्यामुळं तिचं भूत इथं हाय म्हणं. ते काळ्या कुत्र्याच्या रूपानं रस्त्यात आडवं पळतं आणि गाड्या आडिवतंय म्हणं. त्यामुळं रात्रीचं इकडं कोण फिरकत न्हाई.

हे सगळं आठवून मला पायडेल मारणं सुद्धा व्हईना. हाताला घाम सुटल्यानं हातात हँडलच्या मुठीही ऱ्हाइनात. अशातच आतडी गळ्याला येईपतोर सायकल मारली आणि दादाला गाठलं. पण डोक्याच्या केसाला सुद्धा झिणझिण्या आल्यागत झालेल्या. दादाची सायकल म्हणजे अंधाराचं एक जाळकांडच वाटाया लागलं. हळू हळू भीती उतरत गेली, तसं मी दादाला अंधुक इच्यारलं, ''दादा, आज हिकडं कशाला?''

दादा बोलला, ''एक प्रयोग केलाय...कुणाला सांगू नको. दिवाळीच्या आमावस्येपूर्वी चार दिवस नवं गाडगं घेवून सिरसाच्या झाडाला बांधायचं. त्यात सात प्रकारच्या धान्याचा एक एक दाना टाकायचा आणि आमावस्ये दिवशी संध्याकाळी पूजा करून रात्री गाडगं घिवून जायचं. त्यातलं धान्य ज्या कणगीत टाकशील, त्यातलं धान्य संपत न्हाई... बुधवारी सांजेला गाडगं बांधून गेलोय. पूजा केलीया. आता बघू या नशीब काय म्हणतंय!''

हे ऐकल्या ऐकल्या मला लई आनंद झाला. आपल्या घरातल्या टोपल्यात धान्याचा झरा निर्माण होणार! आता मला समजलं, दादा आताशा गप्प का असतो; 'इंद्रजाल' का वाचतो. त्यातच हे लिवलं असणार, हे मी मनात मानलं आणि त्याच्या पाठोपाठ सायकल हाणाय लागलो.

अंधारात मला कायच अंतर कळत नव्हतं. समोर फक्त चिखल लिपल्यासारखा

अंधार. यातूनच आपण कुठं आलाव बघावं म्हणून मी दादाला इच्यारलं, "दादा, आपुन कुठं आलाव?"

"कौलग्याच्या तिट्ट्याजवळ." दादानं सायकल रेटतच म्हटलं.

कौलगं अत्याळपास्नं पाचएक मैलांच्या अंतरावर. जरा सकलातच हाय. आजूबाजूला डोंगर. नदी जाती तीबी गावच्या शिवंतनंच. त्यामुळं गाव जरा रंगात हाय.

बघता बघता कौलगातिट्टा वलंडून आम्ही जरासं म्होरं गेलो. तिथं डेरेदार वडाचं झाड. त्येच्या पारंब्या मला डामराच्या बॅरेलातून डामराची धार लागल्यासारख्या वाटाय लागल्या. मी त्यांच्याकडं बघतच सायकल मारत व्हतो. दादा सायकलवरनं उतरला आणि माझ्याकडं बघतच अंधाराचा ढीग उभा ऱ्हायल्यासारखा उभा ऱ्हायला. मला कायच समजेना.

तसा तोच म्हणाला, "मारत्या, उदकाडी इसारली की रंऽ! आता सगळा इस्कोटच!"

"मग कसं?" मी जरा अंधुकच इच्यारलं.

"बघूयाऽऽ चल" म्हणत दादा सायकलवर बसला. मीही पाय आत घालून सायकल रेटायला सुरुवात केली. दोन फर्लांग गेल्यावर उचीकरांची घरं आली. एका उंबऱ्यावर दिवा दिसला आणि दादाचे डोळं विस्फारलं. दिव्याच्या प्रकाशात अंधार कावीळ झाल्यासारखा हालत व्हता. दादा सायकलवरनं उतरला. उचीकरांची कोण बाई दिवा उंबऱ्यावर ठेवून बसली व्हती. आम्ही थांबल्याचं बघून ती भांबावली आणि गप्पाकन उठली आणि भिवून घरात निघाली. दादा तिला म्हणाला,

"मावशी, एक उदकाडी मिळंल काय?"

"न्हाई बाबा." म्हणतच ती दचकून आत पळाली.

दादा गलबलला. अंधार कळवळल्यासारखा झाला.

अंधाराची गिचमीड वर्तुळं पार करत सायकली पुढे सुटल्या. मी दचकत दचकत सायकल मारत होतो. पायातून गोळं वर चढत व्हतं. अजून खूप लांब जायचं व्हतं. रस्त्याकडचे रंगवलेले पांढरे मैलाचे दगड काळसर माणसासारखे भासू लागले. अंधाराच्या आभाळकडा मनाला गुंतवून ठेवू लागल्या. लांबची झाडं अंधाराच्या वनव्यासारखी वाटत व्हती. या साऱ्यात मन गुंतल्यामुळं रस्त्याचं भानच ऱ्हायलं नाही.

भादवणच्या चढावाला दोघांचंही पाय गळाटलं. दोघंही उतरलो. मनात अनेक विचारांचं किडं : या चढावाला दरवर्षी दोनचार माणसं मरत्यात. सगळी म्हणत्यात, इथल्या मसोबाला बकरं कापलं न्हाई तर असं करतोच. मरगळलेल्या अवस्थेत कसाबसा चढ संपला.

व्यंकोबाची खोप लागली. व्यंकोबाची खोप म्हणजे चार गावांत चर्चेचा विषय. याला महारोग झाल्यामुळं त्याच्या खोपीला 'घिरण्याची खोप' म्हणत्यात. त्याला गावातनं बाहेर काढलंय. भुतासारखा एकटाच वावरत असतो. त्याच्या खोपीत कंदील मंद जळत होता. त्याला ओलांडून आम्ही कुंभाराच्या घराजवळ आलो. दादा त्येंच्या दारात गेला आणि हाका मारू लागला, "तुकूमामाऽऽ! तुकूमामा!ऽऽ"

उत्तर न्हाई. दहादा हाळ्या मारल्या. तसा आतून आवाज आला, "कोण गा ते...?"

"मी आपा धुरे गाऽ" म्हंटल्यावर तुकू कुंभाराला धीर आला आणि त्यानं दार उघडलं आणि म्हणाला, "येवढ्या राच्चं का रं?"

"आलो सज." म्हणून हळू आवाजात दादानं काय थाप मारली कुणास धकल, पण तो उदकाडी घेवून बाहेर आला. आणि कुंभारानं कचरतच दार लावलं.

सायकली आडव्या पाडून आम्ही जंगलात उतरलो. तसं हे भादवण गाव जंगलातच. सगळीभर गच्च जत्रंतल्या माणसासारखी झाडं. खुरटी झुडुपं, रातकिड्यांची किऽरकिर. या साऱ्याला ओलांडून दादानं शिकरीचं झाड गाठलं. डोक्याला रुमाल बांधला आणि सरसर झाडावर चढला.

उंच डेरेदार झाड. एकमेकाशी चिकटून बसलेल्या फांद्या. मध्येच वाकलेल्या. त्यांनाच दुसऱ्या फांद्यांचे वेटोळे. चिंचेच्या पानांसारखी चिमुकली पानं. अंधाराच्या चिणचिण्या झाल्यासारखी. त्या पानांतून हात फिरवत मी उभा होतो.

दादानं गाडग्याची पूजा केली. गाडगं काढून पिसवीत घेतलं. अंधाराची किचकिच. हवेचा गारवा.

आम्ही परतीच्या रस्त्याला सायकली हाणू लागलो. रस्त्याची गिचमीड सहन करत मामांच्या गल्लीत आल्यावर दादानं हळूच सांगितलं, "आता हळूच भिमूतात्याच्या वळचणीला सायकल लाव, आणि कुणाला कळायच्या अगोदर त्येच्याच घरात झोप. घरी गाडगं ठेवून मी सकाळी येतोय मामाकडं."

दादा करंबळीला घराकडं गेला. मी सायकलचा आवाज होऊ नये म्हणून सांभाळत भिमूतात्याच्या घराजवळ आलो... मामांच्या घरात अजूनबी दिवा जळतच होता. फकस्त दार तेवढं जरा पुढं ढकलेलं होतं. मी जीव मुठीत घेऊन सायकल भिमूतात्याच्या वळचणीला लावली आणि मोकळं मोकळं वाटून उभा ऱ्हायलो.

भिमूतात्या आत जागा असला तर पंचायत नको म्हणून मी त्येच्या दाराला कान लावला. दार तरी कसलं – मेसकाटीच्या काट्या फोडून काढलेल्या पट्ट्या कात्यानं बांधलेल्या. त्यावर फाटक्या पोत्याचं किलतान बांधलेलं. मी हळूच किलतानातनं भांगा करून बघितलं, तर आत पंढरीच्या बुक्क्यासारखा अंधार. आत हात घालून हळूच कडी काढली. जरासा 'खुळूकऽऽ' असा आवाज झाला. जरासं थांबलो आणि

श्वास रोकून मुंगीच्या हातानं दार ढकललं आणि आत घुसलो. परत कडीचा आवाज व्हईल म्हणून नुस्तं दार लावलं. दोन पाय टाकले तवर पायाला अंथरून लागलं. जरासं उभा ऱ्हावून आदमास घेतला आणि तिथंच निम्मा भुईवर कोरका होऊन कलंडलो.

सकाळी मला चार कासरं दीस आल्यावर जाग आली तवा मामाच्या भसाड्या आवाजातल्या शिव्या कानावर पडल्या. मनातच म्हंटलं, 'झाली बोंबाबोंब!'

डोळे चोळत उठलो. भिमूतात्या अजूनबी डारडूर होता. हळूच दारात आलो– तर मामा दादाची बिनपाण्याची करत होते,

"एवढ्या रात्री-अपरात्री त्या पोराला घिवून कुटं गेलातास?" थोरले मामा.

"जायचंच व्हतं तर सांगून जायचा व्हतास!" मधले मामा.

"कसलं घे – पोरंच दरवीशी हाईत! त्येनास्नी पयल्यापास्नं वळाण लावाय पायजे!" कौलग्याची मावशी बोलत व्हती.

"तसं नव्हं...आमी हिकडं रातभर हुडकालाव. शेजारी-पाजारी बघितलं, देवळात बघितलं, सगळं गाव पालथी घातलं, तरी तुमचा पत्त्या न्हाई...आमी काय समजायच रं? आकीरला पोरांनी गुरवाच्या आडात काटीनं हालवून बघितलं...घरात सणावाराचं रडारड...जराबी मागमूस नाही...कसलं रं हे..." असं बरंच आजी बरगळत होती.

मी धीर करून आत पाय टाकला. दादा गुडघ्यात मान घालून बसला होता. मामा लालबुंद झाले होते. आजी राकुंडी घासत बोलत व्हती. कौलग्याची मावशी पदर खोचून मारामारीला उभारल्यासारखी उभी होती. मी आत पाय टाकताच तिनं मला धरलं ते बकाबक मारायलाच सुरुवात केली. तसा मी मोठ्यानं भोंगा पसरला. आजीनं काढून घेतलं म्हणून जरासं वाचलो.

माझं रडू थांबायला तास लागला. तवोपतोर सगळे मामा इस्काटले. दादानं बी 'हिंग्लजला तमाशा बघाय गेलताव' म्हणून थाप मारून वेळ मारून नेली. खरंच त्या दिवशी तमाशा व्हता म्हणून सगळ्यास्नी खरं वाटलं आणि प्रकरण तेवढ्यावरच निभावलं.

दिवाळी संपवून आम्ही घरी गेलो.

दादानं त्या दिवशी रात्रीच जोंधळ्याच्या कणगीत ते प्रयोगाचं दाणं टाकलं होतं. आता यातलं धान्य कधीच संपणार नव्हतं!

दादानं खरं मनाई केली व्हती, पण मला राहावेना आणि एक दिवस आईला सगळा प्रकार सांगितला. पहिल्यांदी तिचा विश्वासच बसंना. पण मग ती म्हणाली, "कसं का हुईना, पण दरिद्र फिटू दे. दादाच्या हाताला येस आलं, तर लक्ष्मीला कोंबडा कापीन आणि तुज्या तोंडात किलूभर साकार..."

बरेच दिवस उलटून गेले. एकदा दिवस मावळल्यावर दादा हिंग्लजास्नं आला.

मी दिव्यापुढं दप्तर पसरून बसलो व्हतो. दादानं कपडं काढली. हातपाय धुतलं. काही वेळ माझ्या शेजारी निवांत बसला. नंतर त्यानंही पुस्तक काढलं. तशी आई म्हणाली, ''आप्पा, जुंधळं सपलं की रंऽऽ.''

दादाने फक्त ''आँऽऽ'' केलं तशी आई त्याला म्हणाली, ''त्येला बी नशीब लागतंय लेका! आमचं नशीब कसलं– शेणानं लिवल्यालं!''

दादा काहीही बोलला नाही. तो अंधराचा ढपळा पडल्यासारखा ढासळला. कुत्र्याच्या रडण्याचा आवाज गाव भेदून आमच्या घरात शिरला. सभोवतालचा अंधार कळवळला. त्याला लांबलचक उचकी लागली.

सत्यकथा, जून १९८१

तिच्या वळणाची गोष्ट

माझं नाव तुळसाबाई साताप्पा मिसाळ. शिक्षण एस. वाय. बी. ए. नापास. तुम्ही म्हणाल, हे सांगण्याची गरज काय? तर हे सांगितल्याशिवाय तुम्हाला पुढे काहीही कळणार नाही, म्हणून हे सांगणे मला गरजेचे वाटते. दुसरे असे, की माझी जात तुम्हाला पटकन कळावी. त्यासाठी तुम्हाला फार वेळ डोकेफूट करून घ्यावी लागू नये. पण एक घोटाळा आहेच. माझ्या मिसाळ या आडनावावरून तुम्हाला सर्वच कळणार नाही. तुम्ही एवढे गृहित धरले असणार आहे, की ही ब्राह्मण नाही, मुसलमान नाही, जैन अथवा लिंगायत असण्याची शक्यता आहे. कारण हिच्या वडिलांचे नाव साताप्पा आहे; पण माझी जात जैन अथवा लिंगायत नाही. मग तुम्ही म्हणाल, की मिसाळ हे आडनाव मंडल आयोगातल्या एखाद्या जातीतले असेल; पण तो तुमचा समजही साफ चुकीचा आहे. पिसाळ आणि मिसाळ यातून साधर्म्य साधून तुम्ही म्हणाल ही पंचकुळी, शहाण्णवकुळी मराठा असेल, तर बिलकूल नाही. उरता उरला पर्याय म्हणजे मी कुणबी असेन; पण कुणबी तर नाहीच नाही. मग तुम्ही आणखी डोकं चालवून चक्रावण्यापेक्षा मी मराठ्यांच्या लेकावळ्या जातीची आहे. आता तुम्ही तुमचे जातिव्यवस्थेचे ज्ञान पणास लावून म्हणाल, की सरळ आक्करमाशी म्हण की. तर तसे तुम्हास म्हणता येणार नाही आणि असे म्हटलेले आमच्यात कोणी खपवून घेणार नाही. कारण आमची म्हणून स्वतंत्र प्रतिष्ठा आहे. तुमच्या अशा म्हणण्याने आमच्या या प्रतिष्ठेला, अस्मितेला धक्का पोचणार आहे आणि तो आमच्यातील वडिलधाऱ्यांना अजिबात सहन होणार नाही. हे तुम्ही पक्के लक्षात ठेवले पाहिजे.

तर त्याचं असं झालं : आमच्या पणजीच्या पणजीच्या पणजीला गावातल्या थोरात नावाच्या गृहस्थानं ठेवून घेतलं.

सभ्य भाषेत ती त्याची रखेली झाली. तर या ठेवून घेतलेल्या बाईला मुलगा झाला, तेव्हा त्याला थोरातांचा मुलगा म्हटलं जायचं. पण जसजसा तो मोठा होत

गेला तसतसं त्याला 'मिसळथोरात' असं म्हटलं जाऊ लागलं. काही दिवसानं यातलं थोरात निघून गेलं आणि 'स'ला काना येऊन तो मिसाळ झाला. यात संधी झाला का समास झाला, की अन्य काही झालं हे मला अजिबात कळत नाही. कारण मला एस. वाय. बी. ए. पर्यंत कोणीही व्याकरण शिकविलेलं नाही. तर हे मिसाळ आडनाव असं आमच्या पाठीमागं चिकटलं. अर्थात त्याचं मला काहीही वाटत नाही. या आडनावामुळं माझा कैकदा फायदा आणि तोटाही झालेला आहे.

तर अगदी लहानपणी म्हणजे निश्चित केव्हा आठवत नाही; पण आम्ही जेवणा-पाण्याच्या खेळानं खेळत असू. तेव्हा गल्लीतली सगळी पोरी-पोरं माझ्याभोवती असत. आम्ही जेवणा-पाण्यानं खेळाय लागलो, की चिरगुटाची नवरा-नवरी करत असू. नवरीच्या बाजूनं मुली, नवऱ्याच्या बाजूनं मुलं. मग आमचा नाव घ्यायचा कार्यक्रम व्हायचा. कधीकधी नाव घेणाऱ्या पोराला आणि पोरीला आम्ही नवरा-बायको म्हणून चिडवत असू. तर एकदा मी नवरीच्या बाजूने नाव घेतलं व मोऱ्याच्या सद्यानं नवऱ्याच्या बाजूनं नाव घेतलं. पोरं नवरा-नवरी म्हणून चिडवू लागली. एवढ्यात सद्याची मोठी बहीण नाक उडवून म्हणाली,

"आमच्या सद्याला आम्ही कडूची पोरगी करणारच नाही." त्या वेळी मला कडू ही काय भानगड आहे, हे माहीत नसल्यामुळे मी कारल्यासारखी कडू वगैरे आहे, असा तिचा समज झाला असावा म्हणून म्हटलं. ---, "रांड, तू मला कधी चाटून बघितलीस?" तर ती म्हणाली, "कडूची म्हटल्यावर तू असंच बोलणार." आणि फणफणत निघून गेली. मग मी आईला 'कडू'बाबत अधिक माहिती विचारली, तर आईनं सद्याच्या बहिणीला आणि तिच्या आईला झिंज्या धरून बदडलं. हे भांडण तेव्हा आमच्या बापयमाणसात गेलं आणि बरंच काय काय झालं. पण मला कडूची म्हणजे काय; कोणीच सांगितलं नव्हतं. आणि नंतरच्या कालावधीत मी ते पार विसरून गेल्यामुळे मलाही अधिक माहिती काढता आली नाही. अर्थात दहावी पास होईपर्यंत ही भानगड माझ्यासमोर पुन्हा कधी आली नाही, हे त्याचं कारण असावं.

तर मी दहावी पास झाल्या झाल्या घरात प्रचंड गदारोळ सुरू झाला. आता हिचं लग्न करायचं, याशिवाय दुसरी चर्चा नाही. मला तर आमच्या हायस्कूलमधल्या जाधवबाईइतकं शिकायचं होतं आणि मास्तरीनच व्हायचं होतं. कारण जाधवबाई हा आमच्यासमोरचा मोठा आदर्श. त्यात पुन्हा मी चांगली हुशार होते. तुमच्या भाषेत मेरीटची मुलगी. दहावीला मला शहात्तर टक्के मार्क होते. माझा वर्गात दुसरा नंबर. पहिला नंबर आमच्या वर्गातल्या पोराचा होता आणि त्याचा बाप हेडमास्तर होता. तरी त्याला माझ्यापेक्षा फक्त आठ मार्क जास्त होते. त्यामुळे घरात चाललेली ही लग्नाची चर्चा मला बिलकूल आवडत नव्हती. मी आईला तसं ठणकावून सांगितलं होतं. अर्थात आमची आई खूप समंजस! मला पहिल्यांदा पाळी आली, तेव्हा मी

नववीत असेन. तेव्हा आई म्हणाली, ''पोरीला पाटीलकी आली. आता पोरगा शोधायला सुरुवात केली पाहिजे.'' मग मी तिच्याबरोबर जोराचं भांडण केलं. म्हणजे आईचा अगदी गिंज्ज काढला. अख्खा एक दिवस अन्नाला स्पर्श केला नाही. आई माझी परोपरीनं समजूत काढत होती. तुझी गंमत केली असं म्हणत होती; पण मी दाद दिली नाही. शेवटी आईनं लग्नाचा विषय न काढण्याची शपथ दिली, तेव्हा मी अन्नाला स्पर्श केला. कारण मला शिकायचं होतं. अगदी जाधवबाईएवढं! त्यामुळं आई लग्नाबाबत बोलायची नाही; पण बाकीच्यांनी म्हणजे वडील, चुलते, चुलत्या यांनी खूपच मनावर घेतलं होतं. आईही त्यांच्याच पार्टीची. फक्त छुपी. त्यामुळं मला काय करावं कळत नव्हतं. माझ्या मैत्रिणींत तर कुणाचं सातवीला, कुणाचं आठवीला, नववीला लग्नं होत गेलेली. दहावीला होतो फक्त आम्ही दोघी. मी आणि हरी बामणाची कुमी. मग माझी बाजू मांडणार कोण? मग मी हाय खाल्ली. अगदी झुरणी लागल्यागत झालं. इथं माझ्या मदतीला ही लेकावळे नावाची जात धावून आली. तर झालं काय– मी झुरणी खाल्ल्यावर आमच्या घरात गुप्त बैठक झाली आणि माझं नाव मुरगुडच्या ज्युनियर कॉलेजमध्ये घालण्यात आलं. मुरगुड गावापासून आठ मैल लांब. त्यामुळं एस.टी.चा पास काढून देण्यात आला. तसा आमचा जमीनजुमला बऱ्यापैकी असल्यामुळे चार चांगले ड्रेस माझ्या पसंतीनं घेण्यात आले. पहिल्या दिवशी माझा चुलतभाऊ माझ्याबरोबर कॉलेजमध्ये आला. वर्गात दहा-पंधरा पोरी म्हटल्यावर मला चिक्कार आनंद झाला. अधिक आमच्या गावची पोरं माझ्या वर्गात होती. इथं सगळंच नवं आणि उत्साह वाढविणारं असल्यामुळं मी भलतीच गुंतत गेले.

ऑगस्ट महिना सुरू झाला. माझं कॉलेजमध्ये जाणं, शिक्षकांचं ऐकणं, लायब्ररीतील पुस्तकं आणून वाचणं जोरात सुरू होतं. तेव्हा श्रावण महिना सुरू झाल्यानं आठवड्यातून दोन दिवस मी उपवास वगैरेसुद्धा करत होते. १५ ऑगस्ट या दिवशी कॉलेजला जायचा प्रश्नच नव्हता. कारण कॉलेजच्या पोरांनी झेंड्याचा मान वगैरे राखला पाहिजे, असा दंडक नसल्यामुळे मी घरात निवांत होते. तर घरात सगळी धावपळ. मला कोणच काय कळू देत नव्हतं. दुपारी बाराच्या टायमाला घरात पाहुणे आले आणि मग मला कळलं, की आपल्याला बघायला आलेत. श्रावणात म्हणे मुली बघून ठेवणं चांगलं असतं. मला काय करावं कळेना. त्यात आलेल्या पाहुण्यांबरोबर दोन बायका. त्या आल्या त्या माझ्याभोवतीच गरगरू लागल्या. त्यामुळं आईशी, चुलतीशी भांडणही करता येईना. आलेल्या बायकांना आपला मूक नकार कळावा म्हणून खच्चून रडावं असं वाटाय लागलं; पण रडूही येईना. माझी भयंकर गोची झाली. हे पाहून आईला कोण आनंद झाला. मग तिनं ऑर्डर सोडायला सुरुवात केली. माझाही नाइलाज होता. आईनं ठेवणीतली साडी

माझ्यासमोर आणली. म्हणाली, "लवकर आटप." मी साडी तिच्या हाताला हिसडा मारून घेतली. घाईघाईनं अशी काही नेसले, की अनेक ठिकाणी निऱ्यांचे पोंगे तयार झाले. तर आलेल्या पाहुणीतली एकटी उठली आणि म्हणाली, "बाळ, घाई करू नकोस. थांब मी नेसवते." मग तिनं माझी सगळी साडी फेडली. पुन्हा निऱ्या करून त्याला पीन लावून स्वत:चाच हात बेंबीखाली घालून नेसवली. मला तिची भयंकर किळस आली. एवढ्यात आई म्हणाली, "गंध, पावडर कर." मग माझ्या मनात आलं, आपण भरपूर पावडर माखून घेऊन सोंग काढावं; पण माझं मलाच हसू आलं. मग मी फक्त पावडर लावल्याचा बहाणा करून गंध तेवढं ठसठशीत लावलं.

आईनं मुद्दाम हाताला धरून बाहेरच्या सोप्यात पाटापर्यंत नेलं. मग मी जाणूनबूजून डावा पाय ठेवून पाटावर बसले आणि चेहरा करता येईल तितका काळा केला. सगळे जण चेव आल्यासारखे मला प्रश्नावर प्रश्न विचारू लागले. मी कशालाच मन लावून उत्तर दिलं नाही. तर त्यातला एकटा म्हणाला, "चालायचंच. पोरीची जात घाबरट असते. भरा व्हटी!" मग पाहुणीबाईनं ओटी भरली. मी उठता उठता मुद्दाम ओटीचा काठ भरपूर सैल सोडला, की माझ्या अपेक्षेप्रमाणे ओटीतले तांदूळ खाली सांडले. तर पुन्हा एक जण म्हणाला, "सांडू दे, बाळ. चालायचंच. जा तू." मग मात्र मला भयंकर वैताग आला.

मंडळी जाऊन चार दिवस गेले. घरात सगळी खूष. आता हे ठरलंच असा त्यांचा अंदाज. पोरगा कुठं कारकून होता. त्यामुळे मला कारकुनीनबाई असंही म्हणू लागले. अशात पाचव्या दिवशी निरोप आला. पावणे-पै जुळत नसल्यामुळे वाटाघाट नाही. मला कितीतरी आनंद झाला. त्या दिवशी मी खच्चून जेवले. पुढं कळालं ते मराठ्याचे असल्यामुळे लेकावळ्यात त्यांना पावणं-पै चालत नाहीत. घरातले सगळेच संतापून बोलत होते. त्यात मला कोणी शिव्या देत नव्हतं याचा आनंद. ही अशी वासलात लागल्यावर म्हटलं, आता आपण सुटलो.

तर ऐन परीक्षा जवळ आली असताना कुर्लीच्या मामाचा दोस्त एक स्थळ घेऊन हजर. मुलगा बी. ए. झालेला. मुंबईत कंपनीत नोकरीला असलेला. आमच्या बाबानं आणि चुलत्यानं पळापळ सुरू केली. धागे-दोरे काढायला सुरुवात केली. अशात चुलतीचा भाऊ म्हणजे तोही मामाच. माहिती घेऊन आला, ते आमच्यात बसत नाहीत. कारण तो कुणब्याचा लेकावळा. म्हणजे आमच्यापेक्षा कमी. मग कमीच्यात पोरगी द्यायची कशी? इभ्रतीला धरून नाही. मग सार्वमताने त्या स्थळाला नकार कळविण्यात आला. त्या दिवशी आई मला आम्ही कसे थोर, यावर बरंच काय-बाय सांगत होती. मला तिच्या थोरपणात कसलाच रस नसल्यामुळे मी फक्त हूंऽहूंऽऽ म्हणत होते.

त्यानंतर माझं कॉलेज एकदम उत्तम प्रकारे चालू झालं. तोपर्यंत मला अभ्यासाचा

नाद बऱ्यापैकी लागला होता. दररोज सकाळी जाणं. दुपारी येणं आणि आईला जेवणा-पाण्याला मदत करून भरपूर अभ्यास करणं सुरू होतं. वैताग होता फक्त सद्याचा. तो पहिलीपासून माझ्या वर्गातला. कॉलेजातही वर्गात; पण आता सारखी लाडी-गोडी लावून बोलायचा. एस. टी.त माझ्यासाठी जागा धरायचा. उगाचच माझ्या वह्या मागायचा. हे मला अजिबात पसंत नव्हतं. त्यात त्यानं एकदा माझ्या वहीत चिठ्ठी घालून दिली. वाचली तर मुडदा माझ्या प्रेमात वगैरे पडल्याचं जाणवलं. लहानपणीचा जेवणा-पाण्याचा खेळ मी विसरले नसल्यामुळे आपल्याशी हा लग्न न करता नुसतीच घुमवायला बघतोय, म्हणून मी भयंकर चिडले आणि अख्ख्या एस. टी.त त्याचा तमाशा केला. असा तमाशा केला, की सद्या मला एकटीला गाठून माझ्या पाया पडला. मग मी त्याला माफ करून टाकलं. त्याला भीती होती मी घरात सांगितलं तर काय करायचं? पण मी घरात सांगितलं असतं, तर माझीच शाळा बंद झाली असती. त्यामुळं एवढं रामायण होऊनसुद्धा मी घरात अवाक्षर काढलं नाही. गावातल्या पोरांचा बंदोबस्त परस्पर केल्यामुळं घरात बाहेरूनही समजलं नाही. ते माझ्या दृष्टीनं चांगलंच झालं.

सद्याच्या प्रकरणामुळं आणखी एक झालं, की ही पोरगी भलतीच टेरर आहे, असा समज सगळीकडं पसरला. त्यामुळं माझ्या नादाला सहसा कोणी लागायचं नाही. त्यात ऐन परीक्षेचा हंगाम असल्यामुळं मलाही कुणाकडं लक्ष द्यायला फारशी सवड नव्हती. माझा गाढवासारखा अभ्यास चाललेला. याचा परिणाम असा झाला, की मी अकरावीत अख्ख्या कॉलेजमध्ये पहिली आले. अर्थात पहिली येण्यासाठी अक्कल वगैरे लागते, असं मला अजिबात वाटत नाही. कारण माझ्यासारखी पोरगी फक्त गाढव अभ्यासामुळे नंबरात येते म्हणजे परीक्षा हा प्रकार किती फालतू आहे याची कल्पना कुणालाही येईल. इथं एक स्पष्ट करायला हवं की पोरगीपणामुळे बऱ्याच वेळा नंबर मिळतो, ही सर्वत्र खरी असलेली गोष्ट माझ्याबाबतीत खरी नाही. कारण कोणत्याच मास्तरची आणि माझी डायरेक्ट ओळख नव्हती. ओळख करून घ्यायचा प्रश्नच नव्हता. कारण आमच्या मैत्रिणींपैकी रंजीला सगळे मास्तर अगदी उचलून धरतात. रंजी फार हुशार नाही; पण फार सुंदर आहे. म्हणजे काय, तर तिचे नाक चाफेकळी, भुवया धनुष्याकृती, ओठ एकदम इवलेसे इत्यादी इत्यादी. सुबकपणा जन्मत:च तिच्यात आहे. कदाचित म्हणून मास्तर तिच्याभोवती घिरट्या घालत असतात; पण त्यांना हे माहित नाही, की रंजी चुडीदारच्या आतला टॉप दोन दोन आठवडे धूत नाही. डोक्यावरून पंधरा दिवसांतून एकदा आंघोळ करते. ही सगळी माहिती तिच्याच चुलत बहिणीनं आम्हाला दिली. मग मी एकदा मुद्दाम तिच्या डोक्याजवळ नाक नेलं, तर प्रचंड घाण वास आला. अक्षरश: शिसारी आली. तर अशा पोरीभोवती तमाम मास्तर असल्यामुळे माझ्यासारख्या ओबडधोबड दिसणाऱ्या

पोरीकडं मास्तरांचं लक्ष जाणं शक्य नव्हतं. तशी मी ओबडधोबड असले, तरी फारच बेकार वगैरे दिसते, असं नाही. नंबराच्या भाषेत बोलायचं, तर मी दोन नंबरमध्ये वगैरे मोडते. अर्थात हे इतरांच्या शेऱ्यामुळंच मला समजलं. अन्यथा मला मी किती सुंदर आहे, याची कल्पना करता येणं कठीण. तर सांगायची गोष्ट ही, की परीक्षेत मला पोरगीपणाचा फायदा अजिबात झाला नाही. फक्त गाढवी अभ्यासाने माझा नंबर पहिला आला.

या माझ्या नंबरामुळे एक झालं, की आमच्या घरच्या माणसांना असं वाटलं, की आपली पोरगी तालुक्यात एक नंबरची. म्हणजे तालुक्यात या पोरीला जोड नाही. हे त्यांचं भाबडेपण किंवा अज्ञान असेल; पण त्यामुळे त्यांनी मला बारावीपर्यंत शिकवायचा निर्णय जाहीर केला. गावातल्या चार शहाण्या माणसांनी, पोरगी हुशार आहे, शिकवा, असा सुज्ञ सल्ला दिल्यामुळे हा निर्णय जाहीर झाला. हे मला पूर्ण माहीत होते. तरी पण आपल्याला कधीही स्थळ येईल, म्हणून मी तशी सावधही होते. स्थळ आलंच तर काय करायचं, याच्या योजनाही मी आखून ठेवलेल्या होत्या. पण त्या योजनांचा कुणालाही पत्ता लागणार नाही, याची खबरदारीसुद्धा मी घेतलेली होती.

बारावीच्या वर्गात प्रवेश घेतला, तेव्हा माझ्याभोवती बऱ्यापैकी मैत्रिणींचा घोळका जमा झाला. फक्त एवढं व्हायला नको होतं. या घोळक्यामुळं प्रत्येक शिक्षकाला माझ्याकडं लक्ष देणं भाग पडलं. मग मला सगळे शिक्षक फुकट भाव देऊ लागले.

तर एकदा आमचे राज्यशास्त्राचे मास्तर मला एकटे गाठून म्हणाले, की 'तुझ्याकडं थोडं काम होतं. घरी येशील?' आता साक्षात मास्तरने अशी विनंती वगैरे केल्यानंतर नकार देणं भयंकर ठरलं असतं. पण यांचं माझ्याकडं काय काम असणार? की हेही मला घुमवायचा विचार करताहेत? असे भलतेसलते प्रश्न माझ्या मनात येणे स्वाभाविक आहे. कारण मी पडले खेडवळ पोरगी. यातून मार्ग म्हणून मी सुधा कामतला माझ्याबरोबर घेतलं. आम्हा दोघींनाही मास्तरचे घर ठाऊक नसल्यामुळं आम्ही उगाचच भेटेल त्याला विचारत शोध सुरू केला. हा शोध यशस्वी करण्यात आम्हाला आमच्याच वर्गातल्या एका उंडग्या पोराचा उपयोग झाला. आम्ही गावात बेवारशी फिरत आहोत, हे या पोरानं बघितलं. म्हणजे तो तसा आमच्या पाळतीवरच असावा, असं सुधाचं मत. मग तो आमच्याजवळ येत म्हणाला, "कुणाचं घर शोधताय?" मी त्याला खरं ते सांगून टाकलं. तर तो म्हणाला, "मी दाखवतो चला." आणि तो आमच्याबरोबर चालू लागला. सुधानं मला कानात सांगितलं, की हे चित्र आपल्या वर्गातलं आहे. आम्ही दोघी रस्त्यातून गप्प गप्प चाललो होतो, तर हे चित्र भयंकर वटवट करत होतं. सुधा तर जाम

वैतागली. शेवटी मास्तरचं दार दाखवून तो परत फिरला, तेव्हा सुधा म्हणाली, "हे चित्र सारखं वैताग देतंय, काय करू?" मी म्हणाले, "तुला इंटरेस्ट असला, तर जमवून टाक." मग ती भयंकर वैतागली. जवळजवळ रडायच्या घाईला आली. मास्तरच्या दारात आम्ही आल्यामुळे विषय बंद पडला हे बरं झालं.

आम्ही घरात पाऊल टाकलं, तेव्हा मास्तरच्या बायकोच्या कपाळाला आठ्या पडल्या. मनात म्हटलं, बाई घाबरू नको. आम्ही तुझ्या नवऱ्याला कटवत नाही. तर त्या बाईनं सांगितलं, "बसाऽ त्यांचं जेवण चाललंय." आम्ही दोघी एकमेकींकडं टकामका पाहत बसलो. शेवटी मास्तर आले. त्यांनी लुंगी लावून सँडो बनियन घातले होते. त्यामुळे अर्धेअधिक उघडेबंब. आम्ही भारतीय स्त्रीच्या खाक्याप्रमाणे पायाच्या बोटावर नजर खिळवली. मास्तर म्हणाले, "तुळसाबाई, आमच्या मित्रमंडळींनी इथं एक परिवर्तनवादी स्वरूपाची चळवळ करणारी संघटना चालवलीय. तुम्ही पोरींनी आमच्या संघटनेत यावं असं वाटतं. कारण आमच्या संघटनेत विविध व्याख्याने होतात. ताज्या प्रश्नांवर चर्चा होते. नव्या पुस्तकांवर चर्चा होते. जेणेकरून मुला-मुलींचे ज्ञान अद्ययावत राहील, असे कार्यक्रम आमच्यात असतात. याचा तुम्हाला पुढच्या आयुष्यात उपयोग होईल. स्त्रीने चूल आणि मूल करण्यापेक्षा पुरुषाच्या बरोबरीने समाजजीवनात सामील झाले पाहिजे, असे मला म्हणण्यापेक्षा आमच्या संघटनेला वाटते. त्यामुळं तुमच्या व्यक्तिमत्त्वाला अधिक नवेपणा येईल, म्हणून तुम्ही आमच्या संघटनेत या."

मी म्हणाले, "हे बारावीचं वर्ष आहे. त्यामुळे अभ्यास करायला लागणार. पुढच्या वर्षी तुमच्या संघटनेत येतो."

तर मास्तर म्हणाले, "आमच्या संघटनेत जी मुलं बारावीला असतात त्यांचे खास वर्ग पण आम्ही घेत असतो. उलट तुमची अधिक तयारी होईल."

मग मला काही बोलता येईना. शेवटचा रामबाण उपाय म्हणून मी सांगितले, की "घरी विचारायला हवं." उपाय लागू पडला. मास्तर काहीच बोलले नाहीत. शेवटी म्हणाले, "घरी विचारून सांगा. पण तुमचा फायदा आहे. तुम्ही मेरीटच्या आहात. तुमच्याविषयी मला आपुलकी वाटते." इत्यादी इत्यादी.

त्यांच्या त्या बोलण्याला मी भाळले. अर्थात भाळणे स्वाभाविकच होते. आपली कुणाला तरी काळजी वाटते. आपल्याविषयी कुणाचे तरी चांगले मत आहे, ही गोष्ट कुणालाही भुलविणारी आहे. मला उगाचच मास्तरविषयी आदर वाटायला लागला.

सुधा आणि मी घरातून बाहेर पडलो, तर सुधा माझ्यापेक्षा अधिक भारावलेली. ती म्हणाली, "घरात काय विचारायचं? आपण जाऊ त्यांच्या संघटनेत. तेवढंच स्पेशल कोचिंग. आपलं काय जातंय. जाऊन तर बघू." इत्यादी इत्यादी.

माझ्या अशा मानसिकतेत सुधा असे बोलल्यानंतर निर्णय पक्का झाला. दुसऱ्या

दिवशी कॉलेजवर मास्तरला तसं सांगून टाकलं. तर मास्तर खूष. लगेच आपल्या संघटनेतल्या काही पोरांची त्यांनी ओळख करून दिली. ती पोरंपण आमच्याशी खूपच अदबीनं बोलायला लागली. पण संघटनेत जायचं म्हणजे काय करायचं, हे मला कळेना. कारण असला प्रकार मी आयुष्यात पहिल्यांदाच करत होते.

पहिल्यांदा महंत कुलकर्णी नावाच्या कोण्या गृहस्थाच्या व्याख्यानाला आम्ही गेलो आणि त्या संघटनेच्या सभासद झालो. आमच्या घोळक्यातल्या बहुसंख्य पोरी आमच्याबरोबरच आल्या. तर त्या महंत कुलकर्णी नावाच्या गृहस्थानं 'प्राचीन संस्कृतीतील स्त्री' या विषयावर भलंमोठं भाषण केलं आणि स्त्रियांचा स्वाभिमान जागृत झाला, तरच स्त्री मुक्त होणार आहे, असे आवेशपूर्ण विचार मांडले. भाषण ऐकताना मी इतकी भारावले होते, की माझ्या अंगावर शब्दाशब्दाला रोमांच उभे राहत होते. व्याख्यान संपल्यावर पुरुष स्त्रियांवर कसा अन्याय करतो, यावर बरीच चर्चा झाली. ज्यात मी हिरिरीने भाग घेतला आणि पहिल्याच दिवशी त्यांच्या संघटनेतील इतरांचे लक्ष माझ्यावर केंद्रित झाले.

मग मी सातत्याने त्यांच्या कार्यक्रमांना हजेरी लावू लागले. त्या संघटनेतल्या आप्पा कुलकर्णी, तात्या सावंतपासून ते चिल्लर तुका नाईकपर्यंत माझ्या ओळखी झाल्या. बहुतेक मंडळी माझ्या वडिलांच्या वयाची. त्यामुळे आपोआप मोकळेपणा आला. आमचा पोरा-पोरींचा पंधरा-विसांचा वेगळा संच तयार झाला. आमच्यातही थोड्याच दिवसांत घरगुती मोकळेपणाचा आला. आम्ही कॉलेजच्या आवारातही घोळक्यानं काहीही करत असू. चर्चा, टिंगल-टवाळी बिनधास्त चालायचं. त्या सगळ्यात कुठंच काही वाईट दिसेना म्हटल्यावर मी अधिक गुंतत गेले. मास्तर संघटनेत कधीतरी भेटायचे. बाकीचे उलट अधिक भेटायचे. होणारी व्याख्यानं, झडणाऱ्या चर्चा, निर्मळ जुगलबंदी यामुळं संघटनेत अधिक रस निर्माण झाला. यात अभ्यासही होत होता हे विशेष. संघटनेत प्रशांत जाधव नावाचा मुलगा आम्हाला परीक्षेसंदर्भात, अभ्यासासंदर्भात मार्गदर्शन करायचा. त्याचा म्हणे बोर्डात नंबर आलेला होता. कधीकधी तो वर्गातल्या मास्तरपेक्षा चांगलं शिकवायचा. त्यामुळं त्याला आम्ही भयंकर सतावायचो.

तर मी संघटनेत अशी गुंतत चालले असताना घरात पुन्हा एकदा स्थळाची चर्चा सुरू झाली. एके दिवशी ते मला बघायला आलेच. मग मी आखलेल्या प्लॅनप्रमाणे मुलाची सगळी माहिती काढली, तर तो कुठल्यातरी शाळेत मास्तर होता. मग त्याच्या घरच्या पत्त्यावर मी सुधाकडून लिहून घेऊन पत्र टाकले. मुलगी तुम्हाला झेपणारी नाही, तेव्हा या स्थळाचा नाद सोडा. मास्तरच्या मेंदूवर असल्या गोष्टीचा लवकर परिणाम होतो, असे मला सुधा म्हणाली होती. त्याचं लगोलग प्रत्यंतर आलं. त्यांनी झटक्यात नकार कळवला. घरच्यांना आश्चर्य वाटलं. काही

दिवसानं घरात कळालं, की कुणाच्या तरी पत्रानं हे लग्न मोडलं. म्हटल्यावर घरात खडाजंगी. पोरगी बिघडली, पोरीची शाळा बंद, अशा घणाघाती घोषणा झाल्या. मी माझ्या मनावर प्रचंड परिणाम झाला आहे, असे दाखवायला सुरुवात केली. घरातल्या लोकांनी जास्तच प्रकरण धसास लावून मला छळायला सुरुवात केल्यावर मी सुटका करून घेण्यासाठी सद्याचं नाव संशयित म्हणून ठोकून दिलं. मग आमच्या घरच्या पुरुष मंडळींची बैठक झाली. सद्याला चोप द्यायचा, जाब विचारायचा वगैरे ठरलं. आणि मग मला उगाचच काळजी वाटाय लागली.

पण नंतरच्या काही दिवसांतच प्रकरण हळूहळू विझत गेलं. भयानक असं काहीच घडलं नाही. सद्या मात्र वैऱ्यासारखा माझ्याकडं बघाय लागला. अर्थात त्याला भीक घालणाऱ्यांपैकी मी नसल्यामुळे त्याला मी उडवूनच लावलं. अशातच संघटनेत प्रशांत जाधव म्हणाला, "तुम्ही दोघी-तिघी कोल्हापूरला संघटनेच्या जिल्हा शिबिराला जाल का?"

आता तालुक्याबाहेर जायला घरातून परवानगी मिळेल अशी अवस्था नव्हती म्हणून मी नकार कळविला, तर तात्या सावंत आमच्या गावच्या सरपंचांना घेऊन आमच्या घरात. तालुक्यातला एक मोठा माणूस आपल्या घरात आला म्हटल्यावर बाबानं सरळ संमती दिली आणि आम्ही शिबिराला जायचं ठरवलं.

शिबिराला आमच्याबरोबर आप्पा कुलकर्णी, प्रशांत आणि सतीश प्रधान व त्याची गँग आलेली. तर शिबिरात आप्पा कुलकर्णी माझ्याशी खूपच लगट कराय लागले. सारखं सारखं जवळ येऊन, 'काय बाळ?' म्हणत पाठीवरून हात फिरवायचे. हे मला भलतंच किळसवाणं वाटत गेलं. त्यात त्यांच्या डोळ्यांतपण जरा वेगळाच रागरंग दिसाय लागल्यावर मला त्यांचा राग यायला लागला. हे मी सुधाला सांगितलं, तर तिनं ते सतीशच्या कानावर घातलं. मग सतीश म्हणाला, "तो भलता लंपट आहे. संघटनेतल्या अनेक पोरी त्यानं बाद केल्या आहेत. संघटनेत तो विचारासाठी येत नाही, तर पोरींसाठी येतो. पोरी संघटनेला बादच करायच्या असतात." इत्यादी इत्यादी. मग मी हळूहळू सावध झाले. अशात काय घडलं कळलं नाही; पण सतीशकडं मी अधिक ओढत गेले. एवढी की माझं मलाही आवरणं कठीणं झालं. सरळ सांगायचं म्हणजे मी त्याच्या प्रेमात पडले. आणि तेथून पुढे त्याच्या-माझ्या प्रचंड भेटीगाठी, पत्रापत्री सुरू झाली. अगदी फडकेंच्या कादंबरीतल्या नायक-नायिकांसारखा प्रकार घडू लागला. पण लग्नाशिवाय सतीशला आपण जवळ करायचं नाही, असं म्हणून मी ठरवून टाकलं. त्यामुळे ज्याला स्त्रीचं अस्तित्व वगैरे वगैरे जे काही तुम्ही समजता, ते सोडून सर्व काही मी सतीशला दिलं. कारण मला एवढा विश्वास होता, की तो मला फसविणार नाही. म्हणजे मला तसं वाटलं होतं. कारण तो बरेच मोठमोठे विचार सांगायचा. त्यावर बोलायचा. भारतीय जातिव्यवस्था

ही हलकटांची कामगिरी असून ती फक्त फालतू लोकच महत्त्वाची मानतात. ब्राह्मणाच्या घरात मी जन्मलो यासारखं माझं दुसरं दुर्दैव नाही. इत्यादी इत्यादी. भलीमोठी वाक्यं तो चिठ्ठ्यांतून वगैरे लिहायचा. कधी एकांतात जवळ आला की म्हणायचा, की तुझ्या डोळ्यांत मला माझं विश्व दिसतं. तू माझा प्राण आहेस वगैरे. आता असं बोलणारा माणूस आपल्याला धोका देईल, असं कोणाला वाटेल? त्यात पुन्हा मी बारावी पहिल्या क्रमांकाने पास झाले, तेव्हा विश्व जिंकल्याचा आनंद व्यक्त करणारा माणूस कधी काळी आपल्याला सोडून जाईल, अशी कल्पना करणंसुद्धा मूर्खपणाचं ठरलं असतं. त्याच्याबरोबर मी अनेक शिबिरं केली. अनेक व्याख्यानं केली. त्याच्या मर्जीखातर मी एफ. वाय.ला इंग्रजी विषय घेतला. तो म्हणतो म्हणून काहीही न कळतानासुद्धा अख्खा जी. ए. कुलकर्णी नावाचा लेखक वाचून काढला. देवाची पूजा सोडली. उपवास करण्याचं सोडून दिलं. एवढंच काय, तर अंबाबाईच्या देवळात जाऊन तासन्तास बसणारी मी देवळाच्या बाजूलासुद्धा फिरकेनाशी झाले. एवढं मोहजाल सतीश प्रधानने माझ्यावर पसरलं होतं. थोडक्यात सांगायचं म्हणजे मी त्याच्या मुठीत गेले होते. आणि तो माझ्या मुठीत आला होता. अधिकच सांगायचं, तर त्याला पूर्णत: मी माझ्या आयुष्याचा भाग करून टाकलं होतं. पण या गोष्टीचा थोडासुद्धा संशय घरात येणार नाही, याची पूर्ण काळजी मी घेत होते. कॉलेज सुटलं की भेटायचं. अगदी माणूस नसणाऱ्या ठिकाणी बोलायचं. संघटनेच्या ऑफिसातच चिठ्ठीची देवाण-घेवाण करायची. अशी हजार बंधनं मी सतीशला घातल्यामुळं गोष्ट फार पसरली नव्हती आणि एफ. वाय. ला माझ्या गावचं वर्गात कोणीच नव्हतं. कारण सगळे बारावीतच अडकले होते.

पण अखेर म्हणजे एफ. वाय. ची परीक्षा दिली, त्या मे महिन्यात सतीश प्रधानमधील ब्राह्मण जागा झाला आणि माझा प्रेमभंग झाला. अगदी हिंदी सिनेमात दाखवतात तसा. माझी अवस्थाही हिंदी सिनेमातल्या नायिकेसारखी झालेली. बऱ्याचवेळा मी आत्महत्येचासुद्धा प्रयत्न केला. पण तो मला यशस्वी करता आला नाही. या सगळ्या घडामोडीत घरातल्यांना मात्र संशय आला, तेव्हा मी एस. वाय. बी. ए.ला ॲडमिशन घेतली होती. त्यांनी माझं कॉलेज बंद म्हणजे बंद करून टाकलं. मग मात्र, सत्या प्रधानची मला भयानक चीड यायला लागली. पण करणार काय? घरात कुढत बसण्याशिवाय माझ्याजवळ पर्याय नव्हता. आत्महत्या माझ्या हातून घडत नाही, हेही सत्य मी स्वीकारलं होतं. पण काहीतरी पर्याय मला काढायलाच पाहिजे होता. अशात घरच्यांनी माझ्याबाबत भलतीच विचित्र भूमिका घेतली होती. पोरीला शिकवलं हाच गाढवपणा झाला, हा त्यांचा निष्कर्ष. गावात मी म्हणजे चेष्टेचा विषय झाले होते. प्रत्येक जण म्हणायचा पोरगी बहकली. वाया गेली.

घरातल्या लोकांनी स्थळांची शोधाशोध जोरात सुरू केली होती. त्यांना आता

मुलगा, परिस्थिती याच्यापेक्षा मला खपविणं महत्त्वाचं होतं. या साऱ्यात मात्र, त्यांचा जातीचा पीळ कायम होता. पोरगं शेतकरी असंना, पण पदराला पदर जुळला पाहिजे. मला वाटलं होतं एवढी आपली कीर्ती झालेली आहे, की आता ते जातीचाही विचार सोडून देतील. पण तेवढं मात्र झालं नाही. पदराला पदर जुळणारं स्थळ असेल, तरच बघायला यायला निरोप जायचा. मराठा, कुणबी असला म्हणजे त्याला दाखवायला गडबड व्हायची. पण खालचा कोणी आला, की नकार जायचा. त्यात एक पदराला पदर जुळणारा आला. तो होता कुठल्या दारूच्या दुकानात नोकरीला. म्हणून मी जरासा विरोध केला, तर त्या दिवशी दोन तास बाप आणि चुलता मला आळीपाळीनं बदडत होते. अगदी कोंडा पाडला. अंग हिरवंगार झाल्यावर ते झोपले. मग पुन्हा आत्महत्येचा विचार सुरू केला, पण यश आलं नाही. तेव्हा मला प्रश्न पडला, की आपण आत्महत्या का करू शकत नाही? तर त्या दारूवाल्यानंही मला नाकारलं. पण एक कळलं, की मी वाईट चालीची आहे, असं पत्र खरोखरच सद्यानं प्रत्येक येणाऱ्या स्थळाला पाठवायला सुरुवात केली होती आणि त्यामुळं येणारं प्रत्येक स्थळ मला नकार देत होतं. आपलं लग्न व्हावं, असं वाटू लागल्यावर हे असं व्हावं, याचा मला भयंकर वैताग यायला लागला.

मग घरातल्या लोकांनी बिजवरांचा शोध सुरू केला. पण त्यातही त्यांना यश आलं नाही. तेव्हा घरातले सगळेच म्हणाय लागले, ''रांड मरत का नाही. मेली असती तर सुटलो असतो.'' त्यांच्या अशा बोलण्यानं माझ्या मनात कधी कधी उगवणारा आत्महत्येचा विचार अजिबातच येणं बंद झालं, कारण मी काहीच वाईट वागले नव्हते. सत्या प्रधाननं मला फसवलं, पण मी त्याला तुम्ही समजता ती अब्रू कधीच लुटू दिली नव्हती. मग मी वाईट काय वागले?

तर या प्रश्नानं मला प्रचंड ताप दिला.

मग मी निर्णय घेतला आणि सरळ सद्याच्या घरला गेले. तुम्हाला वाटेल मी त्याला जाब वगैरे विचारायला गेले असेन, तर बिलकूल नाही. सद्याला बाहेर काढला आणि विचारलं, ''आता तू माझा भोग घेणार असशील तर चल, मी तयार आहे. अगदी बिनशर्त.''

तर सद्या एकदम गडबडला. फेऽऽफेऽऽ करायला लागला. मी त्याला कितीतरी पेटवायचा प्रयत्न केला, पण गडी पार गळाटला. आता तुम्ही म्हणालं, ही थाप मारते. भारतीय संस्कृतीत कोणी स्त्री आजवर असं वागल्याचं ऐकीवात नाही.

पण मी खरोखरच सद्याला विचारलं. कारण मला ह्या सगळ्या थोर गप्पांची प्रचंड किळस आली होती. सद्या विझल्यावर मी विचार केला आणि बेधडक पुन्हा कॉलेजला जायला सुरुवात केली. घरात आकांडतांडव झाले. बेदम बडविले गेले. चुलतीनं एकदा माझ्या समोर उंदीर मारायच्या गोळ्या ठेवल्या. पण मी कशालाच

बघले नाही. पण कॉलेजात गेल्यावर ही आग माझ्या डोक्यात असल्यामुळे अभ्यासात अजिबात लक्ष लागलं नाही. संघटनेतल्या प्रत्येक पोराला मी गाठून गाठून म्हटलं, “विचार गेला चुलीत, चल माझ्याबरोबर.” तर कोणंच तयार झालं नाही. उलट सगळ्यांनी उठवलं, तुळसा मिसाळच्या डोक्यावर परिणाम झालाय.

मग सगळेच माझ्यापासून दूर पळू लागले. इतके की एस. टी.तही माझ्या शेजारी बसायला कोणी तयार होईनासे झाले. संघटनेचे कार्यक्रम मी येते म्हणून बंद पडत गेले.

मी हात पुढं करूनही कोणी पुरुष त्या वेळी माझ्यासोबत आला नाही. या सगळ्यात माझी एस. वाय.ची परीक्षा बेकार गेली. म्हणजे मी चक्क नापास झाले.

याचं मला अजिबात वाईट वाटलं नाही.

आता हे सारंच तुम्हाला पटणं शक्य नाही कारण तुम्ही स्वतंत्र भारताच्या आदर्श लोकशाहीतले संस्कारशील नागरिक असण्याची शक्यता आहे.

पण या कोणत्याच गोष्टीशी मला देणं-घेणं नाही. आज मी ज्या वळणावर उभी आहे, ती गोष्ट पुन्हा वेगळीच आहे. त्या काळात जे घडतं गेलं, त्याबाबत मला वाईटही वाटत नाही. फक्त मला एकच उत्तर सापडायचे आहे की –

तेव्हा मी माझ्या मनाप्रमाणे वागले की नाही?

साप्ताहिक सकाळ, दिवाळी १९९२

❖

दादा कोतोलीकर

हे नाव तुम्ही ऐकलं, वाचलं असण्याची शक्यता नाही. अर्थात अलीकडं कुणाचीही नावं छापली जातात. आणि ती आपल्याला विनाकारण वाचावी लागतात. उदाहरणार्थ भिकाजीराव कर्नाळे यांच्या वयाला साठ वर्षे पूर्ण झाली. सगळीकडे फोटोच फोटो आणि अभिष्टचिंतन. तर हे भिकाजीराव कर्नाळे कोण? त्यांचा आणि लोकांचा काय संबंध? असले बिनमहत्त्वाचे प्रश्न आपल्या डोक्यात घोळवण्यात काही अर्थ नाही. कारण हा कोणीतरी भिकाजी कर्नाळे पैसे जमा करून भिकाजीराव होतो आणि तो आपला काळा पैसा गोरा करण्यासाठी आपल्या प्रत्येक वाढदिवसाला वर्तमानपत्रात चिक्कार फोटो जाहिरात म्हणून स्वत:च छापायला देत असतो. हे मी माझ्या डोळ्याने बघत असल्यामुळे नाव छापून येणे या गोष्टीवरचा माझा विश्वास उडालेला आहे. तशीच गोष्ट ऐकण्याबाबतची. पूर्वी लोक एखाद्या चांगल्या माणसाची वाहवा चार माणसात करत असत, असं मी ऐकून होतो. त्यामुळे काही लोक तुमचं नाव मी ऐकून आहे असे सहज म्हणत असत. पण आता तीही सोय उरलेली नाही. आता चांगल्या लोकांची चर्चा होत नसते, असे आमचे आदरणीय गुरुवर्य नेहमी वर्गात शिकवता शिकवता म्हणत असत. ते म्हणतात म्हणून नव्हे तर या गोष्टीवर विश्वास बसायला अनेक कारणं घडली. तर आमच्या सोसायटीचा सेक्रेटरी बंडू वडकशिवाले याने सोसायटीत पन्नास हजार रुपये गडप केले. आम्ही सगळेच त्याच्यावर खार खाऊन होतो. अशात मी कसल्यातरी कामानिमित्तानं कोल्हापूरला चाललो होतो. तेव्हा आख्या एस.टी.त बंडू वडकशिवाले हा ग्रेट माणूस असून आजच्या जगात तोच कसा जगायला लायक माणूस आहे याची जोरजोरात चर्चा चालू होती. मी बंडूचा जवळचा व त्याच गावचा असल्यामुळे तो किती बदमाष आहे हे सांगू लागलो तर सगळे म्हणाले, तुम्हीच जगायला, माणसं समजून घ्यायला नालायक आहात. बिनओळखीच्या बऱ्याच माणसांनी असा शेरा चटकन मारल्यामुळे कोणीही गंभीर होणे, स्वाभाविकच. तसा मीही झालो. आणि च्याआयला फुक्कट डोक्याला त्रास करून घेतला.

तर मी सांगत असलेला मुद्दा बाजूलाच राहिला. मी दादा कोतोलीकरबाबत सांगत होतो. हा आमच्या चळवळीतला सक्रिय कार्यकर्ता. आमच्या हा शब्द थोडा चुकीचाच वापरला, कारण चळवळीचा आणि माझा तसा काहीच संबंध मी ठेवलेला नाही. होता कधी काळी पण तोही असा तसाच. तर मी ज्या चळवळीत काम करत होतो त्याच चळवळीत काम करणं हे एक भयंकर वाटावं असं वाक्य. ज्याचं नीट विश्लेषण कोणालाच करता येत नाही. म्हणजे असं, मी जेव्हा चळवळीत होतो तेव्हा छाती फुगवून कुणालाही सांगायचो की, मी चळवळीत काम करतो. पण कोणीही महात्म्यानं मला, म्हणजे नेमकं काय करतोय असं विचारलं नाही. त्यामुळं बऱ्याच वेळा मलाच प्रश्न पडायचा की, मी चळवळीत काम करतो, म्हणजे नेमकं काय करतो? आणि हा प्रश्न मला भयंकर अस्वस्थ करायचा.

तर हे चळवळ प्रकरण माझ्या मागं लागलं त्याला एक कारण घडलं, काय तर माझ्या वर्गातली गौरी देशपांडे नावाची पोरगी ह्या चळवळीत काम करायची. आणि आम्ही तिच्यावर लाईन टाकायचो. अर्थात ही गोष्ट वयसुलभच. त्यात गौरी म्हणजे भलती फॉरवर्ड. म्हणजे त्या काळी आमच्या खेड्यात जीन पॅन्ट घालून गॉगल लावणारी पहिली पोरगी. अशी पोरगी कटली तर आपलं भाग्य उजळलं अशी भयावह कल्पना करून आम्ही तिच्या पाठीमागे. तिला कव्हर करता यावं म्हणून (आता कव्हर करणे हा आमचा त्यावेळचा शब्द प्रयोग) आम्ही चळवळीत घुसलो. आणि केलं काय तर घरात फुक्कट खायचं. ज्या गावाला आमच्या नेत्यांनी मेळावा बोलावला असेल त्या गावाला सायकलवरून ऊरफोड करत जायचं. नेत्यांचीच भाषणं ऐकायची. जमलं तर गौरीची छेड काढायची आणि परत फिरायचं. दुसऱ्या दिवशी वर्तमानपत्रात नेत्यांच्या बरोबर आमचं नाव. मग सगळे आम्हाला चळवळीचे कार्यकर्ते म्हणायचे. आम्ही ही दाबात सांगायचो – आम्ही चळवळीत काम करतो. पण आम्हाला गौरी सोडून कशाशीच देणं घेणं नव्हतं. त्यामुळं चळवळीत काम करतो म्हणजे काय करतो हे शेवटपर्यंत मला कळालं नाही. आणि म्हणून मी भयंकर अस्वस्थ व्हायचो.

तर सांगवड्याला आमच्या चळवळीतल्या बायकांची परिषद होती. आमच्या नेत्यानं मला निरोप देण्यासाठी एक माणूस पाठवला. आता हे नेते कोण असा एक प्रश्न वळवळण्याची शक्यता आहे. पण तो थोडा अडचणीचा प्रश्न आहे. कारण त्याचं खरं नाव सांगणं बरोबर नाही. का? तर ते आजचे महाराष्ट्रातील ख्यातकीर्त विचारवंत, तत्त्वज्ञ इत्यादी इत्यादी आहेत. त्यामुळे अशा माणसाचं नाव जाहीर करणं यात थोडा घोटाळा आहे. घोटाळा असा की ज्यांनी अनेकांचा बळी घेऊन आपलं थोरपण सिद्ध केलं आहे, त्यांचं सरळ नाव घेऊन कोणाच्याही विवेकशील मेंदूचा भुगा करण्याची माझी इच्छा नाही. तर त्यासाठी दुसरी सोय आहे. कोणती?

तर या थोर इत्यादी नेत्यांना आम्ही त्या काळी गांधी नंतरचे महात्मे असं म्हणत असू, मग तेच त्यांचं नाव गृहीत धरायला काय हरकत आहे – गांधी नंतरचे महात्मे.

तर या गांधी नंतरच्या महात्म्यांनी माझ्याकडे निरोप देण्यासाठी जो माणूस पाठवला तो संध्याकाळी पाच वाजायच्या दरम्यान आमच्या गावातल्या घरात आला. तेव्हा आमची म्हातारी, म्हणजे आईची आई वाकाळ शिवत बसलेली होती. आम्ही ह्या वेळी घरात असायची शक्यता नाही. कारण आमच्या घरात म्हशी पाच आणि रेडकं तीन. ही सगळी आमच्या बापानं माझ्या नावावर केलेली. आता एकदा नावावर चढलेली गोष्ट सांभाळणं ही कायदेशीर जबाबदारी आलीच. त्यामुळं ऊन खाली झालं की आम्ही म्हशी घेऊन गोठणावर. तिथं आमचे भलतेच उद्योग चाललेले असायचे.

तर आमची आजी त्या गृहस्थाला म्हणाली, 'तू सरळ गोठणावर जा' म्हणून तो गृहस्थ गोठणावर आला तेव्हा मी रेडक्याच्या जांघेतल्या गोचड्या काढत होतो. माझ्या जवळ उभा राहून तो म्हणाला. 'मी दादा कोतोलीकर. मला गांधी नंतरच्या महात्म्यांनी पाठवलेले आहे. सांगवडे येथे सोमवारी कायकर्त्या बायकांचा मेळावा आहे. तुम्हाला यावयास सांगितलं आहे.'

त्याच्या गुळचट बोलण्यानं मी चिमटीतली गोचडी तशीच धरून उभा राहिलो. लख्ख पांढरा शर्ट, तेल लावून चापून बसवलेले केस, ओठावरच्या सगळ्या मिशा बोडलेल्या. किंचित लांब नाक. गाल चेपल्यासारखे खोल. मान जरा जास्तच लांब. गडी उन्हं उतरणीला लागून सुद्धा घामाघूम झालेला. मी फक्त हसलो. मग तोही हसला. काही तरी बोलायला तर पाहिजे. पण काय बोलायचं? शेवटी मनाची तयारी करून म्हणालो –

'तुम्हीच होय दादा कोतोलीकर?'

'होय. मीच दादा कोतोलीकर. का बरं?'

तो थोडसं हसला. त्याचे चेपलेले गाल आणखीनच खोल गेले.

मी म्हणालो, 'काही नाही. गांधी नंतरचे महात्मे म्हणत होते.'

तो म्हणाला – 'काय म्हणत होते?'

आली का पंचाईत. असा ऐनवेळी मी कोणाच्याही तावडीत सापडतो. तरीपण धाडसानं म्हणालो. 'काही नाही. तुम्ही फार चांगले कायकर्ते आहात असं म्हणत होते.' तो म्हणाला – 'असं म्हणत होते? खरंच, गांधी नंतरचे महात्मे असं म्हणत होते?'

तो एकदम फुलला. इतका फुलला की मला चिक्कार हसू आलं. मग मी नुस्ती मान हालवली. आणि म्हणालो – 'चला, घरात थोडा चहा घेऊ.'

तो लगेचच म्हणाला – 'नको-नको. मी चहा जास्त घेत नाही.' मग मी विषय

वाढवला नाही. कारण म्हशी गोठणावर सोडून घराकडं चहाला गेलो तर म्हातारीनं मला फाडून खाल्लं असतं. पण दुसरा प्रश्न असा होता की ह्या गृहस्थाबरोबर बोलायचं काय? म्हणून मग मी पुन्हा रेडकाच्या जांघेत मान खुपसून गोचड्या शोधाय लागलो. तो कंटाळल्यावर म्हणाला – 'बरं, मग मी जाऊ?' मी मान वर न काढताच म्हणलो, 'भेटू मग.'

त्यानंतर तो झपाझप पावलं उचलत आल्या रस्त्याला लागला. नंतर किती तरी वेळ मी त्याच्या पाठमोऱ्या आकृतीकडे बघत उभा राहिलो.

... सांगवड्यात पोहचलो तेव्हा मेळाव्याच्या ठिकाणी प्रचंड वर्दळ वाढलेली. खेड्या-पाड्यातल्या बायका तोंडाला पदर लावून मेळाव्याच्या ठिकाणी येऊन बसत होत्या. आधीच येऊन बसलेल्या बायका कंटाळून जांभया देत, कोण राकुंडीची डबी काढून राकुंडी घासत, तर कोण उगाचच मंडपभर फिरून पाय मोकळे करत होत्या. बायकांच्या समोर ओळीनं वीस-पंचवीस खुर्च्या मांडलेल्या. मध्ये एक भलेमोठे टेबल. त्यावर पाण्याचा तांब्या आणि उदबत्त्या लावायला अर्धा तांदाळाने भरलेला पेला. यांच्या सोबत खांद्याला शबनम अडकून उभा असलेला दादा कोतोलीकर. सगळ्या मंडपभर उगाचच नजर फिरवत उभा होता. कुमार माने उर्फ कोम्या बक्कळ ओरडत माझ्याजवळ आला आणि म्हणाला, 'साल्या, तुझी गौरी ज्युनियर महात्म्याने पळवली.'

कोम्याची ही नेहमीची स्टाईल. काहीही बकत असतो. त्याला विषय वाढवता येऊ नये म्हणून मी म्हणालो, 'तो बघ चळवळीचा नवा आधारस्तंभ. दादा कोतोलीकर त्याचं नाव. परवा माझ्याकडं आला होता. गांधी नंतरच्या महात्म्यानं चांगला छाप हुडकून काढलाय.'

कोम्या एकदम गप्पगार. थंडपणे माझं बोलणं ऐकून घेऊन म्हणाला – 'लेको, तो भलताच भाबडा आणि गरीब पोरगा आहे. त्याच्याविषयी असलं काही बोलू नको.'

कोम्याचा आवाज भलताच नरम आणि अनपेक्षित ओला वाटला. साफ गडबडलो. आयलाऽऽ प्रकरण वेगळं दिसतंय असं मनाशी पुटपुटतच म्हणालो – 'अरे, माझा त्याचा फारसा परिचय नाही. सहज आपलं बोलून गेलो.'

कोम्या म्हणाला – 'त्याची मोठी बहीण माझ्या वर्गात होती. दुसऱ्या वर्षाच्या परीक्षेच्या वेळीच तिने आत्महत्या केली. फारच सालस पोर होती. त्यावेळी हा पोरगा आठवी-नववीत असेल. महिन्याभरातच त्याच्या बापाच्या डोक्यावर परिणाम झाला. त्यावेळी जो पळाला तो अद्याप सापडला नाही.'

कोम्या गहिवरून कहाणी सांगत होता अशातच गांधी नंतरचे महात्मे आणि बरीच मंडळी मंडपात स्थानापन्न झाली. नेहमीसारखा टाळ्यांचा कडकडाट. मग

फुले-आंबेडकरांच्या घोषणा. म्हणजे नरडं साफ करण्याचा उद्योग. भयंकर बोअर.

गांधीनंतरच्या महात्म्यानं मला आणि कोम्याला बोलवून खुर्चीवर बसाय लावलं. एवढ्यात धापा टाकीत गौरी आली. मग आमचं हवेवर तरंगणं सुरू झालं. हा सगळा एकतर्फीच खेळ होता. मी काहीही केलं तरी ती बया मला दाद देत नव्हती आणि मी तिची पाठ सोडत नव्हतो. कोम्या म्हणत होता त्यात थोडं तथ्य होतं, हे मला नंतर कळालं. तिचं आणि ज्युनियर महात्म्याचं सूत जमलेलं होतं. अर्थात ज्युनियर महात्मा तसा फर्डा वक्ता आणि चिकणा गृहस्थ होता. त्यात पुन्हा नोकरी वगैरे असल्यामुळे भरमसाठ पैसा बाळगून असणारा गृहस्थ होता. गौरीनं त्याच्यावर नाही मरायचं तर काय आमच्यासारख्या बेकार पोरावर मरावं? हा नैसर्गिक प्रश्न होता. पण त्यावेळी तो आमच्या डोक्यात येणं शक्य नव्हतं, कारण तेव्हा आम्ही फडके- खांडेकरांच्या कादंबऱ्यासारखं काहीही टुकार वाचून भावविवश वगैरे जगत होतो. आणि पुन्हा वर्गात गडकरी, माधव ज्युलियन यांचा मारा होताच. त्यामुळं प्रेम थोर असा वयसुलभ समज घेऊन वाढत होतो.

तर गौरी आल्यानंतर उगाचच मंडपात उत्साह संचारल्यागत मला वाटू लागलं. संयोजकांचं भाषण संपलं हे टाळ्यांचा कडकडाट झाल्यानंतर मला कळलं. त्यानंतर ज्युनियर महात्मा बोलायला उभा राहिला. आता तो बरीच पाठ केलेली पुस्तकातली वाक्यं भरमसाठ वेगात बडबडणार असं गृहीत धरून, मी समोर बसलेल्या बायकांचे चेहरे न्याहाळायला सुरुवात केली. हा माझा नेहमीचा उद्योग. प्रत्येक मेळाव्यात हा उद्योग मी अत्यंत प्रामाणिकपणे करायचो. तेव्हा शेवटी एक प्रश्न माझ्या डोक्यात यायचाच की, ह्या बायका काय म्हणून अशा जमत असतील? गरीब बिचाऱ्या बायका. त्यांना वाटतं हे महात्मे आता आपलं भलतंच कल्याण वगैरे करणार. पण महात्म्यांचा आणि त्यांच्या कल्याणाचा काही एक संबंध नाही. हे त्यांना तरी कसं कळणार? आणि मला तरी कुठं कळत होतं पहिल्या-पहिल्यानं. आपणही त्या बायकांसारखे बिचारे आणि भाबडे होतो. तेव्हा वाटायचं, चळवळ म्हणजे थोर आहे आणि महात्मे त्याहून ग्रेट आहेत. पण माझा हा समज लवकरच रसातळाला गेला. त्याचं असं झालं – मी अन्नपूर्णा बियरबारमध्ये निवांत दारू पित बसलो होतो. माझ्या पैशाने. दोन-चार दम मारल्यावर मला चांगलीच तार लागली होती. अशातच गांधी नंतरचे महात्मे साक्षात समोर. बरोबर आणखी दोघे तिघे होते. मी टाणकन उडालो आणि पिलेली पार उतरली. गांधी नंतरचे महात्मे म्हणाले – 'अरे, एकटाच कसा काय पीत बसलास.'

मी म्हणालो – 'कोण जोडीदार सापडला नाही म्हणून एकटाच आलो.' गांधी नंतरचे महात्मे म्हणाले – 'आमची कंपनी चालेल का?' मी म्हणालो – 'त्यात काय? आपली मर्जी.' मग मी पुन्हा त्यांच्यासाठी ऑर्डर सोडली. तोवर ओळखीचा

कार्यक्रम झाला. त्यांच्या बरोबरचे तसेच कोणी महात्मे होते. पुण्या-मुंबईकडे चळवळीचं थोर कार्य करत होते. त्यांची नावं मी बऱ्याचवेळा वाचलेली होती. दोन-दोन पेग झाल्यावर पुन्हा मीच विषय काढत गांधी नंतरच्या महात्म्यांना म्हणालो, 'मला वाटलं होतं तुम्ही साधनशुचितावाले आहात. पण तुम्हीही आमच्यातलेच निघालात.'

मुंबईचा महात्मा म्हणाला – 'साधनशुचिता स्टेजवर. खाजगी आयुष्यात नाही. खाजगी आयुष्य हे खाजगीच.' तर पुण्याचा महात्मा म्हणाला– 'आपल्याकडे ही एक वाईट प्रथा आहे. लोक सामाजिक आयुष्य आणि व्यक्तिगत आयुष्य याची फारकत करत नाहीत. वास्तविक ती करायला पाहिजे. मी स्टेजवर बोलत असतो तेव्हा तत्त्वज्ञ असतो. समाजात माझं व्यक्तिमत्व सामाजिक असतं. पण मी जेव्हा माझ्या घरात एकटा असतो तेव्हा माझं व्यक्तिमत्व खाजगी असतं. त्यावेळी मी काहीही करायला मोकळा असतो. त्यावेळी मी दारू पिईन, नाहीतर एखादी बाई ठेवून घेईन तो माझा व्यक्तिगत भाग असेल.'

मुंबईकर म्हणाला – 'अगदी बरोबर.'

पेल्यात असलेली सगळी दारू ढोसून मी म्हणालो – 'मग दारू पितो, बाई ठेवलेली आहे, हे स्टेजवर सांगायला लाज वाटली नाही पाहिजे. तेवढं धाडस तुमच्यात हवं.'

गांधीनंतरचे महात्मे म्हणाले – 'तसं कसं? एकीकडं तुम्ही स्त्रीच्या शोषणावर बोलणार आणि पुन्हा आपणच बाई ठेवली म्हणून सांगणार. दारूड्या नवऱ्याकडून होणाऱ्या छळावर बोलणार आणि स्वत: दारू पितो म्हणणार. हे योग्य नाही. ही खाजगी गोष्ट खाजगीच ठेवली पाहिजे.'

गांधीनंतरच्या महात्म्याच्या बोलण्यावर मी ख्यॅऽऽ ख्यॅऽऽ हसत सुटलो, ते बराचवेळ. मग नंतर थांबून म्हणालो –

'साले तुम्ही भंपक आहात.'

तर गांधी नंतरचा महात्मा चिडला. वैतागला. माझ्याजवळून पुण्या-मुंबईच्या महात्म्यांना घेऊन उठून गेला. साल्यांच्या दारूचं बिल मला भरावं लागलं. त्यानंतर ह्या मंडळींना महात्मे ही उपाधी मी जोडून टाकली. ती कायमची.

ज्युनियर महात्मा घसा कोरडा पडल्यावर खाली बसला. बायकांनी जांभया देतच टाळ्या पिटल्या. मध्येच दादा कोतोलीकर धडपडत उभा राहिला. त्यानं सगळ्या महात्म्यांची नावं आदरपूर्वक घेतली. त्यानंतर फुले-आंबेडकरांचं नाव घेऊन बोलायला सुरुवात केली.

तो म्हणाला – 'तुमच्या माझ्यासारख्या हजारो कुटुंबांचे पोशिंदे असणारे गांधी नंतरचे महात्मे हे माझे दैवत आहे. त्यांच्या मायेच्या सावलीत मी वाढलो.

त्यांच्यामुळेच मी चार इयत्ता शिकलो. आता त्यांच्यासारखंच मी माझं आयुष्य चळचळीसाठी वाहायचं ठरवलं आहे आणि हे जाहीर करण्यासाठीच मी उभा राहिलो आहे...'

गांधी नंतरच्या महात्म्यानं पहिल्यांदा टाळी वाजवली. मग पुन्हा टाळ्यांचा कडकडाट झाला. मी कोम्याला डिवचलं. तो भलताच एकाग्र होऊन ऐकत होता. चळवळीसाठी आयुष्य वाहाणं ही कल्पनाच मला भयानक वाटू लागली. त्यामुळे दादा कोतोलीकरचं पुढचं भाषण ऐकणं माझ्या जीवावर आलं. हळूच चुना-तंबाखू काढून खुर्चीवर बसल्या बसल्याच मळायला सुरुवात केली. ज्युनियर महात्मा माझ्याकडं टवकारून बघत होता.

नंतर गांधी नंतरच्या महात्म्यानं दादा कोतोलीकर चळवळीला आपलं आयुष्य वाहाणार या कल्पनेचं जोरदार स्वागत केलं. टाळ्या बडवल्या. मेळावा संपल्यावर बायका रस्त्याला लागल्या. प्रत्येक वेळेसारखा प्रश्न माझ्या डोक्यात वळवळलाच, बायकांना ह्या भाषणातून काय मिळालं असेल? मी माझ्याच तंद्रीत उभा असताना गौरी माझ्याजवळ आली. म्हणाली – 'मेळावा फार छान झाला.'

मी म्हणालो – 'म्हणजे काय झालं?'

तर ती दचकतच म्हणाली – 'असं कसं म्हणतोस, भाषणं फार छान झाली. पुन्हा असं की दादा कोतोलीकर सारखा कार्यकर्ता मिळाला. हा काय कमी आऊटपुट आहे.'

मी म्हणालो – 'बरोबर आहे. नाहीतर या चळवळीकडे फिरकतो कोण? आम्ही सुद्धा शिवसेनेत जायचो ते इकडं आलो, फक्त तुझ्यामुळे.' मग ती एकदम खुऽऽ खुऽऽ हसाय लागली. अशातच दादा कोतोलीकर मध्ये कडमडला. आमची लाईन बिघडली. गौरीनं त्याचं कौतुक सुरू केलं. आम्हा तिघांना बघून ज्युनियर महात्मा लगबगीनं आला. गौरीच्या अंगाला अंग घासतच म्हणाला – 'लोक भरसभेत बसून तंबाखू कसे काय खाऊ शकतात हेच मला कळत नाही.'

च्याआयला वैताग. मग मी म्हणालो – 'नाहीच कळणार. साधन-शुचितावाल्यांना झ्याट सुद्धा नाही कळणार.' ज्युनियर महात्मा गारद. गौरी किलकिल्या डोळ्यांनी माझ्याकडे बघाय लागली. एवढ्यात कोम्या आला. संधी साधून ज्युनियर महात्मा गौरीला घेऊन फुटला. मग दादा कोतोलीकर भावनाविवश होऊन म्हणाला – 'मोठ्या माणसांसमोर तुम्ही राव काहीही बोलता. हे बरं नाही.'

कोम्या म्हणाला – 'काय झालं?'

त्याला मी सगळा प्रकार सांगितला तर कोम्या ख्यॅऽऽ ख्यॅऽऽ हसाय लागला. मेळावा संपवून परतीच्या वाटेला लागलेल्या गांधी नंतरच्या महात्म्यानं अगदीच आत्मीयतेने विचारपूस केली. हे बघून दादा कोतोलीकर आम्हाला चिकटला.

म्हणाला, 'मी तुमच्या बरोबर आलो तर चालेल का?'

मी म्हणालो, 'आपापल्या पायाने जायचं आहे मग अडचण काय?' तर तो खळखळून हसला. म्हणाला – 'तुम्ही राव फार मजेशीर बोलता.' मग मी गमतीला येऊन म्हणालो – 'पूर्वी मी तमाशात काम करायचो. विचारा ह्याला.' दादानं कोम्याकडं बघितलं. तसा कोम्या काहीच न बोलता चालाय लागला. कोतोलीकर आपणहून सांगाय लागला – 'गांधी नंतरचे महात्मे आणि आमचे बाबा फार वर्षापूर्वी एकत्र चळवळीचे काम करायचे. तेव्हा म्हणे परिस्थिती आतापेक्षा फारच बिकट होती. आमचे बाबा फारच तळमळीने विचार मांडायचे. गांधीनंतरचे महात्मे स्वत:हून म्हणतात की, मी त्यांच्यामुळे सूत्रबद्ध विचार मांडायला शिकलो. त्यांच्यावर लोहिया, धर्माधिकारी यांचा फारच प्रभाव होता.'

त्याला थांबवतच कोम्या म्हणाला – 'आता कुठे असतात काय पत्ता लागला का?' कोतोलीकर एकदम गहिवरला – 'नाही हो. तेच वांदे आहे. तुम्हाला माहित आहेत आमचे बाबा?'

कोतोलीकर एकदम अधिक हळवा होत गेला. मग कोम्याने त्याच्या बाबांची, त्याच्या बहिणीची ओळख सांगायला सुरुवात केली. कोतोलीकर न बोलताच चालाय लागला. कोम्या मध्येच म्हणाला – 'आता घरी कोण कोण असतं?' कोतोलीकर जड आवाजात म्हणाला – 'आई, मी आणि लहान बहिण.' मी न राहवून म्हणालो – 'मग राव, तुम्हीच घरचे कर्ते. आणि चळवळीत आयुष्य घालवायचं कसं काय ठरवलंत? घरचं कसं काय चालणार?'

कोतोलीकर म्हणाला, 'तसा घरचा फारसा ताप नाही. गांधीनंतरचे महात्मे घरचा खर्च चालवतात. फक्त माझं मला पोट भरता आले की झाले. बाकी कसली चिंता नाही.'

कोम्या म्हणाला – 'गांधी नंतरचे महात्मे तुमचे कोणी नातेवाईक लागतात काय?'

'छे! छे! तसं कुठलंच नातं नाही. फक्त बाबांचे मित्र. एवढाच काय तो संबंध. नातेवाईक कुठले बघतात हो एकमेकाला. आमच्याकडं तर नातेवाईक कोण फिरकतच नाहीत. फार स्वार्थी असतात नात्यातील माणसं. गांधी नंतरचे महात्मे नसते, तर आम्हाला भीक मागावी लागली असती. फार मोठ्या मनाचे आहेत. म्हणूनच मी त्यांना दैवत म्हणतो.' असं बरंच काय-बाय दादा कोतोलीकर बडबडाय लागला. कोम्या भक्तीभावाने ऐकत होता. मला मात्र त्याच्या बोलण्यात फारसा रस वाटत नव्हता. मुळात मला गांधी नंतरचा महात्मा कधीच थोर वगैरे वाटत नव्हता. कारण असं की, त्याने त्याच्या गावातल्या एका गरीब माणसाला फसवून त्याची जमीन लाटली होती. हे एक. दुसरं असं की, आणिबाणीत ह्या गृहस्थाने आपल्याला

अटक होऊ नये म्हणून बऱ्याच खटपटी लटपटी केल्या होत्या. तिसरे असे की, आमच्या धरणग्रस्त चळवळीच्या आंदोलनात गोळीबार झाला तेव्हा गांधी नंतरचा महात्मा ढुंगणाला पाय लावून पळत गेला होता. त्यामुळे कुणी काहीही सांगितलं तरी त्याचं थोरपण मान्य करायला मी तयार नव्हतो. कोम्याला हे बऱ्याच वेळा सांगून सुद्धा तो म्हणायचा –

'हे सगळं खरं असलं तरी सामान्य माणसाची चळवळ पुढे रेटायचं काम ते करतात की नाही? मग ते थोरच. नाही तर सगळेच लोक नालायक असतात. ते फारसं मनावर घेण्यात काही अर्थ नाही.'

असे काही तरी तो तात्त्विक बोलायचा आणि माझ्या मेंदूचा भुगा व्हायचा. मग मी त्याचा नाद सोडून द्यायचो.

एस. टी. स्टॅन्डपर्यंत दादा कोतोलीकर आणि कोम्या याचं बरंच काय काय चाललं होतं. माझं त्यांच्या बोलण्यात लक्ष नव्हतं. गावची गाडी लागली तेव्हा त्या दोघांचाही निरोप घेऊन गाडीत बसलो...

त्यानंतर मोर्चा, मेळावा, बैठक अशा विविध निमित्ताने दादा कोतोलीकर सतत भेटायचा. त्याची चळवळीतली धडपड विलक्षण वेगवान होती. गांधी नंतरच्या महात्म्याचा त्याच्यावर इतका प्रभाव होता की तो त्याच्या प्रत्येक गोष्टींचं अनुकरण करायचा.

प्रत्येक मेळाव्यात, मोर्चात भाषण करायची संधी तो ओढून आणायचा. कुठलंही आंदोलन असलं की तो हटकून फ्रंटवर असायचा. कधी गांधी नंतरच्या महात्म्याच्या खांद्याला खांदा लावून, तर कधी ज्युनियर महात्म्याच्या खांद्यावर हात टाकून. बाहेरगावाहून कोणीही आले तर त्याची ओळख करून घेऊन त्याला चिकटायचा. त्याची मन:पूर्वक सेवा करायचा. त्याच्या ह्या गुणाचे कौतुक साऱ्यांनाच वाटायचे. गांधी नंतरचा महात्मा तर त्याला चळवळीचा आधारस्तंभ मानायचा.

दादा कोतोलीकर दोन बाबतीत फारच दक्ष असायचा. एक म्हणजे मेळाव्यात, मोर्चात कोठेही फोटो काढला तर त्यात आपला चेहरा असलाच पाहिजे असा त्याचा आग्रह होता. कितीही गर्दी असली तरी बरोबर फोटोच्या वेळी तो घुसून आपलं तोंड बाहेर काढायचाच. एखाद्या फोटोग्राफरने गर्दीत त्याला टाळलं तर तो हमरी-तुमरीवर येऊन भांडायचा. इतकं की त्याच्यासोबत असणाऱ्याचीही पंचाईत व्हायची. आणि तो वर्तमान पत्रातल्या बातमीबाबत अतिशय दक्ष असायचा. प्रत्येक बातमीत आपलं नाव आणण्यासाठी तो खटपटी-लटपटी करायचा. बातमीदारांना चहा पाजून घसट वाढवायचा. एखाद्या वेळी त्याचं नाव चुकून छापायचं राहिलं तर चिडून संपादकाला पत्र लिहायचा.

पहिल्या-पहिल्यानं त्याच्या ह्या वागण्याचा मी अर्थ काढला की त्याला प्रसिद्धिची

हाव असावी. म्हणून तो असं करत असावा. अशी माणसं माझ्या पहाण्यात असल्यामुळे असा अर्थ काढणं स्वाभाविक होतं. पण कोतोलीकर बाबत आपला निष्कर्ष चुकीचा आहे असं मला जाणवू लागलं. कारण प्रसिद्धीच्या इतर गोष्टींपासून तो फारच लांब असायचा. एकदा आमच्या चळवळीतील कार्यकर्त्यांच्या मुलाखती घेण्यासाठी आकाशवाणीचं युनिट आलं तर दादा कोतोलीकरने मुलाखत द्यायला साफ नकार दिला. गांधी नंतरच्या महात्म्याला पुण्याचा कुठलातरी मोठा पुरस्कार मिळाला. तेव्हा गांधीनंतरचे महात्मे थोर असं सांगणाऱ्या अनेक मुलाखती घेण्यात आल्या, तेव्हा कोतोलीकरने पळ काढला. त्यामुळे त्याच्या वागण्याचा अर्थ लावणं मला कठीण होऊन बसलं. म्हणून हा विषय मी एकदा कोम्याजवळ ठरवून काढला. तर कोम्या म्हणाला – 'मला तो विक्षिप्त वाटतो.'

कोम्याचा हा निष्कर्ष मान्य करायला मी तयार नव्हतो. कारण विक्षिप्तपणाची कोणतीच खूण मला त्याच्यात दिसत नव्हती. त्यानंतर बरेच दिवस दादा कोतोलीकर मिळेल तिथं पदरमोड करून व्याख्यानं द्यायला जायचा. त्याची एकही बातमी त्यानं येऊ दिली नाही. मग मात्र मला त्याचं प्रकरण थोडं गंभीर वाटाय लागलं...

एकदा सहज वेळ काढाय म्हणून रविवार पेठेतून फिरत होतो. तंबाखूचा तोबरा भरलेला होता. चांगलीच तार लागलेली. विनाकारण भटकण्याची माझी घरंदाज हौस अशी मध्येमध्येच उसळी मारून येते. आणि मग माझं मलाही आवरणं कठीण होतं. तर मी रिकामटेकडा फिरत असताना पाठीमागून जोराची थाप माझ्या खांद्यावर पडली आणि मी दचकलो. तर पाठीमागं दादा कोतोलीकर. ओरडतच म्हणाला – 'काय राव, किती हाका मारायच्या. अक्षरशः लोक घर सोडून बाहेर आले माझ्या आवाजानं. तर तुम्ही आपले तालातच. कसली तंद्री लागलीय. चलाऽऽ त्या निमित्ताने आमच्या घराला पाय लागतील.' मला एकदमच अवघडल्यासारखं झालं. कसबसं तोंड रिकामं करून म्हणालो – 'तुम्ही इथंच रहाता? मला माहिती नव्हतं.'

तो म्हणाला – 'माहिती असतं तर ह्या भागात फिरला नसता?'

तो एकदम गदगदून बोलला. एकदम चक्रावलो. विनाविलंब गर्रकन वळलो.

दादा कोतोलीकरचं छोटसंच घर. दोन खोल्यांचं. सगळं सामान दाटीवाटीनं मांडलेलं. भिंतीवर दोनच फोटो. एक अनोळखी. आणि एक गांधीनंतरच्या महात्म्याचा. मी फोटो निरखून बघतोय हे लक्षात आल्यावर तो म्हणाला. 'हा फोटो माझ्या बाबांचा आहे.' मग मी काहीच बोललो नाही. तो लगेचच आत पळाला. पाण्याचा तांब्या घेऊन बाहेर आला. त्याच्या बरोबरच बाहेर आलेली बाई त्याची आई असावी, हे मी चेहऱ्यावरूनच ताडलं. त्या बाई माझ्यासमोर येतच म्हणाल्या 'मी दादा कोतोलीकरची आई. तो ओळख करून द्यायचा नाही म्हणून मीच देते. तुम्ही काय करता?'

मी काही बोलायच्या आधीच दादा म्हणाला – 'ते आमच्याच चळवळीत काम करतात. अर्धा कप चहा टाकाल का?'

त्या म्हणाल्या – 'चहा तर करूच रेऽऽ पण यांच्याशी बोलू दे ना मलाऽऽ'

एकूण चाललेल्या प्रकाराने भांबावून गेलो. दादा भलताच अवघडून बसलाय हे माझ्या लक्षात आले. मग मी सरळ त्याच्याशीच बोलायला सुरुवात केली –

'सध्या नवीन काय चाललंय?'

'काहीच नाही. अलीकडं व्याख्यानालाही बरेच दिवस कुठं चान्स मिळाला नाही.'

त्या बाई मध्येच म्हणाल्या – 'परवा एक नोकरीचा कॉल आला होता. गेला नाही तिकडं. त्यांनी किती प्रयत्न केला होता याच्यासाठी.'

मी म्हणालो – 'कोणी?'

दादा गडबडीनं म्हणाला – 'गांधी नंतरच्या महात्म्यांनी. तेच आमच्या घरचं कमी-जास्त पहातात ना?' त्याच्या बोलण्यात एक विलक्षण कळ जाणवली. तोवर त्या बाईंनी सुरू केलं – 'काहीही संबंध नसताना ते किती करतात आमच्यासाठी. तर ह्याच्या डोक्यात नुसती चळवळ. आम्हाला काय करायची हो ती चळवळ आणि बिळवळ. पण सांगायचं कुणी?'

दादा वैतागला. म्हणाला – 'तुम्ही चहा करता ना?'

मग त्या बाई उठल्या. धीरगंभीरपणे आत गेल्या. दादा मग बराच वेळ न बोलता गप्प बसला. मग वातावरण सैल करण्यासाठी मीच म्हणालो –

'सध्या गांधी नंतरच्या महात्म्यांनी नवीन कार्यक्रम घेतलेला दिसत नाही.' मग तो पुन्हा गांधी नंतरच्या महात्म्याच्या थोरपणाविषयी भरभरून बोलाय लागला. आपल्या बापाच्या आणि त्याच्या एकत्रित चळवळीचा इतिहास सांगू लागला. अशातच त्या बाई चहा घेऊन आल्या आणि दादा एकदम गप्पगार झाला.

त्यांच्या घरातून बाहेर पडताना ही दादा कोतोलीकरची खरोखरच आई असेल का? हा किडा भलताच जोशाने वळवळायला लागला.

मध्येच असं झालं की, गौरी देशपांडेचं तिच्या बापानं कोण्या बड्या अफसराशी लग्न लावून दिलं आणि कोम्याच्या भाषेत माझा एकतर्फी प्रेमभंग झाला. अर्थात त्यामुळे मी भलताच विरहव्याकुळ वगैरे झालो असे नाही पण त्या चळवळ नावाच्या प्रकरणाशी माझा संबंध संपला. साक्षात गांधी नंतरच्या महात्म्यानं मला एकदा रस्त्यात गाठून चळवळीकडं न फिरकण्याचं कारण विचारलं तेव्हा त्याला मी सांगून टाकलं – 'गौरीचं लग्न झाल्यामुळं तुमच्या चळवळीचा माझा संबंध संपला. मी चळवळ बिळवळ करण्यासाठी येत नव्हतो, गौरीला कटवण्यासाठी येत होतो.'

माझ्या बोलण्यानं गांधी नंतरचा महात्मा टाणकन उडाला. त्यानंतर काहीच न बोलता रस्त्याला लागला. हा किस्सा मी कोम्याला सांगितला तेव्हा कोम्या पोट

धरून हसाय लागला. पण शेवटी म्हणालाच – 'तरीही आपण चळवळीत गेलं पाहिजे. बरं असतं सांगायला चळवळीत काम करतो म्हणून.'

मी म्हणालो – 'मला असल्या भंपक गोष्टीत रस नाही.'

तो म्हणाला – 'रस नसला तरी जायचं. बऱ्याच गोष्टी आपल्याला कळत जातात.'

मी त्याला शेवटचं सांगून टाकलं – 'मला काहीही कळून घ्यायचं नाही आणि चळवळीतही यायचं नाही.' यावर कोम्या काहीच बोलला नाही. कारण त्याला माहित होतं की माझा निर्णय बदलणार नाही. आणि मी त्या चळवळीच्या जंजाळातून मोकळा झालो.

चळवळ सोडल्यावर काही तरी केलं पाहिजे म्हणून बरंच दिवस मोकळा हिंडून विचार करत होतो. आपल्याला करण्यासारखं काहीच नाही असा समज पक्का होत चालला होता. त्यामुळे गोठणावर दिवस दिवस म्हशी फिरवणे हा एकच उद्योग आपल्याला सातत्याने जमेल, अशी मनाची समजूत घालत होतो. अशातच दादा कोतोलीकर भल्या पहाटे आमच्या दारात टपकला. वास्तविक चळवळ-बिळवळ भानगड बंद केल्यामुळे त्याचा-माझा कोणताच संबध राहिलेला नव्हता. तरीही हा गृहस्थ आपल्याकडे यावा म्हणजे काय तरी गोमच्याळ दिसतंय, असा नेहमीचाच विचार करत दादा कोतोलीकरला बसायला घोंगडं अंथरलं. तर म्हातारी म्हणाली – 'सोपा लोटायचा हाय. भाईर बसा जावा.'

म्हातारी समोर आमच्या घरातलं कुणाचंच काय चालत नाही. कारण ती तोंडानं फार घट्ट आहे. थोडासा विरोध जाणवला तर गल्लीत उभी राहून शिव्या हसडते. त्यामुळे मीच काय आमच्या घरातील कोणीच तिला काय बोलत नाही. घरात परका माणूस आला तरी त्याची भीडभाड ठेवत नाही. तिच्या स्वभावातल्या बऱ्याच गोष्टी माझ्या स्वभावात आल्यात असं आमच्या गावातील बरेच लोक म्हणतात. म्हातारी मात्र मला नेहमीच आव्वलसोद्या म्हणते. या शब्दाचा अजून तरी अर्थ मला सापडलेला नाही. कॉलेजात शिकत होतो. तेव्हा आमच्या मराठीच्या मास्तरलाही ह्या शब्दाचा अर्थ विचारून बघितला होता. तो म्हणाला – 'हा प्रादेशिक शब्द आहे. त्यामुळे त्याचा शब्द कोशात अर्थ नाही.' मग आम्ही चिक्कार हसलो होतो.

तर दादा कोतोलीकर आणि मी बाहेरच्या कट्टीवर बसलो तेव्हा तो म्हणाला– 'तुमची म्हातारी भलतीच जहांबाज आहे.'

मी म्हणालो – 'तिचा स्वभावच आहे.'

तो म्हणाला – 'जुनी माणसं खरोखरच प्रामाणिक होती.' म्हातारी आतल्या बाजूला आमचं बोलणं ऐकत असावी. एकदम बाहेर आली आणि म्हणाली – 'गाडी चालवायला गाडीवान आणि घर चालवायला बाई चांगली लागती.'

आम्ही दोघेही गप्प. म्हातारी आत गेली. दादा कोतोलीकर म्हणाला – 'आजीनं जागतिक सत्य सांगितलं.' त्याचा स्वर एकदम कापरा झाला होता. मग बराच वेळ आम्ही दोघंही काही बोललो नाही. शेवटी मीच म्हणालो –

'कशी काय फेरी घातली?'

तो म्हणाला – 'आलो आपला सहज. तुमचं काय चाललंय बघावं म्हणून.'

मी म्हणालो – 'काय चालायचं. खायचं आणि फिरायचं. दुसरा उद्योग नाही. तुमची चळवळ-बिळवळ सोडून टाकली. निवांत आहे. डोक्याला ताप नाही.'

तो म्हणाला – 'म्हणूनच मी एक प्रपोजल घेऊन आलोय. तुमची साथ मिळाली तर दोघंही यशस्वी होऊ. चार पैसे मिळतील.'

मी म्हणालो – 'चळवळ-बिळवळ सोडून बोलायचं.'

तो म्हणाला – 'चळवळ गेली खड्ड्यात. आपण पोटापाण्याचं बघू. माझं टायपिंग क्लासेस चालवण्याचं प्रमाणपत्र आहे. दोघं मिळून बँकेचं कर्ज घेऊ आणि क्लासेस सुरू करू. दोघं मिळून क्लास सांभाळू. तालुक्याच्या गावात त्याची गरज आहे. धंदा चांगला होईल. तुम्ही नुस्त यायचं. बाकीचं मी बघून घेतो.'

मी म्हणालो – 'आपल्याला कुठली बँक कर्ज देणार?'

तो एकदम फुलला. म्हणाला – 'त्याची काळजी नको. मी एका बँकेशी बोलणं केलंय, ते लोक तयार आहेत. फक्त तुम्ही आलात की प्रश्न मिटेल.'

मी त्याला ताबडतोब होकार दिला. नाहीतरी मला काहीतरी करायचं होतंच. पण हा गडी माझ्याकडंच का आला? हा प्रश्न सारखा भुणभुणायला लागला. दादा कोतोलीकर आता मात्र मला गूढ वाटाय लागला.

दुपारी दोन वाजायच्या सुमारास मी हॉटेल पराग समोर पोहोचलो. तर दादा वाटच बघत होता. मला म्हणाला – 'आपल्याला बँक ऑफ इंडियात जायचं आहे.'

मी काहीच न बोलता त्याच्या बरोबर चालू लागलो.

बँकेत पोहोचलो तर दादाच्या सगळेच घसटीचे. माझ्या ओळखीचा फक्त किरण टिपटोळकर दिसत होता. त्याच्या टेबलाजवळ जाऊन त्याचा हालहावाला विचारून मॅनेजर केबीनमध्ये आलो. दादाचं, त्यांचं आधीच बोलणं झालं असावं. मॅनेजरने लगेच लागणाऱ्या कागदपत्राची यादी सांगायला सुरुवात केली. मध्येच म्हणाला– 'मघाशीच साहेबांचा फोन आला होता.'

दादा म्हणाला– 'मी सकाळीच त्यांच्याशी बोललो होतो.' कोण साहेब हे जाणून घ्यायची उत्सुकता माझ्यात निर्माण झाली. माझी वळवळ बघून कोतोलीकर म्हणाला–

'गांधी नंतरच्या महात्म्यांची आपल्याला मदत आहे. त्यामुळे घाबरायची गरज नाही. तेच जामीन असणार आहेत.'

मग मी काहीच बोललो नाही. सगळं काम संपवून बँकेतून बाहेर पडलो.

कोतोलीकर म्हणाला– 'मला भीती होती की तुम्ही मानता की नाही याची. पण फार बरं वाटलं. आज डोकं थोडं हलकं वाटतयं.' आता तो काव्यात्मक बोलाय लागेल याची भीती वाटल्यामुळे मी त्याचा निरोप घेतला. रस्त्याला लागलो. तरीही मनात प्रश्न होताच की, दादा माझ्याकडंच का आला? मग मी आमच्या नेहमीच्या अड्ड्यावर जाऊन बसलो. विचार करता करता वाटाय लागलं. ह्यात आपण फसलो गेलो तर? मग मात्र डोकं गरगरायला लागलं. त्यातून एक मार्ग सुचला. टिपटोळकरला गाठून कर्जाची नेमकी भानगड विचारून घ्यावी. झटकन उठलो. बँकेजवळच्या पानाच्या खोक्याजवळ जाऊन थांबलो. तंबाखू खायचीही इच्छा होत नव्हती.

बँक सुटल्यावर बऱ्याच वेळानं टिपटोळकर बाहेर पडला. मला बघून म्हणाला– 'कुठवर आलं कर्ज प्रकरण?'

मी म्हणालो– 'तेच विचारायला थांबलोय. आपण कुठं तरी निवांत चहा घेऊ. तुझ्याशी थोडं बोलायचं आहे.'

तो म्हणाला– 'परागलाच जाऊ. मला भूक लागलीय.' मग आम्ही चालाय लागलो. चालता चालता टिपटोळकर म्हणाला– 'आयला ऽ कूळ बाकी गंड गाठलास.' तो कशाविषयी बोलतोय हेच कळेनासं झालं. हॉटेल परागच्या स्पेशल रूममध्ये बसल्या बसल्या टिपटोळकर म्हणाला– 'तुमचं कर्ज प्रकरण टॉप प्रायोरिटीने होणार. त्याची चिंता सोड. पण तू ही गोष्ट करतो आहेस हे फारच चांगलं. तुमच्या कर्जप्रकरणात तुमचा नेता असल्यामुळे कुठलीच क्यूरी निघणार नाही.'

मग मी म्हणालो– 'मला थोडी भीती वाटतेय. ह्यात माझी फसवणूक तर होणार नाही ना?'

मी अगदीच काकुळतीला येऊन म्हणालो. तसा टिपटोळकर म्हणाला– 'अरे, तू बुडालास तर तोही बुडणारच की. आणि त्यात पुन्हा दोघे बुडला तरी वाचवायला नेता आहेच की. तुझ्यासाठी नसलं तरी रांडेच्या पोरासाठी तरी त्याला ह्यात पडावंच लागंल की.'

टिपटोळकर अगदीच सहज बोलून गेला आणि मी पार उडालो. ही गोष्ट तशी मला नवीनच होती. कर्जप्रकरण माझ्या डोक्यातून झटकन उतरून गेलं. मी टिपटोळकरला हालवून विचारलं– 'तू नेमकं काय सांगतो आहेस?'

तो म्हणाला– 'अरे ती जगजाहीर गोष्ट आहे. तू एवढा त्याच्या चळवळीचा कार्यकर्ता आणि तुला हे माहित नाही? कमाल आहे.'

मी म्हणालो– 'उगाच बाता मारू नको. ही गोष्ट खरी असती तर मला कधीच समजली असती. आमचा गांधीनंतरचा महात्मा मला असा वाटत नाही.'

टिपटोळकर एकदम चिडला. म्हणाला– 'तुझा गांधीनंतरचा महात्मा भिकारचोट

आहे. तो फक्त बोलतो गोरगरीबांचं. बाकी काही नाही. उद्या ये आमच्या बँकेत. त्याच्या खात्यावर किती माया आहे ते दाखवतो. एक नंबरचा खाऊबाज आहे लेकाचा. एवढे पैसे कोठून मिळवतो साला. नुस्तं लोकांना लुबाडत असतो. तुला माहिती नसेल– ह्यानंच कोतोलीकरचं घर लुटलं. ह्या कोतोलीकरचा बाप ह्याचा चळवळीतला दोस्त. भलताच प्रामाणिक आणि सत्यवचनी माणूस. त्याच्याशी घरोबा वाढवला ह्या भिकारचोटानं. आणि त्याची बायकोच फितूर करून घेतली. ती रांड ह्याला लागू झाली आणि ह्यानं ते घर लुटून घेतलं. अजूनही चोवीस तास तिच्याजवळच पडून असतोय. ह्यो पोरगा तुझा पार्टनर हांडगा हाय साला. आईजवळ महात्मा झोपतोय आणि हा गप्प गार असतोय. माझ्यासारखा असता तर खांडोळी केली असती दोघांचीही. त्यांच्या जातीत सगळं चालतंय म्हण खरं. पण प्रकरण फारच भयंकर आहे. तुझ्या गांधी नंतरच्या महात्म्याला मात्र चौकात उभा करून जोड्यानं हाणला पाहिजे. साला चळवळ करतो भोसड्याची.'

टिपटोळकर बोलता बोलता लालेलाल झाला आणि माझ्या डोक्यात घण कोसळाय लागले. तो एवढ्या प्रामाणिकपणे बोलत होता की त्याच्यावर संशय घेणंही कठीण होतं. त्यातूनही धाडस करत मी म्हणालो–

'अरे, पण हे चळवळीतल्या लोकांना तरी कळालं असतं. अजून कुणालाच कसं माहित नाही?'

टिपटोळकर पुन्हा वैतागला– 'साल्या, सगळ्यांना माहित आहे. तुला सुद्धा माहित आहे. पण तुम्ही चळवळीतले लोक लुच्चे आहात. ढोंग करता. लोकांना फसवता आणि वर आव मात्र सतिसावित्रीचा. कुणाला माहित नाही तुमच्यात? विचार कुणालाही. लोक बोलत नाहीत. कारण गांधीनंतरच्या महात्म्याचं वजन आहे, तत्त्वज्ञ आहे भोसडीचा. त्याच्या शेजारीच आमचं घर आहे. ये एकदा. म्हणजे त्याची बायको काय म्हणते त्याच्याविषयी ते ऐकवतो. निव्वळ आव्वल सोद्या हाय रांडेचा.'

मी मात्र विषय थांबवला. हॉटेलमधून बाहेर पडलो. टिपटोळकरचा निरोप घेतला आणि मग कोतोलीकरच्या घरी गेलो असता घडलेल्या प्रसंगांची संगती माझ्या डोक्यात लागू लागली. डोक्याचा भुगा झाला. आता मात्र मला कोम्याला गाठणं गरजेच होतं. त्याच तिरमिरीत कोम्याचं घर गाठलं.

कोम्याला घरातून बाहेर काढून सगळं प्रकरण त्याच्या कानावर घातलं. तर तो सहजपणे म्हणाला– 'हात्तिच्या, ही तर जगजाहिर गोष्ट आहे. त्यात नवीन काय? कमाल आहे.'

मी म्हणालो– 'लेका, तू मला हे सांगितलं नाहीस?'

तो म्हणाला– 'मला वाटलं तुला हे माहित आहे. अरे, हे चालायचंच. ही त्याची व्यक्तिगत बाब आहे. त्याचा विचार आपण कशाला करा.'

मला मात्र संतापच आला. मी म्हणालो– 'साले, तुम्ही सगळे चळवळवाले भिकारचोट आहात.'

कोम्या म्हणाला– 'शब्द जुना झाला. नवा काय तरी वापर.' कोम्याच्या बोलण्यानं माझी दातखिळीच बसली.

तसा तोच म्हणाला– 'मला आश्चर्य नेहमी याचं वाटतं की हा दादा कोतोलीकर चळवळीत आला कसा? आयला, लेकाचा गांधी नंतरच्या महात्म्या विषयी उर्फ सेकंड बाबा विषयी खूपच आदरानं बोलतो. हे कसं काय? कोडंच आहे. पण दोस्त एक गोष्ट. साल्याची आई मात्र अजून टच्च आहे. गांधी नंतरच्या महात्म्याला मानलं पाहिजे.'

कोम्याच्या मुस्काडात भडकावून द्यावी असा राग आला. पण स्वत:ला आवरतच मी त्याला न सांगता रस्त्याला लागलो. सरळ साळुंखेच्या दारू दुकानात गावठी ढोसली. पण साला किती दारू पिली तरी चढतच नव्हती.

त्यानंतर मात्र बरेच दिवस दादा कोतोलीकरला टाळू लागलो. तो घरी आला तरी मी दडून बसून त्याला बाहेरच्या बाहेर कटवायचो. मी त्याच्याशी असं का वागतोय हे माझं मलाही कळत नव्हतं. पण हे सगळं घडत होतं. त्याच्याशी पार्टनर होऊन धंदा करायचा विचार मी डोक्यातून काढून टाकला होता. कारण एकूण प्रकरण मला आवाक्यातलं वाटत नव्हतं. त्याच्याविषयी प्रचंड सहानुभूती आणि प्रचंड घृणा असं काहीतरी रसायन माझ्या मेंदूत तयार झालं होतं. आता माझ्यापुरतं हे प्रकरण मला संपवणं अत्यंत गरजेचं वाटत होतं. हा विकतचा ताप आपण कोठून घेतला, हे ही कळत नव्हतं.

त्यावरचा जालीम उपाय म्हणून मी दादा कोतोलीकरला टाळत होतो का? याचंही उत्तर नीट मिळत नव्हतं. ह्यावर उपाय म्हणून गांधी नंतरच्या महात्म्याला गाठून ह्या सगळ्याचा जाब विचारावा, असं डोक्यात घुसलं. पण नंतर वाटू लागलं, आपण विचारणार कोण? मग तोही विचार बारगळला. अगदी आटोकाट प्रयत्न करून मेंदूला लागलेली ही वाळवी मी संपवून टाकत होतो. पण एक दिवशी रात्री नऊच्या दरम्यान मी अन्नपूर्णा बारमध्ये नेहमीप्रमाणे एकटा पीत बसलो असताना दादा कोतोलीकर माझ्यासमोर टपकला. त्याने आधीच भरपूर पिली असावी. न बोलताच त्यानं ग्लास मागवला. माझ्या बाटलीतली ओतून घेतली. ड्राय पेग मारला. चेहऱ्यावर निरपून हात फिरवला. मग माझ्याकडं थेट बघत म्हणाला– 'मिस्टर रघू देसाई. आज शेवटचं बोलून टाकतो. म्हणजे तुमच्याही मनात काही नको. मलाही हे कोणाजवळ तरी बोलायचं होतं. आणि त्या दृष्टीनं तुम्ही मला जवळचे वाटत होता.'

मग तो थोडा थांबला. मी एकदम भांबावलो. समोरचा पेग घटाघट संपवला.

तसा तो पुढं बोलू लागला– 'तुम्ही घरंदाज आहात. मी नाही. कारण माझी आई गांधी नंतरच्या महात्म्याजवळ झोपते. ही गोष्ट मी लहानपणीच स्वीकारलेली आहे. त्यात मला वावगं काहीच वाटत नाही. तिला तो पुरूष म्हणून आवडतो. ती त्याच्याजवळ जाते. यात वाईट काहीच नाही. हे माझ्या बापाचे उद्‌गार मला शंभर टक्के मान्य असल्यामुळे ते मी स्वीकारलेले आहेत. पण ह्या प्रकरणामुळे माझ्या बापाच्या डोक्यावर परिणाम झाला हे साफ चूक आहे. माझा बाप ग्रेट माणूस होता. त्याच्या पायताणाजवळ बसायची ह्या गांधी नंतरच्या महात्म्याची लायकी नाही. माझ्या बापाला आईबाबत जेव्हा पहिल्यांदा संशय आला, संशय हा शब्द योग्य नाही कारण माझा बाप संशयी नव्हता. तर जेव्हा त्याची खात्री पटली तेव्हा माझ्या आईला माझ्या आणि बहिणीच्या, म्हणजे माझ्या मेलेल्या बहिणीच्या उपस्थितीत विचारले होते की, तू गांधी नंतरच्या महात्म्याशी लग्न करणार आहेस का? मी लग्न लावून देतो. याचा अर्थ तो नामर्द नव्हता. फक्त तो ग्रेट होता. तेव्हा ही साली, आमची मातोश्री ओक्साबोक्सी रडली. काहीच बोलली नाही. त्यानंतर हा विषय आमच्या बापानं पुन्हा कधी काढला नाही. ही साली मुळातच खोटारडी, ढोंगी. त्यानंतरही त्याच्याकडं जातच राहिली. बापाला चोरून. बापानं त्यानंतर ह्या बाईला अनाथालयातून आलेल्या बाईसारखं पोसायचं ठरवलं. ते ही मला आणि बहिणीला सांगून सवरून. त्यानंतर त्याने हा विषय निर्णायकपणे डोक्यातून काढून टाकला. त्यानंतर हा गांधी नंतरचा महात्मा आमच्या घरात बापाशी चर्चा करताना जे ऐकायचा, तेच स्टेजवर बोलून वर्तमानपत्रात मार्केट घ्यायचा. माझी बहीण याविषयी बापाला विचारायची, तेव्हा बाप म्हणायचा – त्याची लायकीच तेवढी. तो तेच करत रहाणार. ज्याला त्याला आपल्या वृत्ती प्रमाणे जगू द्यावं.

बहीण चिडायची. तेव्हा बाप एकदम शांत. कारण तो ग्रेट होता.

आम्ही तिघांनीही आईला वजा करून जगायची सवय लावून घेतली होती.

पण झालं काय? तर माझी बहीण बारावी पास होऊन कॉलेजात गेली.'

दादा बोलता बोलताच थांबला. त्यानं बाटली एकदम पेल्यात रिकामी केली. पेला तसाच पोटात रिकामा केला. पुन्हा एकदा चेहरा निरपून घेतला. त्याच्या डोळ्यात रक्त उतरलं होतं. एकदम भेसूर दिसत होता तो. त्यानं लांबलचक सुस्कारा सोडला. माझ्या डोळ्यात डोळे खुपसले. आणि म्हणाला–

'माझी बहीण- तिला मी दीदी म्हणायचो– ती कॉलेजात गेली. स्टेजवर हायक्लास भाषण करायची. वर्गात नंबरात असायची. बाप भयंकर खूष होता तिच्यावर. अख्खं कॉलेज मॅड केलं होतं तिनं. प्रिन्सिपल घरात येऊन तिचं कौतुक करायचा. पणऽऽ

ती एस. वाय. च्या परीक्षेची तयारी करत होती. एका क्षणाचीही तिला उसंत

नव्हती. गुरुवार, तीन मार्च एकोणीसशे सत्त्याऐंशी. गांधीनंतरचा महात्मा घरात आला. आईशी चाळे करता करता बहिणीच्या खोलीत जाऊन तिच्याशी झोंबू लागला. ती जिवाच्या करारावर ओरडली. तेव्हा खोलीतून बाहेर पडला. आईनं लाकडानं बडवलं तिला. म्हणाली– ओरडाय काय झालं? बहिणीनं आईचा गळा गच्च आवळला. इतका की त्यावेळी मी पोहचलो नसतो तर तिनं खूनच केला असता. मी सोडवून घेतलं. तेव्हा म्हणाली बाबांना बोलवून आण. बाबा तेव्हा चळवळीचा अहवाल लिहिण्यासाठी ऑफिसवर गेले होते. बाप घरात आल्या आल्या सगळं प्रकरण बहिणीनं कानावर घातलं. माझ्या अंगाची ल्हायी झाली. तेव्हा बाप मला म्हणाला – आपल्याला तुझ्या मनात आहे तेच करायचे आहे, पण थोडं शांतपणे विचारपूर्वक करू. घाई नको. घाईने आपलाच घात होईल. तेव्हा चिडून बापाच्या अंगावर मी थुंकलो. तो काहीच बोलला नाही. कारण तो ग्रेट होता.

त्या रात्रीच दीदीने विहिरीत उडी टाकून आत्महत्या केली. मी जागा झालो तेव्हा आई किंचाळत होती आणि बाप डोकं धरून बसला होता. प्रेत दारात आणलं तेव्हा गांधीनंतरचा महात्मा आला. त्याला बघताच बाप ओरडला. अगदी ढोरासारखं. नंतर तो ओरडतच गायब झाला. गांधी नंतरच्या महात्म्यानं कर्तेपणानं सगळं निस्तरलं. त्यातही मार्केट घेऊन गेला.

त्यानंतर मी ठरवलं. त्याच्याशी लढायचं. त्याच्याच शस्त्रानं. म्हणून चळवळीत आलोय. त्याची स्तुती करतोय. त्याच्याच आधारानं धंदा काढतोय. त्याच्या घरात मी सलगी वाढवलीय. त्याच्याच शस्त्रानं मी लढणार आहे. शांत डोक्यानं, अगदी बापानं सांगितलंय तसं. ह्या सगळ्यात दोस्त, फक्त तूच मदत करशील असं पहिल्याच भेटीत वाटलं होतं. कारण त्याच्या विषयीचा तिरस्कार फक्त तुझ्याच डोळ्यात मला दिसला होता. पण तूच बाजूला झालास. म्हणजे मी थांबणार आहे असं नाही. पण दोस्त, तुझा हात हवा. बघ. तूच ठरव. मी वाट बघतोय.' म्हणतच तो उठला आणि तडक बारच्या बाहेर पडला. माझ्या मेंदूच्या ठिकऱ्या उडालेल्या. दारू मागवायचीही वासना झाली नाही. तसाच बसून राहिलो. किती तरी वेळ. वेटरनं हालवून उठवलं तेव्हा बार बंद झालेला. दारातून बाहेर पडलो. गावातले सगळेच दिवे गेलेले होते. च्युतमारीचे!

बखर, दिवाळी १९९३

बाई

"कमळीऽऽ जरा आडवी तरी हो की गऽऽ सारखं सारखं घुम्म बसून आता काय उपेग?"

फूलाच्या आवाजानं ती एकदम भानावर आली. आडवं व्हवून तरी काय डोळा लागणार हाय? उगच आढ्याकडं बघत पडायचं आनी मागनं पाटवाण ताटून आलं की उठून बसायचं. त्यापरास आडवंच न्हाई झालं तर... तिच्या मनात सुरू झालं. नंतर बराच वेळ ती त्यातच गुतपाळली. शेजारी धुळव्वा आणि तान्नव्वा डाराडूर झोपलेल्या. अशी बिनघोरी झोप तिला मागच्या सहा महिन्यांत लागली नव्हती. लागणार तरी कशी? सहा महिन्यांपूर्वी मध्यान्ह रातीला ती नांदत्या घरातनं बाहेर पडली. माघारी फिरून म्हायारला जायची तिच्यात हिंमत नव्हती आणि गेलीच असती, तरी भावांनी तिला दुसऱ्याच दिवशी आणून घातली असती त्या कोंडवाड्यात. आई-बाप असतं तर गोष्ट वायली. भाऊ ज्याच्या त्याच्या संसाराचे. एक-दोनदा जाऊन गाऱ्हाणं सांगूनही बघितलं होतं. तर तिघांनी मिळून तिला अखेरचं सांगून टाकलं होतं, ज्या दिवसी तुला दिली त्याच दिवसी तू आम्हाला मेलीस आनी आमी तुला. काळजावर दगड बांधून त्या दिवसी ती परतली होती. आता माघारी न्हाई जायचं. उगाच मुक्यासमोर जाऊन नाक कशाला खांजळा? कुणाच्याबी वळचणीला पडून प्वॉट भरायचं खरं ह्या राक्ससाजवळ न्हाई ऱ्हायचं, असा निर्धार करून ती रात्रभर चालत राहिली. भगटायला रायबाग गाठलं. मोटारटायणावर बसून अर्धा ध्याडा काढला. आता जायचं कुठं? मोटारटायणावर प्रत्येकाचा डोळा तिच्यावर तिरपा होऊन फिरायचा. भाड्यांनी बाई कध्धी बगीतली आसंल का न्हाई...? मग तिच्या मनात बरंच उलटसुलट बरंवाईट सुरू व्हायचं. ह्यातच एका अवचित क्षणी तिनं ठरवलं, सरळ गोकाकच्या धबधब्यात जाऊन उडी टाकू. ताप न्हाई. ती उठली. गोकाक गाडीत बसली आणि एकाएकी अंगावरची साडी भिजून लादा झाली. असला कसला घाम? तिचं तिलाच कोडं उलगडत नव्हतं. गोकाकच्या मोटार-

टायणावर बसून रात्र काढली. पण धबधब्याकडं पाय उचलायला तयार नाही. नुस्तीच बसून राहिली. सारखं मनात पुन्हा एकच सुरू झालं. ह्या भाड्याला भिऊन जीव द्यायचा म्हणजे त्येला पायजे तेच करायचं की आपुन. त्यापरास त्येला हरघडी याद यायला पायजे. मान खाली घालाय लागाय पायजे.

संध्याकाळ कशी झाली तिचं तिलाच कळालं नाही. अन्नावरची वासना उडालेली; परंतु पोटाची आग जाणार कुठं? दोन भजीतरी पोटात ढकलावी म्हणून ती टायणाशेजारच्या गाड्यावर गेली. तर तिथं गावातली फूला. चांगली सजूनधजून तोऱ्यात उभी. पहिल्यांदा तिनं तोंड लपवलं. नंतर धाडस करून हाळी मारली. तर फूला एकदम गदबाळलीच. मग सगळं सांगता सांगता रडून सरकदान झाली. फूलानं तिला खोलीवर आणली. राहिली ती इथंच.

फूला अंग झटकून उठली. तिनं कुडचाभर तंबाखू घेतला. टपरात भाजला. सगळ्या खोलीभर तंबाखूची खाट. तान्नव्वा ठसका बसून उठली ती शिव्या देतच. फूलानं निम्मी राकुंडी कमळीच्या हातात ठेवली. जांभया देणारी तान्नव्वा म्हणाली, "आगं, त्यो बुलेटवाला आज-उद्या ईल. हिला काय त्यो कंडका पाड म्हणावं इच्यार करून."

कमळी एकदम कावरी-बावरी झाली. 'इच्यार तरी काय करायचा?' ती स्वत:शीच पुटपुटली. हातातली राकुंडी बारीक करतच फूला म्हणाली, "आता इच्यार न्हाई आनी काय न्हाई. कमळी, त्यो म्हणतोय न्हवं तर जा त्येच्याबरबर. खोली घीऊन ठेवतो म्हणतोय. मग तुजं काय वाईट व्हतंय? आमच्यागत तुला काय रोजच्याला तिन-चार गिराकं झेपायची न्हाईत. मग पोटाला खाशील काय? राणीगत ठेवतो म्हणालाय." तान्नव्वा तिची री ओढतच म्हणाली, "मन्शा मला बी बरा वाटतोय बाई." फूला घासणी सुरू करतच म्हणाली, "त्ये दोघं होईत म्हणं. समकात हिला ठीऊन घेणार हाईत. बिघाडलं कुठं? एकटा तिथं दोघं. कमळीला सगळं गुडारतच."

इथं आली तेव्हा महिनाभर त्या तिघींनी तिला रांधून घातलं. पहिल्या दिवशी तर तिच्या जिवाचं पाणी पाणी झालेलं. कासराभर लांबीची खोली. त्यात एक खाट, चूल, भांडी-कुंडी भित्तीवर. एका खोपड्याला अंगाचं मुटकुळं करून बसली. खाटेला आडोसा म्हणून लांबलचक पडदा बांधलेला. तान्नव्वा एकेका बाप्याला घेऊन यायची; खाटेवर जायची. पडदा सरकायचा. मग नुस्ती घुसळा-घुसळ. इथनं पळावं म्हणून उठायची आणि तिच्या पायातलं आवसानच गळायचं. जेवनवक्ताला तर तीन बाप्पे आले. कॉटवर, देवाच्या खोपड्यात आणि चुलीसमोर. तिघी तिन्हीकडं. मुटकुळं करून बसलेल्या कमळीला चुलीपुढच्या बाप्याचे पाय घासाय लागले. सगळा अंधार. तिचा जीव चराकला. ती उंबऱ्यावर येऊन बसली. मेलेलं बरं. पुन्हा धाडसानं तिनं उठायचं ठरवलं, तर अंग घामानं चिम्ब. तिच्या डोळ्यासमोर नवरा

यायला लागला. ती एकदम पेटली. भाड्याला, रांड व्हवूनच दावतो. तिच्या मुठी आवळल्या. दातावर दात आपटले. आणि त्या तिरीमिरीतच ती खोलीतल्या हालणाऱ्या अंधारात एकमेकात मिसळलेले श्वास मनात खोल साठवत गेली. मन दगड होत गेलं.

दुसऱ्या दिवशी फूलाला सगळं बयवार सांगितलं. तर ती म्हणाय लागली, "घर गाठ बाई. तुला इथलं हे सगळं झेपायचं न्हाई. गावात कुणाच्यातरी वळचणीला शिळंपाकं खाऊन जगशील. इथं कुजून मरायची पाळी ईल. आमच्या नशिबानं घेतलंय ते तुज्या नको."

फूलाचं म्हणणं तिला पटत होतं; पण घराकडं जायचं म्हणजे कुठल्या? वळचणीला पडायचं म्हणजे तरी कुणाच्या? तिच्या डोक्यात मुंग्याच मुंग्या. मग अनेक दिवस अशा मुंग्याच अंगभर यायला लागल्या. अशात तो बुलेटवाला तिच्यासमोरून चकरा माराय लागला. डोक्यातल्या किड्यांच्या लिवलिवीत वैतागून तिनं झटक्यात निकाल लावून टाकला. कसं घडलं तिचं तिलाही कळलं नाही. फूला फक्त टाळापगळून हाणून-बडवून घेत बसली. नंतर तिनं असं का केलीस म्हणून तिला विचारलंही नाही. हळूहळू सगळ्याचीच सवय झाली.

फूला राकुंडीची गुळणी जोरात थुंकतच म्हणाली, "मग ठरलं न्हवं जायाचं?"

तिनं निश्चयानं मान हालवली. नशीब कुठं न्हील तिकडं जायचं... ती स्वत:शीच पुटपुटली.

कचेरीच्या गेटमधून बुलेट बाहेर पडल्यावर शेक्यानं बूड हालवून नीट बसल्याची खात्री करून घेतली. पाठीमागं बसलेला नाग्या हातवारे करून काय-काय बडबडत होता. त्याकडं शेक्याचं लक्ष नव्हतं. पेठ ओलांडताना शेक्यानं बुलेट पानाच्या खोक्यासमोर थांबवली. एकशेवीसतीनशे बनारस पानाचा तोबरा भरला. नाग्याला चारमिनारची हुक्की आली. सिगारेट ओढता ओढता नाग्या म्हणाला, "शेक्या, बाई दिसायला कशी काय?"

"कशी म्हणून काय इच्यारतोस, बघच चल की."

"ते झालंच रे, तरी पण –"

"एकदम बेस्ट."

नाग्या मनातल्या मनात हुरळला. बायको सोडून त्याच्या आयुष्यात बाईच आली नव्हती. येणार तरी कशी? कॉलेजात असताना अंगावर धड कपडं नव्हती; मग पोरींच्याकडं वर मान करून बघणार तरी कधी? कॉलेज संपल्या संपल्या दोन वर्षे हजार जनांच्या पाया पडण्यात गेली. कारखान्यात नोकरी मिळाली ते वर्षाच्या आत घरातल्यांनी लगीन करून टाकलं. घर ते कचेरी. शेतीभाती. ह्यात तीन पोरं कशी झाली त्याचं त्यालाच कळालं नाही. शेक्या बिलींग सेक्शनला आला आणि

त्याचं जगणंच बदललं. शेक्याचं सरळसोट्ट तत्त्वज्ञान. जिंदगीत आईश करायची. जे जमलं नाही, ते करून मज्जा करायची. जिंदगी एकदाच.

शेक्याच्या संगतीतच त्यानं पहिल्यांदा दारूचा घोट घेतला. पिताना शेक्या बायकांचे भन्नाट किस्से ऐकवतो. च्या आयला, आपलं जगणं म्हणजे पुळचटच; हा समज नाग्याच्या डोक्यात घर करून बसला. तर परवा पितापिता शेक्यानं अचानक प्रपोजल मांडलं, गोकाकात एक बाई हाय. आपण तिला समकात ठेवून घीऊ. जिंदगी आईश करायची. ऐकल्या ऐकल्या नाग्याच्या डोक्याला झिणझिण्या. बाई आणि समकात? त्याची पिलेली झटकन उतरली. तो शेक्यावर सरसावून धावला. तर शेक्यानं शांतपणे त्याला आणखी पाजली. म्हणाला, "लेको, तुला झाली आता तीन पोरं. तुला एकट्याला कोण बाई भाळणार? त्यात तुझ्या सतरा वडाताणी. तुझं काय माझ्यासारखं हाय? माझं बघ आईश करायची म्हणून मी अजून बायकोला प्वॉर व्हवू द्यायला नाही. लग्नाला आठ वर्षे संपली. गावात हाय का कोण माझ्यासारखा? आनी गड्या, त्या आणायच्या बाईशी काय आपल्याला लगीन करायचंय? जमतंय तेवढे दिवस ठेवून घ्यायची. हिचा कंटाळा आला की बायकोजवळ. तिचा कंटाळा आला की हिच्याजवळ. मागनं द्यायची हाकलून. दोघांनी तिचा खर्च करायचा म्हटला तर किती ईल? लई लई तर पा-साशे. आईश करायची म्हणजे तेवढी रक्कम जास्ती नाही. नाहीतर जिंदगाणीत हायच काय? नुस्ती वडाताण."

नाग्या एकदम मऊ पडला. कच खात एकदम तयार. दोघांनी ऑफिसात दुपारपासूनची रजा टाकली आणि लागले होते रस्त्याला. नाग्याच्या डोक्यात हजार विचार. बुलेट त्याच्या विचाराच्या वेगानं पळत होती... शेक्याचं गाव जरा तरी मोठं. आपलं म्हणजे दोन गल्ल्यांचं. त्यात पेठंत आपल्याला कुणीतरी बाईसंग बघून गावात सांगितलं म्हणजे बोंब.

शेक्यानं हुक्केरीच्या वेशीत गाडी थांबवली. नाग्याचं डोकं एकदम शांत झालं. म्हणाला, "गड्या जरा चहा घेऊ." तर शेक्याचं सुरू. "लेको, गाव सोडल्यावर कधी चहा न्हाई घ्यायचा – नुस्ती दारू."

"हॅटऽऽ आत्ताच दारू पिली तर त्या बाईजवळ गेल्यावर नुस्तं पॅक पडाय व्हईल."

"तसं न्हाई गा व्हईत. तवर उतरती. चल तू." म्हणत शेक्यानं बुलट सुरू केली.

पोटात व्हिस्कीचा एक एक घोट जायला लागल्यावर नाग्या मोकळा झाला. म्हणाला, "शेक्या, तू भलताच डेरर गड्या. आपल्याला आयुष्यात न्हाई जमलं कध्धी अस्सं."

"आजवर जमलं नसलं तर हितनं पुढं जमवायचं गाऽऽ त्यात काय? येतो म्हणाली तर आजच आणून टाकू तिला बुलेटवर घालून राच्याला."

"आनी ठेवतोस कुठं? खोली नको बघायला?"

“ठेवायची लॉजवर. चार दिवसात बघायची खोली. माझ्या माप वळकी होईत. तू नको काळजी करू.”

“नको गड्या. आज नुस्ता तालमाला बघून येऊ.”

मग शेक्यानं विषय वाढवला नाही. क्वॉर्टर संपल्यावर बुलेट वाऱ्यासारखी गोकाकच्या रस्त्याला लागली.

झोपडीवजा घरांच्या रांगेत बुलेट घुसली. दाटीवाटीनं उभी लहान लहान छपरं. तुरळक ये-जा. रापलेल्या पण सजून बसलेल्या बायका. नाग्याला सगळंच नवीन. शेक्या मात्र सराईतसारखा. बुलेट थांबली. उंबऱ्याला बसलेल्या दोघी टकामका बघाय लागल्या. त्यातल्या एकीनं आत हाळी दिली. तर शेक्या बिनधास्त वाकून आत घुसला. नाग्या गांगरला. अंग चोरून आत जायला निघाला. खोपटाची चौकट कपाळाला थाडऽऽकन बडावली. कळ मेंदूपर्यंत. आतल्या बाईची एकदम धांदल. शेक्या नेहमीसारखा अघळपघळ खाटेवर पसरला. उभ्या नाग्याला जवळ ओढून टेकवलं. म्हणाला, “हे आमचं दोस्त.” कमळी फक्त हसली. नाग्याला ती धंदा करणारी वाटत नव्हती. उंबऱ्यावरची बाई आत येतच म्हणाली, “कमळीला लईबी आशा लावून ठेवू नगा काय त्यो आज कंडकाच पाडा.” शेक्या फक्त हॅऽऽ हॅऽऽ करत बसला. मग त्या बाईला घेऊन खोपटाच्या बाहेर पडला. नाग्या आकसून बसला.

कमळी खाटेवर त्याच्या शेजारी येऊन टेकली. नाग्या गार. शेक्या यायचा पत्ता नाही. कसंबसं धाडस करत म्हणाला, “नाव काय तुझं?”

ती नाव सांगताच यांत्रिकपणे त्याच्या जवळ सरकली. त्यानं बळ एकवटून तिच्या हातावर हात ठेवला. पुढं त्याला शेक्याची आठवणच राहिली नाही.

“मिस्टर नागाप्पा सरबोळे, आपल्या आपल्यात सगळ्या गोष्टी क्लीअर असाव्यात म्हणून सांगतो. दर म्हयन्याला पगारातले चार-पाशे बाजूला काढायचे. हिच्याकडं जमा.” शेक्या भडंग खाता खाता बडबडत होता. ती आळीपाळीनं दोघांकडं बघत होती. नाग्या म्हणाला, “ठरलंय ते सोडून दुसरं काय तरी खोली बिलीचं सांग.”

“खोलीची काळजी तू नको करू. उद्या संध्याकाळी खोली तयार. बेघरात दहा बाय दहाची खोली बघीतलीय. आतल्या आत न्हाणी पाण्याची चावी, संडासला तेवढं भाईर. बाकी सगळं आतल्या आत. जवळपास ओळखीचं कोणसुद्धा न्हाई. पयले चार महिने जपून काढायचे. मागनं काय सगळंच निवांत.”

नाग्या एकदम डोक्यावरचं ओझं उतरल्यासारखा रिकामा. म्हणाला, “म्हणजे तू आधीच खोली बघून ठेवलास म्हण की. तयारीचा लागलास गड्या.”

शेक्या स्वत:वरच खूश. म्हणाला, “रांडा करायच्या म्हणजे तयारी लागती बाबा.”

ती एकदम बावचाळली. इथं आपले किती दिवस? तिच्या मनात अचानक

प्रश्न आणि ती त्यातच हरवली. भानावर आली तेव्हा शेक्या तिला गदागदा हालवून विचारत होता– "तू गोकाकात कशी आलीस ह्येला सांग जरा."

नाग्या म्हणाला, "ऱ्हावू दे घे. सांगल मागनं कधी तरी." तिचा टाळा उघडलाच नाही. मग ते दोघे लॉजच्या बाहेर पडले.

ती एकटीच. एकदम मोकळी होऊन गादीवर लोळत पडलेली. नजर मात्र गरगर फिरणाऱ्या पंख्यावरून हालायला तयार नव्हती. दारावर टकटक झाली. म्हणजे संध्याकाळ झाली की काय? दोघांपैकी कोणतरी आलं वाटतं. जातच बापयांची मस्तवाल. कायतरी पोटात घालाय पायजे; त्याशिवाय उभारायलाबी आवसान पुरणार न्हाई... तिनं दार उघडलं. तर दारात लॉजचा कामवाला पोरगा. म्हणाला, "दुपारच्या चहाचे पैसे."

"मालक भाईर गेल्यात." ती कसबसं पुटपुटली. जायला निघालेल्या मुलाला थांबवतच ती म्हणाली, "खायला काय आन्सील?"

"खालच्या गाड्यावर भजी हाईत. आणू?"

तिनं मान हालवली. येताना चार हिरव्या मिरच्या आण म्हणून सांगायला ती विसरली नाही. मग बरोबर आणलेल्या पिसवीच्या तळाची छोटी पर्स शोधणं तिनं सुरू केलं. पन्नासभर रुपये शिल्लक होते तिच्याजवळ. दोन साड्या, तीन ब्लाऊज आणि एक परकर. संपली तिची मालमत्ता. तिचं तिलाच हसू आलं. एवढ्यात पोरगा भज्याचा पुडा घेऊन आला. तोंडाला पाणी सुटलं. गडबडीनं तिनं एक भजं आणि दोन मिरच्या कारऽऽ कारऽऽ चावल्या. तोंडाची ल्हायी झाली. हाऽऽहू करतच डोळ्यात पाणी येईपर्यंत ती मिरच्या चावत राहिली.

अंधार पडल्यावर ते दोघे भल्या मोठ्या दोन पिसवाटातून काय– काय घेऊन आले. पिसवाट तिच्यासमोर टेकवतच शेक्या म्हणाला, "आन्ला बघ तुझा निम्मा संसार." ती ढीम्म. शेक्यानं पिसवाट ओतलं. जेवनाचा डबा आणि दारूच्या बाटल्या बाजूला काढल्या. नाग्यानं ग्लास आणले. शेक्या तिला म्हणाला, "आज तूबी प्यायला पायजेस आमच्या बरबर." तिच्या अंगावर काटा. थंडगार बसून राहिली. नाग्या म्हणाला, "तुला हे बी चालतंय?"

"आरंऽऽ चालतंय न्हवं आजपास्नं चालवायचं."

"नको गड्या, तिच्या मनात नसलं तर जबरदस्ती नगो."

त्या दोघात शब्दाला शब्द वाढत चालला. तिची नजर शेक्याच्या हातातल्या बाटलीवर खिळली. आतलं तांबूस पिवळं पाणी हेंदकळत होतं. नंतर दोघेही गप्प. पेले भरले. ती भिंतीला टेकून बसून राहिली. डोक्यात किड्यांची लीवलीव.

शेक्या, "आपण टायमिंग वाटून घ्यायला पायजे. दोघंबी एकाच टायमाला म्हणजे गड्या आपल्याला जमत न्हाई."

शेक्या म्हणाला, "मग आलटून पालटून सकाळ संध्याकाळ वाटून घेऊ. रात्र आळीपाळीनं बदलायची."

किती सज्ज बोलत्यात भाडे. ती स्वत:शीच पुटपुटली. काय आसंल चेटूक ह्या चमड्यात? तिचं डोकं हळूहळू भणभणायला सुरुवात झाली.

नेहमीसारखा शेक्या अर्ध्या बाटलीत लोळाय लागला. नाग्याचं दमात सुरू. पिता पिता तिला जवळ ओढत म्हणाला, "ह्येचं आसंच आस्तंय. आता त्यो काही खाणार न्हाई. उठणार न्हाई. झालं पॅक." ती फक्त हसली. शेक्याच्याा सवयी त्याच्यापेक्षा तिला अधिक माहिती होत्या. नाग्यानं पितापिताच जेवणाचा डबा जवळ ओढला. मग तो मटनाचा एक एक चुरा तिला चाखाय लागला. असं नवऱ्यानंही भरवलं नव्हतं तिला. ह्यो भाड्या तरी बायकोला कुठं भरवत आसंल... तिच्या मनात सुरू झालं. अशात त्यानं खेळण्यातल्या बाहुलीसारखी तिला अल्लादी उचलून कवळ्यात मारली.

खोलीच्या दारात स्कूटर थांबली. केसातला कंगवा तसाच ठेवून तिनं गडबडीनं दार उघडलं. नाग्या गडबडीनं आत आला. दाराला कडी लावायला तो विसरला नाही. त्याची ती अवस्था बघून ती म्हणाली, "आता एवढं काय भ्यायचं. झालं की जुनं सगळं." नाग्या म्हणाला, "तुला सांगून काय उपेग. घरात कळालं तर हाड न्हाई शिल्लक ऱ्हायाचं तुझंबी आनी माझंबी."

"आसं काय वाघ बांधल्यात काय तुमच्या घरच्यानी?"

"ते तुला न्हाई कळायचं." म्हणत तो भिंतीला टेकून बसला. तिनं स्टोला पंप मारला. रॉकेलचा फवारा. वास मेंदूपर्यंत घुसला. फुरफुरत्या स्टोवर आदण चढवत म्हणाली, "एक चांगलं गाळणं आणा."

त्यानं दुर्लक्ष करून जांभया द्यायला सुरुवात केली. अशात दारात बुलेट थांबल्याचा आवाज झाला. तो एकदम दचकला. पण शेक्या कसा येईल यावेळी? तिला ऐकू जाईल अशा आवाजात म्हणाला, "शेक्या कधी गेला?"

"झालं की दोन तास." ती यांत्रिकपणे बडबडली.

चहाचा कप त्याच्या समोर सारून त्याच्या जवळ बसली. दारातली बुलेट पुढं गेली. त्याला मोकळं वाटलं. एकदम रंगात येऊन तिच्या खांद्यावर हात टाकून चहा प्यायला सुरुवात केली. ती लाडिक झाली. चहाचा कप बाजूला सारतच त्यानं तिला ओढून घेतलं. मग ती पुन्हा यांत्रिक बनत गेली.

निघताना तो म्हणाला, "बाजार काय आणायचा?"

"काऽऽय नको. तुमीच याऽऽ" तिचा लाडीकपणाही यांत्रिक बनत गेला. स्कूटरचा आवाज लांब जाईपर्यंत ती दारालाच थांबली. गल्लीत चिटपाखरूसुद्धा

नव्हतं. ती आत वळली. अंग एकदम आंबल्यासारखं झालेलं. आडवी झाली. तिथंच तिला डोळा लागला.

किनिट पडली. गल्लीतले दिवे लागले. अजून बुलेटचा आवाज तिच्या कानावर पडायला तयार नव्हता. न्हाईच आला ह्यो तर बरं व्हईल. हाय त्यो शिळाभात हांबलायचा आणि झोपून टाकायचं. वणवा न्हाई...

ती भिंतीवरच्या आरशासमोर थांबली. किचिंत पाणी आलंय तोंडावर. स्वत:शीच हसली. मग डोळे वटारून स्वत:कडंच बघत ती एकदम गप्पगार झाली. बरं झालं त्या राडीतनंबी इथं आलो ते... ती आपल्याच विचारात गुतपाळली. वेळ कसा गेला तिचं तिलाच समजलं नाही. दार उघडून तिनं बाहेर बघीतलं. ट्यूबचा फेक्क प्रकाश आणि वहानांची तुरळक येजा. एक दारूडा भेलकांडत जाता-जाता तिला निरखून बघाय लागला. आजूबाजूला कुणाचीही ओळख व्हायला नव्हती अजून. तिनं धाडकन दार ढकललं. एकदम मोकळं वाटलं. कशाला भ्यालो आपण? त्यो दारूडा घुसला असता खोलीत, तर त्यानं करून करून काय केलं असतं? स्वत:वरच चिडली. मग मनात आलं, किती वाजले असतील? विचारायचं तरी कुणाला? आता न्हाईच येनार त्यो. बरं झालं चला, जरा हादलू आणि झोपून टाकू. म्हणत ती खिडूक-मिडूक कराय लागली.

सगळं आटोपून ती अंथरुणावर लवंडण्याच्या नादात होती. तोवर दारात बुलेट थांबल्याचा आवाज झाला. ती एकदम दचकली. आली वाटतं पीडा... घाईनं उठाय गेली. एकदम कंबरेत चमक भरली. मरणाची कळ. तर दारावर धाडधाड सुरू झालं. कसंबसं दार उघडलं. तर आत येता येताच त्यानं दार झाकण्याऐवजी तिलाच मिठी मारली. दारऽऽ तरीऽऽ म्हणतच ती विव्हळली. शेक्याच्या पिलेल्या तोंडाचा वास तिच्या डोस्क्यात घुसला.

"हेटऽऽ तिच्या मारी. दार उघडं ऱ्हायलं तर तुला काय व्हतंय?" तिनं धडपडत स्वत:ला सोडवून घेतलं. दाराकडं सरकली. तर तो तिला थांबवतच बाहेर गेला. बुलेटच्या डिकीतलं बरंच काय-काय काढून घेऊन आला. स्वत:च दार झाकत म्हणाला, "नाग्या गेला का येऊन?" ती फक्त हुंकारली.

"मटन आणलंय. शिजाय टाक. चरचरीत व्हवू दे रस्सा." म्हणत त्यानं आणलेलं सगळं भुईवर ओतलं. त्यातली रमची बाटली तेवढी बाजूला काढली आणि तिनं घातलेल्या अंथरुणावर अघळपघळ बैठक मारली. आता सगळं करायचं म्हणजे तिच्या जिवावर आलं. जिवाच्या करारावर उठून काचेचा पेला खदबळून त्याच्या समोर ठेवला. न बोलताच तांब्याभर पाणी त्याच्याकडं सरकलं आणि स्टोला पंप मारायला सुरुवात केली. आवाज खोलीभर घुमला.

"रस्सा आनी मटन एकातच कर. सेप्रेट सेप्रेट आनी कशाला? नुस्तं मटनच

खाऊ. अर्धा किलो आणलंय. वाटलं तर भात लाव जरा.'' तो दारू पेल्यात वततच बडबडत होता.

''किती वाजलं?'' तिनं कातर आवाजात विचारलं.

''अगऽऽ वाजल्याचं तुला कशाला पायजे? रात्र आपलीच हाय.''

''तसं न्हवं इच्यारलं. सारकं सारकं बसून टाईमच कळत न्हाई.''

''थांब तिच्या मारी तुला आत्ताच्या आत्ता घड्याळच आणून देतो.'' म्हणत त्यानं अख्खा पेला घटाघटा ढोसला. आणि पापणी मिटायच्या आत खोलीतनं बाहेर पडला. तिचं नको म्हणाय उघडलेलं तोंड तसंच उघडं राहिलं. इचित्रच दिसतंय बेणं... दोघांच्या दोन तऱ्हा. कसा निघायचा जलम? निघतील तेवढं दिवस आपलं बाकी सगळं भगवंताला माहीत. तिनं डोकं झटकलं. भराभर आवरून घ्यायला लागली सगळं. अशात दारात चपलांचा आवाज झाला. तिची अधिकच धांदल उडाली. तो धडपडत आत आला. हातात भिंतीवरच्या घड्याळ्याचा नवाकोरा खोका. गडबडीनं त्यानं आतलं घड्याळ काढून तिच्या समोर धरलं. 'कसा हाय रंग? एकशे वीस बसलं.' म्हणतच तो लावण्यासाठी जागा शोधाय लागला. धुरानं काळवंडलेल्या भिंती. त्याला कोणतीच जागा पसंत पडेना. मग त्यानं तो नादच सोडून दिला. घड्याळ भिंतीला टेकून ठेवत म्हणाला,

''किती वाजलं सांग बघू?''

तिनं करकरीत घड्याळाचे काटे नजरेनं चाचपले, एक नवावर होता आणि दुसरा अकरावर थांबलेला. म्हणजे काईच टाईम व्हयाला न्हाई की ती मनातच पुटपुटली. त्यानं पेला जवळ ओढतच आपल्या कार्यक्रमाला सुरुवात केली. स्टोच्या आवाजानं सगळी खोली हेंदकळत होती.

''अगऽऽ बोंबलत जाऊ दे ते मटन. जरा आशी माज्या जवळ येऊन बस.'' आता दारू त्याच्या डोक्यात भिनाय लागलेली. जीभ जड झालेली. म्हणजे ह्यो आता आपल्या बायकोबद्दल बडबडाय लागणार. वणवा सुरू. असं व्हतंय आनी तसं व्हतंय... ती तिथंच घुटमळत बसली. तर त्यानं धडपडत उठतच स्टोची हवा सोडली. फूस्सऽऽ फस्स. आवाज खोलीभर घुमला. एकदम भयाण शांतता. त्यानं तिच्या बकोट्याला धरून अंथरूनावर ओढाय सुरुवात केली आणि बडबडाय लागला. ''आता ह्या खोलीतनं काढून तुला एकदम पॉश बंगल्यात ठेवतो. नुस्ती सेवा करायची माझी. त्या नाग्यालाबी टांग देऊ आपण.'' बडबडता बडबडता त्याचा लडबडणारा हात तिच्या अंगावर फिराय लागला. ती खाटकानं सोललेल्या धडागत पडून राहिली. त्याची जीभ लुळी पडलेली. हात रेटून उठायचा प्रयत्न तो करायचा आणि पटकन कोसळायचा. त्या प्रयत्नातच तो एकदम गाढ झोपी गेला. ती गडबडीनं उठली. सगळं आवरलं. खळखळून तोंड धुतलं. मग नुस्ती पडून राहिली.

त्याच्या शेजारी. फिक्कट बल्बच्या उजेडात डोळे तुळईवर रुतवले. तर नवऱ्याचा भेसूर चेहरा हळूहळू तुळईत उतराय लागला आणि तिनं गच्च डोळे मिटले. दरदरून घाम फुटला. उठून घटाघटा पेलाभर पाणी पिलं. स्वत:शीच पुटपुटली. घोख्यानं जलमाचं वाळवाण केलं...

"तुमचं काय तरी बिनासलंय" नाग्याची बायको नाग्याला सबागती म्हणाय गेली. तर गडी एकदम खवळलाच. अलीकडं त्याचं हे असंच सुरू झालेलं. मग त्याचं त्यालाच वाटाय लागलं. आपलं खरंच काय तरी बिनासलंय. त्यानं पुन्हा लाडीगोडीनं बायकोशी लगट करायला सुरुवात केली. तशी ती म्हणाली– "आता बायको नकोशीच झालीया तुमाला." मग लटक्या रागात तिनं विचारलं– "दुसरी कोण गावलीया का काय?" नाग्या पुन्हा एकदम भडकलाच. म्हणाला, "मला दुसरी कोण गावंल, न्हाईतर काय तरी व्हईल. तुला पोटाला मिळतंय का न्हाई? जास्ती चांभारचौकशी न्हाई पायजे."

नाग्याची बायको फणफणली. तिच्या तोंडाचा पट्टा सुरू झाला. नाग्या एकदम गांगरला. चुकलंच आपलं. आपण नको तेच बोललो. तिला आपला संशय तर आला नसंल? त्याचं डोकं भणभणलं. तो झटक्यात घरातनं बाहेर पडला. आपण कुठं चाललोय त्याचं त्यालाही कळत नव्हतं. गावापासून लांब. रस्त्यावर आल्यावर त्याला दमल्यासारख वाटाय लागलं. मैलाचा दगड गाठून त्यानं बसून टाकलं. डोकं गच्च. शेक्याच्या नादाला लागून आपण नको तेच झंगाट लावून घेतलं पाठीमागं. बेस्ट चाललंत सगळं. कशाची म्हणून काळजी नव्हती. ह्या बाईची खरूज लावून घेतली आणि सगळंच बिघाडलं. नस्ती जिवाला किरीकात. घरात आलं की चोरासारखं आपलं मनच आपल्याला खायला लागतंय. बायकोशी बोलताना कापरा भरल्यागत व्हतंय. तिच्या अंगाला हात लावला की मन चराकतंय. पयल्यासारखं बोलाय व्हईत नाही की बसाय. नुस्ती मनाला फुक्कटची झुरणी. आपल्याला नकोच आता हे झंगाट. त्यापेक्षा शेक्याला सरळ सांगून टाकलेलं बरं, तुझं तू बघ बाबा. आपल्याला धंदा बास. खरं, असं करून तरी कसं चालंल. आपणच आणाय लावलं की त्या बाईला. आता तिचं काय करायचं...?

त्याचं डोकं पुन्हा भिरबाटलं. तो जाग्यावरून उठला आणि चालाय लागला. अगदी पायात पेटकं भरेपर्यंत...

शेक्या दारात आला, तो लडबडतच. म्हातारीनं दार उघडलं – तर तिचं मस्तक त्याच्या वासानं पेटलं – मूत पिऊन घरात येण्यापरास उलथायचा व्हतास तिकडं कुठंतरी. म्हणत म्हातारीनं घर डोक्यावर घेतलं. शेक्याची बायको गडबडीनं बाहेर आली. तिनं शेक्याच्या बोकोटीला धरलं आणि सरळ मधल्या सोप्यात आणून आपल्या अंथरूणावर बसवलं. म्हातारीच्या आवाजानं घरात कल्लोळ उडणार म्हणून ती धास्तावून

गेली. तिनं गडबडीनं सोप्यातला लाईट घालवला. तर थोरला उजदारच्या सोप्याला येतच ओरडला, "कुठं गेलता भोसडीचा? काय चालीवलंय त्येनं घरात."

म्हातारी म्हणाली, "पासालला अंथरुणात. लेकरा, आता काय त्यो सुद्दीत हाय ते शिव्या देऊन उपेग? भगाटल्यावर बघूया. झोप जा तू."

मग थोड्या वेळानं घर शांत झालं. शेक्याची बायको अंथरूणातच हुंदकं द्यायला लागली. शेक्या तंद्रीतच ओरडला – 'ये तुला रडाय काय झालं? माझं मी बघून घेतो झोप तू.' तिला हुंदका आवरता आवरेना. ती धाय मोकलून रडाय लागली. 'रड तुझ्या आयला...' म्हणत शेक्या लवंडला आणि बघता बघता घोरायला लागला. शेक्याची बायको रडून रडून सरकदान झाली. तिला लवंडावं असंही वाटत नव्हतं आणि बसवतही नव्हतं. अशा किती रात्री तळमळत काढायच्या? तिचा मेंदू बधिर झाला. ती भिंतीवरच धडक्या माराय लागली. शेक्या तालासुरात घोरत होता.

भगटायला शेक्या घरातनं बाहेर पडला. गडबडीनं गावंदरीच्या विहिरीत दोन-चार डुबक्या मारून त्याला सटकायचं होतं. पांदीत गल्लीतल्या बायका वळीनं कार्यक्रम आटपत होत्या. त्याला बघून गप्पापा उठल्या. शरमल्यागत मान खाली घालून चालत म्हणण्यापेक्षा पळतच त्यानं पानंद पार केली. गडबडीनं कपडे काढून विहिरीत उडी टाकली. पाण्यात एकदम मोकळं मोकळं वाटाय लागलं त्याला. पायरीवर आल्यावर आपलंच अंग त्याला बुळबुट-लिबलिबीत वाटाय लागलं. घाण वाटाय लागली त्याची त्याला. एकदा आपल्यापुरता आपण निकालच लावला पाहिजे ह्याचा... तो स्वत:शीच पुटपुटला. मग मनात काय तरी ठरवून त्यानं पाण्यात सुळकी मारली. विहिरीच्या तळाला जाताना एकदम घुसमटलं. छाती भरली. तो धडपडतच वर आला. मग पुन्हा दम भरेपर्यंत पोहत राहिला.

अंघोळ आटोपून चोरपावलानी घरात आला. गडबडीनं कपडे केली. कुणाच्या ध्यानात यायच्या आत त्यानं बुलेट काढून कीक मारली. बायको दारापर्यंत यायला म्हणते तो दिसेनासा झाला. नशीबच फुटकं म्हणत ती वळली. भरधाव बुलेट चालवताना थडकणाऱ्या वाऱ्याबरोबर शेक्या मोठमोठ्यानं बडबडाय लागला– आपल्याला नेमकं झालंय काय? आपण असे थंड कसे पडत चाललोय? शरीर बुळबूट होतं. थंड पडतं. कशामुळं? बुलेटचा वेग वाढेल तसं त्याचं बडबडणं अधिक वाढत गेलं. बुलेट ठिय्याला थांबली. खोलीचं दार उघडलं. ती नुक्तीच न्हालेली आणि केस मोकळे सोडलेले. दारातून आत गेल्या गेल्या त्यानं विचारलं, "नाग्या कधी गेला?"

"आलेच न्हाईत रात्री." ती दार बंद करत म्हणाली. मग तिनं चहाचं विचारलं. तो फक्त तिच्याकडं टक लावून पहात होता. त्याचं अंग आपोआपच तापत चाललं. या क्षणी खात्री करून घेऊ. तो उठला. तिच्यावर झडप घातली. ती एकदम गोंधळली. मग यंत्रवत त्याच्या स्वाधीन झाली.

तिनं चहाचा कप त्याच्या समोर धरला. त्याला क्षणभर वाटलं, विचारावं हिला असं का होत असेल? इथं आलं की सारं व्यवस्थित. मग घरातच आपलं शरीर का लुळं पडतं? पण हिला विचारून काय फायदा? नकोच द्यायला अंदाज. तो सावरून बसला. चहा घेता घेता त्यानं पुन्हा लगट सुरू केली. तशी ती एकदम लांब सरकली. म्हणाली, "सारखं सारखं किती त्येच त्येच. जिवाला दुसरं काय सुचतच न्हाई वाटतं?"

मग तो एकदम खॅऽऽ खोऽऽ खीऽऽ हसत सुटला.

आज शेक्याला गाठलाच पायजे. आला ऑफिसात तर प्रश्न नाही. पण गेलाच बोंबट्या मारत तर त्याला हुडकून काढायचं. त्याच्याशिवाय हा उद्योग करणार कोण? ह्यात जेवढी माझी अब्रू, तेवढीच त्याचीही. एवढं त्याला कळत नसंल तर मग त्याच्याशी दोस्ती कशाला?... असं बरंच कायबाय घरातून बाहेर पडताना नाग्याच्या मनात सुरू होतं. त्यामुळं दुपारचा जेवनाचा डबा घेणंही त्याच्या लक्षात राहिलं नाही. बायकोनं गडबडीनं डब्याची पिसवी आणून स्कूटरला अडकवली म्हणून बरं; नाही तर तसाच लागला असता रस्त्याला. त्यानं स्कूटर रस्त्याला लावली. नेहमीसारखा तिठ्ठ्यावर पान खायलाही थांबला नाही. सरळ पेठेत. त्यानं खोलीसमोर स्कूटर थांबवली. बुलेट दिसत नव्हती. म्हणजे शेक्या गेला. दार उघडून ती आत वळणार, तोच नाग्या म्हणाला, "कधी गेला?" ती भांबावून म्हणाली, "भगटायलाच. का, काय झालं?" त्याच्या मनात आलं जायचं तरी कशाला आत? रेंगाळला. मग काही तरी ठरवत खोलीत गेला. ती आज थोडीशी अवघडलेली वाटाय लागली. तो भिंतीला टेकला. तिचं गुमान खिडूकमिडूक चाललेलं. काय तरी बिनासलंय एवढं निश्चित.

त्यानं विचारलंच, "आज सगळं गप्प गप्प चाललंय. काय बिनासलंय?"

ती म्हणाली, "कुठं काय?"

"तरी–"

"रात्री त्यानं दुसरीच बाई आन्लीती. दोघास्नी जेवाय वाढलं. मग गेल्याती कुठं."

नाग्या एकदम उडालाच. हालकट हाय शेक्या. स्वत:शीच पुटपुटला. त्याच्या मनात आलं. बायकोला घीऊन आला आसंल? छे! ते काय धाडस करतोय. मग म्हणाला, "कोण व्हती बाई?"

"मला कुठली वळख?"

"तरी दिसायला? चलनवलन?"

"घरवाली वाटत नव्हती. फिरस्तीच आसावी. लई घसट चाल्लीती. लक्षण काय धड न्हाई."

ती कसंबसं म्हणाली आणि गुडघ्यात मान घालून बसली. त्याला काय बोलावं सुचेना. ती धास्तावलीय. तिला धीर द्यायला पायजे. पण म्हणजे काय करायचं? मुळात त्याचं डोकं सणकलं होतं. त्यात पुन्हा नको ती भर. म्हणजे शेक्याला गाठलाच पायजे. तो न बोलता उठला. दारात आला. ती अगतिक डोळ्यांनी त्याच्याकडं बघाय लागली. खोल कुठं तरी कालवाकालव झाली. न थांबताच त्यानं स्कूटर भरधाव सोडली.

गेटच्या दारात सगळे कारकून, शिपाई जमावाने थांबलेले. म्हणजे युनियनची भानगड. शेक्या असणारच. त्यानं कशाचीच चौकशी न करता शेक्याचा शोध सुरू केला. जमावाच्या घोषणा थांबल्या. युनियन नेते टेबलवर चढून भाषण द्यायच्या नादात होते. शेक्या जमावात नाहीच. म्हणजे कुठं उलथला असेल? आणि ही नवी बाई कोण? म्हणजे त्यानं ठरवलंय काय? आपल्याला ही बाई झेपणार न्हाई. ह्या झंझ्याटातून मोकळं व्हायला पायजे. तिला तुझं तू बघ म्हणून सांगितलं पाहिजे. त्यानं डोकं झटकलं. स्कूटर रस्त्याला लागली. त्याचं डोकं ताळ्यावर यायला तयार नव्हतं.

खोलीच्या दारात बुलेट थांबलेली बघून त्याला धीर आला. पण रागानं डोकं चढलं. दाराची कडी वाजवली. शेक्यानं दार उघडलं. म्हणाला–

"ह्या टायमाला?"

"हां, तुला शोधायला."

"का?"

त्याला वाटलं लगेच सुरुवात नकोच. त्याला खोलीतनं बाहेर घेऊ. म्हणजे फैलावर घेऊन कडका पाडता येईल. तो शांतपणे जाऊन भिंतीला टेकला. ती दगडागत गप्पगार. शेक्या म्हणाला, "ऑफिसात नाही गेलास?"

"तिथनं आलो. तू नाही फिरकलास?"

शेक्या काहीच बोलला नाही. तिघेही थंडगार. एकमेकाच्या नजरा चुकवत.

ती जाग्यावरून उठली. दार उघडलं. दुपारचा मोकळा प्रकाश आत आला. थोडासा ताण सैल पडला. नाग्या म्हणाला, "आता करणारेयस काय? का झोपणार इथंच?"

"कायच न्हाई ठरवलं. काय करावंसंच वाटेना झालंय. सगळंच संपल्यागत वाटालंय. काय व्हतंय तेबी नीट न्हाई कळत." स्वत:शीच बोलल्यासारखा शेक्याचा कातर आवाज. नाग्या आवाक. फक्त बसून राहिला. ती दोघांकडं आशाळभूतपणे पहात बसली. दोघंही कोड्यात. म्हणजे आपला इथला शेर संपला वाटतं. तिच्या काळजात एकदम धस्स झालं. डोळे गच्च मिटून तिनं हनुवट गुडघ्यावर टेकवली.

"शेक्या, थोडं बाहेर जाऊन येऊ."

"चल." म्हणत शेक्या उठला. दोघे रस्त्याला लागले. स्टॅन्डजवळच्या पिंपळाच्या

पारावर टेकले. नाग्यानं एकदम विषयालाच सुरुवात केली. "शेक्या काल कुठल्या बाईला आन्लातास?"

"तेच सांगायचं म्हणतोय तुला?"

"आरं पण आशा ठेवलायीस किती बाया?"

"नाग्या, तू माझा खरंच दोस्त हाईस?" शेक्या एकदम कळवळला. त्याच्या आवाजानं नाग्याचा नूरच पालटला. म्हणाला, "म्हंजे?"

शेक्या कातर आवाजात म्हणाला, "गड्या काय तरी इस्काटलंय. ह्यातनं काय तरी सुटणूक सांग. मला तर काय कळायलाच तयार न्हाई."

"झालंय काय?"

"सगळंच भिकारचोट." म्हणत तो बांध फुटल्यासारखा बोलाय लागला, "तुला न्हाई सांगितलं आजवर. आपल्या ह्या बाईकडं जायला लागल्यापास्नं सगळंच इस्कोटरामायण झालंय. घरात गेलो की अंथरूणात सगळं अंगच लुळं पडतंय. बायको आता तग धरंल असं वाटत नाही. ती तर मला बुळाच समजाय लागलीय. काल तर तिनं सगळ्या घरातल्यासमोर उघडा केला मला. म्हणाली, ह्या बुळ्यापास्नं मला काय व्हयाची पोरं? असला खोटा माणूस माज्या पदरात का बांधल्यासा?"

"माझा तर जीवच गेला. आई, दादा, वयनी माझ्याकडं बुरश्या डोळ्यानं बघाय लागले."

"बायको खोटं बोलते म्हणून सांगायचा व्हतास."

"कसं सांगू? जीभच न्हाई उचलली. ह्या कमळीनच कायतरी चेटूक केलंय. हिच्याजवळ आलं की सगळं व्यवस्थित. घरात गेलं की लुळं पडतं अंग. दुसऱ्या भाईरच्या बाईजवळ एकदा खात्री करावी म्हणून काल गेलो डोंबारवाड्यात. तर तिथंबी गळाटलंच शरीर. बाईला घीऊन आलो खोलीवर. म्हटलं जागेचा गुण असंल. तर खोलीतबी तसंच. माझी तर खात्रीच झालीय. ह्या बाईजवळ काय तरी चेटूक हाय. तू जरासं सांभाळ. ह्या बाईला हाकलूनच लावूया माझं काम झालं की."

"तुझं कसलं काम?"

"हिला नेऊन उभा करतो बायकोसमोर. तिची पटवतो खात्री हिच्या तोंडानं. सकाळपास्नं हिच्या मिनत्या करालोय. यायलाच तयार न्हाई बया. तू तरी बघ व्हती का तयार. म्हणजे तरी माझा संसार वाचंल. न्हाईतर सगळं संपलंच."

नाग्याचं डोकं एकदम पॅक. बाई ठेवल्याची बातमी ऑफिसात गेली कशी? हे विचारायचंही तो विसरला. त्याला स्वत:च्याच शरीरातून काही निघून गेलंय का काय ह्याची काळजी वाटाय लागली. तो भिन बडवल्यासारखा बसून राहिला.

शेक्या म्हणाला, "जाऊ या, का खोलीवर."

नाग्या उठला. त्यानं मनात निश्चय केला. ह्या बाईला शेक्याच्या उंबऱ्यापर्यंत

न्यायचीच. दोघे खोलीच्या दारात पोहचले. ती भिंतीला थिजून बसलेली. आत पाय टाकल्या टाकल्या शेक्या म्हणाला, "मग जायचं न्हवं गावाकडं?" ती एकदम उसळली. म्हणाली, "सांगितलंय न्हवं? ह्या उंबऱ्याच्या भाईर न्हाई पाय टाकणार."

नाग्या सबुरीनं म्हणाला, "असं कसं? त्याच्या घरात आग लागलीय. तू गेलीस तर जरा–"

तो अडखळला. पण ह्या बाईला न्ह्याचं म्हणजे आणि आगीत तेलच की. त्याचं तोंड बंद झालं.

ती सरळ बसतच नाग्याला म्हणाली, "ह्येच्या घरात जाऊन मी ह्येच्या बायलीला सांगायचं ह्यो पुरुष हाय म्हणून. त्या परास जीव देजा म्हणावं की भाड्याला."

"येऽऽ तोंड आवर रांडंऽऽ" शेक्याचा आवाज चढला.

"रांड कुणाला म्हणतो रे ह्येंबल्या. रांड आसंल तुझी बाईल." तिचा तोल सुटला.

नाग्याची बुद्धिच थिजली. शेक्या चवताळला. म्हणाला, "नाग्या उठरंऽऽ हिला घालू गाडीवर आनी न्हीऊ गावाला."

ती एकदम घाबरीघुबरी झाली. आता नाही आपला निभाव. ती ताळ्यावर येत नाग्याला म्हणाली, "तूमी सांगाल तसं करीन मी. सांगा काय करायचं."

नाग्या फक्त वळवळला. तो आळीपाळीनं दोघांकडे बघाय लागला. त्याला इथून पळत सुटावं असं वाटाय लागलं. मग त्यानं शेक्याला समजावून सांगायचं ठरवलं. म्हणाला, "शेक्या जरा भाईर जाऊन येऊ."

ते दोघे बाहेर पडले.

ती एकटीच. दार उघडं. तिचं डोकं भिरंबाटलं. त्या बाईजवळ जाऊन आपण तिचा नवरा आपल्याजवळ कसा झोपतो हे सांगायचं. तिच्या अंगावर सर्रकन काटा. तिच्या डोळ्यासमोर तिचाच नवरा उभा राहिला. त्या रात्री त्यानं ठेवलेली बाई आपल्या अंथरुणात आणली आणि तिच्या देकत झोपला बाईजवळ. तवाच तिच्या काळजाच्या चिंध्या झाल्या. मनावर दगड ठेवून मध्यान्हीला ती बाहेर पडली. जीव द्यायचा. मध्येच वाटलं मरून तरी काय? त्यापेक्षा कुणाच्या तरी वळचणीला जगू... असं बरंच आणि झालं काय? वायलंच! तिनं गडबडीनं तीन साड्या, तीन ब्लाऊज, दोन परकर पिसवीत भरले. मनात आलं, वाढली की आपली इस्टेट. गप्पकन बाहेर पडली. खोलीचं दार बंद करण्यातही तिनं वेळ दवडला नाही. ती दोघं दिसतील म्हणून जिवाच्या आकांतानं रस्त्यातून पळत सुटली. पळता पळता ती पुटपुटत होती–

मला दुसरी रांड न्हाई करायचीऽऽ

महाराष्ट्र टाईम्स, दिवाळी १९९८

❖

घुसमट

मध्यरात्र उलटून गेली तरी तिचे डोळे टक्क उघडे! मनाची समजूत घालून ती थकली होती. सगळं कळतं. आपल्या मनात येतं ते ठीक नाही. आवरलं पाहिजे मनाला. असं ठरवूनही काही घडत नव्हतं. शरीर अचानक उसळी मारून उठत होतं आणि मग ती हतबल होऊन पुन्हा त्याच वाटेला जात होती. आपोआप तिचे पाय जवळ आले. चटकन उठून बसली ती अंथरुणावर. लांबलचक श्वास घेतला. गुडूप अंधारात तिच्या श्वासाचा आवाज तिलाच भयंकर वाटला. दचकली. पुन्हा सावरून अंधारात हळूच अंदाजानं सरकून ती मधल्या खोलीच्या बंद दरवाजापर्यंत पोचली. नेहमीसारखा सवयीनं तिनं दाराच्या फळीला कान लावला. कसलाच आवाज नाही. सगळं सामसूम! मग तिनं फळीच्या बारीक फटीत डोळे खुपसले. अंधूक मिणमिणत्या दिव्याच्या उजेडात चिक्कार अंधार. मग कितीतरी वेळ फटीत कोंबलेले डोळे ती ताणून बसली, तेव्हा अंधूक प्रकाशात अंथरुणावर झोपलेल्या आकृत्या तिला स्पष्ट जाणवू लागल्या... गाढ निद्रेत. कसलीच हालचाल नाही. फक्त लयीत चाललेले श्वासोच्छवास. डोळे दुखायला लागले तरी ती दाराच्या फळीपासून हलली नाही. स्वयंपाकघरात उंदरानं खरकट्या भांड्यांत खडखडाट सुरू केला आणि ती दचकून बाजूला झाली. अंथरुणावर येऊन निपचित पडून राहिली. डोळे टक्क उघडे. अंधारातच लयबद्ध श्वासाबरोबर तिची तगमग वाढली. दातओठ खाता खाता तिनं स्वत:च्याच उरावर कचाकच बुक्क्या रेटल्या. दम लागला. पुन्हा दचकून ती निपचित पडली. मग तशातच तिचा केव्हातरी डोळा लागला.

"दिवाणसाब, उटाऽऽ उटाऽऽ! स्टोव्हवर पाणी तरी ठेवा."

इंदूच्या हाकेनं तिला जाग आली. गडबडीनं तिनं अंथरुणाची घडी घातली. कपाटात नीट ठेवून ती स्वयंपाकखोलीत आली. येता येता तिनं मधल्या खोलीत झोपलेल्या रंगाला अंथरुणावर लोळताना पाहिलं. वातीचा स्टोव्ह समोर घेऊन तिनं काचेच्या बाटलीची केलेली चिमणी पेटवली. मग स्टोव्हच्या वाती वर-खाली

करून पुन्हा वर स्थिर ठेवल्या. चिंदकूर बांधलेली लांबलचक छत्रीची काडी रॉकेलमध्ये भिजवून चिमणीवर पेटवून घेतली. नंतर स्टोव्हची एक-एक वात पेटवून तांबड्या ज्वाळा निळसर होईपर्यंत ती बसून राहिली. हळूहळू स्टोव्हच्या निळ्या ज्वाळा अलगद वर यायला लागल्या, तसं तिनं भांडं पाण्यानं भरून घेतलं आणि मग गुळी करावी म्हणून ती पाठीमागच्या हौदाजवळ गेली, तर तिथं इंदू सुस्तावलेल्या अवस्थेत निवांत दातांना ब्रश करत होती. साडीतली इंदू आणि गाऊनमधली इंदू. किती कोवळी पोर वाटते ती गाऊनमध्ये! अजून लग्न न झाल्यासारखी. इंदूच्या अंगावरचा सैलसर गाऊन ती टक लावून बघू लागली.

"दिवाणसाऽऽब, आसं का बघताय होऽऽ टक लावून? काय उसलंयबिसलंय गाऊनला?"

"न्हाई गंऽऽ! उगचंच," म्हणत ती गोंधळली. गडबडीनं तिनं खळखळून चुळा भरल्या. आत वळता वळताच म्हणाली, "च्या ठिवू काय तुला बी?"

"नको. आम्ही दोघं मागनं घेतो. तुमच्यापुरताच करा." इंदूनं रोजच्या सवयीनं सांगितलं; पण दिवाणसाब आपल्याकडे अशा टक लावून का बघत होत्या, म्हणून तिनं अंगावरचा गाऊन सगळीकडून निरखून घेतला. काहीच नव्हतं कुठं. मग त्यांनी असं का बघितलं आपल्याकडं? ती आपल्याच विचारात गुरफटली.

रंगा अजूनही मधल्या खोलीत लोळतच होता अंथरुणावर. इंदूचं तोंड धुणं काही लगेच आटपणार नव्हतंच, आणि आटपून तरी काय करायचं होतं? नवरा गेला ऑफिसला, की दिवसभर फक्त गप्पा मारत बसायचं, नाहीतर सारखं घरातलं किडूकमिडूक. पहिल्या पहिल्यानं इंदूचं तिला कौतुकच वाटायचं. बिचारी एकटी टाईम कसा घालवत असेल, हा प्रश्न तिला छळायचा. आपण जास्त दिवस राहिलो इथं, तर आपल्याला खूळ लागंल, असंही मनात यायचं. पण नंतर नंतर तिलाही सवयीचं होऊन गेलं इथलं जगणं. आणि त्याशिवाय गत्यंतरही नव्हतं. भावाच्या आधाराशिवाय आता पुढचे दिवस निभणं कठीण होतं. लग्नाला वर्ष व्हायच्या आतच कपाळ मोकळं झालं. पहिले पाच-सहा महिने रडण्यात घालवले. गावात आईच्या जिवाला नुसता घोर लागला, म्हणून रंगानं त्यातून मार्ग काढला आणि आपल्या नोकरीच्या तालुक्याच्या गावी तिला घेऊन आला. इथं बहिणीला मोकळं वाटेल, दु:ख विसरेल, बायकोलाही घरकामात मदत होईल आणि आपण घरात नसताना सोबत होईल; आईच्या उरावरचं ओझं उतरंल, असंही त्याच्या मनानं घेतलं होतं. पहिल्यांदा महिनाभर ती फक्त कोपऱ्यात बसून डोळे सुजेपर्यंत रडायची. अन्न कडू लागायचं. इंदूनं हळूहळू तिला घराच्या बाहेर काढायला सुरुवात केली. मग ती आपोआपच इथल्या अर्धवट शहरी वातावरणात रुळत चालली. मनाला गुंतवण्यासाठी सगळं घरचं काम तिनं हळूहळू आपल्यावर ओढून घेतलं होतं आणि इंदूला इकडचा

तांब्या तिकडंही करावा लागत नव्हता. उठल्या उठल्या स्टोव्हवर पाण्याचं भांडं चढलं की आपल्यापुरता चहा. मग तिन्ही खोल्यांचा कड-खोपडा झाडून घेऊन स्वयंपाकघराचा ताबा घ्यायचा, हे तिचं ठरलेलं काम. त्यामुळं गडबडीनं स्वयंपाकखोली झाडली. लोळणाऱ्या रंगाला जबरदस्तीनं उठवलं. अंथरुणाच्या घड्या घातल्या. कड-खोपडा साफ करत करत तिनं स्वयंपाकघराचा ताबा घेतला.

परातीत घेतलेलं भाकरीचं पीठ मळता मळता तिला न्हाणीघरात इंदूची आणि रंगाची चाललेली घुसळाघुसळ कानावर आली. स्वत:लाही न कळता ती एकदम परातीवरून उठून न्हाणीघराच्या तोंडाला आली, तर भिजलेल्या रंगानं इंदूला कवळ्यात गच्च धरलेली आणि इंदूचं लाडे लाडे चावणं, सोडवून घेणं सुरू होतं. ती टक लावून बघत होती. अशात इंदूची नजर तिच्या डोळ्याला भिडली आणि दचकून ती गडबडीनं परातीवर येऊन बसली. मग तिला पुन्हा स्वत:चा प्रचंड राग आला. त्या रागाच्या भरातच तिनं घसाघस पीठ मळायला सुरुवात केली.

"दिवाणसाऽऽब, आमच्या दोघांचा चहा ठेवा." आंघोळ आवरून आलेल्या इंदूनं हुकूम सोडला.

तिनं वरही न बघता स्टोव्हवरचा तवा उतरवला, चहाचं भांडं चढवलं. तिला नजर इकडंतिकडं करण्याचीही चोरी वाटायला लागली. मग ती उकळी आलेल्या चहाच्या काळपट-तांबड्या पाण्यावरचे लहान लहान फुगे पाहत बसली. इंदू समोर आली तसं तिनं चहात दूध ओतलं. बश्या पुन्हा खदबळून घेतल्या. चहा गाळून, न बघताच तिनं इंदूकडं कपबश्या सरकवल्या. ती पुन्हा तवा स्टोव्हवर चढवून भाकरी थापायला लागली.

रंगाची ऑफिसला जायची धावपळ सुरू झाल्यावर तिनं गडबडीनं ताट केलं. डबा भरायलाही त्याच वेळी सुरुवात केली. रंगा तिच्या समोरच ताटावर बसला, तेव्हा इंदू त्याच्या जवळच खेटून बसत त्याला हवं-नको बघू लागली, तेव्हा ती गुमान मधल्या खोलीत निघून गेली. पण पुन्हा तिचे कान त्या दोघांच्या बोलण्याकडेच लागलेले होते.

"आज यायला थोडा उशीर होईल. तू बाजारात जाऊन ये."

"आम्ही न्हाई बाबा करणार बाजार! तुमचा तुम्हीच बघा तो!"

"अगं, असं का? श्याणी आमची बाई! एवढी वेळ! आणि जास्त नाही आणायचं काही...फक्त भाजीपाला. बाकीचं मी आणतो परवाला."

"जावा तिकडं! आसंच सारकं म्हणताय."

इंदू लाडिक लाडिक बोलत राहिली आणि ती हळूहळू चौकटीकडे आपोआप सरकत गेली. ती चौकटीला पोचली, तेव्हा रंगाचा डावा हात इंदूच्या खांद्यावर होता. ती टक लावून त्या जोडीकडे चौकटी आडनं बघत थांबली.

रंगा ऑफिसला गेल्यावर तिला मोकळं वाटलं. गडबडीनं ती न्हाणीघरात गेली. बादल्या खळखळून खदबळल्या. तापलेलं पाणी आणून बादलीत ओतून घेतलं आणि न्हाणीचं दार बंद केलं. 'एवढं हितं बरं हाय. न्हायला मोकळं वाटतंय.' ...तिनं बसता बसताच साडी गुंडाळून समोरच्या दोरीवर टाकली. पाण्याचा तांब्या अंगावर ओतता ओतताच तिचं तिलाच भांबावल्यागत वाटायला लागलं. 'अन्नपाणी टाकलं तरी मातायचं तसं माताय व्हतंयच.' ...मग तिची तिलाच चिक्कार शरम वाटली. 'अंग वरबडून मांस खरडून काढावं म्हणजे तरी मन ताळ्यावर यील.' ...त्याच तंद्रीत ती नुस्तं अंगावर पाणी ओतून घेत राहिली.

ती न्हाणीघरातून बाहेर आली तशी इंदू म्हणाली, "दिवाणसाब, मी शेजारच्या वहिनींकडे जाऊन येते. हवा तर चहा करून घ्या, नाही तर थोड्या वेळानं जेवूयाच."

आणि लगोलग ती बाहेर पडली. अंगाभोवती फक्त साडी गुंडाळून ती मधल्या खोलीत आली. दातात खांद्याभोवती घेतलेला पदर होता. तिनं तशाच अवस्थेत पुढं होऊन समोरचा दरवाजा लावून आडणा घातला. मग तिच्या दाताातला पदर आपोआपच सुटला. झंपर शोधायसाठी ती खिडकीसमोर उभी राहिली. शोधता शोधता इंदूची ब्रेसिअर तिच्या हातात आली. गंमत म्हणून तिनं ती आपल्या छातीशी लावली आणि बंद खांद्यावर अडकून पाठीवरचा हूक लावण्याचा प्रयत्न सुरू केला. या चाळ्याच्या ओघात शरीरात एक लहर चमकली. ती एकदम डोळे मिटून पुन्हा पुन्हा तोच चाळा करत राहिली. कितीतरी वेळ! एवढ्यात इंदूनं दार धडकलं. ती भानावर आली. गडबडीनं तिनं ब्रेसिअर खिडकीतल्या कपड्यांत कोंबली. दातात पदर घेऊन दार उघडतच म्हणाली,

"अगं, माझं एकबी झंपर गावंना झालंय."

"हाईत की तिथंच," म्हणत इंदू गडबडीनं आत आली. तिचे दोन-तीन ब्लाऊज तिच्यासमोर धरत म्हणाली, "हे काय?"

ती काहीच बोलली नाही. पदर हातात धरूनच गडबडीनं झंपर घातलं. मग सावरासावर करून ती खोलीतल्या दिवळीत पुजलेल्या ज्योतिर्लिंगाच्या फोटोसमोर हात जोडून डोळे मिटून बसली. म्हणाली, "द्येवाऽऽ, एवढं उपकार कऽऽर! आसलं कायबाय मनात यायचं तेवढं बंद कर." पुन्हा पुन्हा ती मनातल्या मनात तेच तेच म्हणत राहिली. इंदूच्या स्वयंपाकघरातल्या खडखडाटानं ती भानावर आली. जागा सोडून ती बाहेरच्या दाराला आली. गल्लीत उन्हं तापत होती. समोरच्या घरातल्या पोरी दारातच खेळत होत्या. त्यातली एक तिला बघून ओरडली, "इंदूवयनीच्या दिवाणसाब बाहेर आल्याऽऽ"

दुसरी आश्चर्यानं तिच्याकडे बघायला लागली. दोघी पुन्हा थोड्या चुळबुळल्या आणि त्याच आश्चर्यानं घरात पळाल्या. तिला कसंतरीच वाटलं. ती गर्रकन माघारी वळली.

'भावाकडं येऊन वर्ष तरी उलटलं. आपण या गावाची शीव नाही ओलांडली. गावाकडं जावं असंही मन उरलं नाही. आईबाबाच येऊन जातात मध्येमध्ये. भाऊ आठवड्याला चक्कर टाकत असतो गावाकडं.' ...पण तिच्या मनानं गावाचा धसका घेतला होता.

लग्न झाल्यावर पहिल्यांदा ती सासरी चालली होती, तेव्हा अख्खी गल्ली तिला वेशीपर्यंत पोचवायला आली होती. तीच गल्ली नवरा गेल्यानंतर जेव्हा ती माहेरी आली, तेव्हा धाय मोकलून रडली होती. त्या गल्लीत पुन्हा जावं हेच तिला जमत नव्हतं. 'कसला तरी घाला पडावा आणि आपण संपून जावं. नाही तरी आता जगण्यात उरलंय तरी काय? कशासाठी आणि कुणासाठी जगायचं? आपलं आपल्यावरसुद्धा मन उरलं नाही.' ...पहिल्यापहिल्यानं असे विचार तिच्या मनात सारखे यायचे, तेव्हा तिनं आत्महत्या करून टाकायची, असं बऱ्याच वेळा ठरवलं, पण नाही घडलं. तिथपर्यंत पोचताच आलं नाही. कशाला घाबरत आहोत आपण? तिचं तिलाही कळत नव्हतं. मग हळूहळू आत्महत्या करायचा धीरच खचत गेला आणि ती पार गळाठून गेली.

"दिवाणसाऽऽब, दूध नासलं की कशानं?"

"ऑऽऽ?" ती दचकून आत गेली, तर दुधाच्या भांड्यात चोथा झालेलं दूध आणि हिरवट पाण्याचा थर सुटे सुटे झाले होते.

ती म्हणाली, "दूधवाला घालतच न्हाई सरळ. उद्या त्येला सांगून टाक."

"काय सांगायचं? इथं काय गावाकडच्यासारखं हाय? ह्यो रतीब सुटला तर आनि नवा कुटला शोधायचा?"

मग पुढं ती काहीच बोलली नाही. तिनं नासलेल्या दुधाचं भांडं पाठीमागच्या दाराला आणलं आणि भांडं हातात धरून ती तशीच उभी राहिली.

"टाका तिकडं वतून. आता त्येचाच किती करायचा विचार?"

इंदूनं तिला डिवचलं आणि तिनं भांडं रिकामं केलं. राखेनं घासून स्वच्छ केलं. नासलेलं टाकूनच द्यायला हवं. तिच्या मनात आलं. आपल्या डोक्यातली गिचमीड संपवावी म्हणून ती इंदूला म्हणाली, "आमची एक म्हस व्हती. तिच्या दुधात सारख्या गाठीच व्हयाच्या. लई बघितलं आवशीदपाणी. शेवटाला कटाळून तिला पिळायचीच बंद केली, तर तिची कास दगडागत घट्ट झाली, आनि त्यातच मेली बिचारी."

इंदू एकदम गंभीर झाली. मग एकदम म्हणाली, "दिवाणसाब, बाईमान्साचं तसं झालं तर?"

"व्हतंय की कव्वा कव्वा! खरं बायकास्नी वरची आवशीदं आता माप आल्यात. सगळं बरं कराय येतंय."

"त्ये कुठलं? या आपल्या शेबळकरवयनीचं दूधच बंद झालंय आणि दगडागत

झालीय जागा. सगळं दवाखानं झालं. आता काय करायचं त्या बाईनं?''

''बाईमान्साचं हाळू हाळू व्हतंय बयवार.''

''त्ये कसं?''

''आता तुला काय सांगायचं! अगं, हात फिरत आस्तोय वरचेवर. त्यातनं साकाळल्यालं दूध इरगाळून जातंय.''

ती बोलता बोलता लाजली. इंदू मात्र तिचं बोलणं गंभीर होऊन ऐकत होती. मग तिला बोलायचा भलताच उत्साह आला आणि गावातल्या बाळंतिणीच्या दुधाच्या कथा ती सांगत बसली. इंदू मात्र आपल्याला आता असे अनुभव जमा केले पाहिजेत, म्हणून कान देऊन ऐकत होती.

मग नेहमीसारखीच दुपार-संध्याकाळ. इंदू भाजी आणायला एकटीच बाहेर गेली, तेव्हा ती दार बंद करून एकटीच किणकिण बसून राहिली. आपणबी बाजारातनं चक्कर टाकली असती, तर तेवढेच पाय मोकळे झाले असते... कधी नाही ते तिच्या डोक्यात विचार आला आणि एकदम चरकली. एरवी वर्षभरात उंबरा ओलांडायचा म्हटलं, की तिला एकदम कसंसंच व्हायचं. पण आज आपल्या मनात हे नवीनच सुरू झालं. थोडंसं बरंही वाटलं, पण पुन्हा धास्ती वाटाया लागली. मग तिनं गडबडीनं स्वयंपाकाच्या तयारीला सुरुवात केली.

रात्री जेवताना रंगा म्हणाला, ''अक्का, आईचा निरोप आलाय. जमलं तर तुला घीऊन ये म्हणालीय.''

''कशाला?''

''तसं काम न्हाई, पण भेटाभेटी व्हईल. तुझ्या मनात असलं तर सगळीच जाऊन यीऊ. रजा काढीन मीबी.''

''तिलाच यीऊन जा म्हणावं हिकडं.'' विषय तोडून ती गप्प राहिली. तशी इंदू तिची समजूत घालतच म्हणाली, ''आसं का दिवाणसाब? वर्षं झालं. उंबरा ओलांडला न्हाईसा. जाऊन यीऊ या सगळीच. तेवढीच जागा बदलाबदली व्हईल.''

''तुम्ही येवा जाऊन दोघं जनं. मी करीन घर रकवाली.''

तिनं निकरानं विषय संपवला. रंगा मग काहीच बोलला नाही... 'अक्का हितं आल्यावर सगळं इसरंल. खरं तर तिनं तरी काय आनि कसं इसरायचं? तरी कशीबशी तग धरून इथं तरी ऱ्हायलीय, हे तरी कुठं कमी हाय? पण तिच्यामुळं आपल्यालाही घर सोडता येत नाही. इंदू घर तिच्यावर टाकून म्हायार – पावणं पै करून येते. आपल्याला मात्र कुठंही सकाळी गेलं की संध्याकाळी परतावंच लागतं. दोघी घरात असल्या तर एकादा मुक्काम. तोही गावाकडंच. आता तिची या सगळ्यातनं कशी समजूत घालायची?... त्याच्या डोक्यात सुरू झालं.

''दिवाणसाब शेजाऱ्यापाजाऱ्यातबी जाईत न्हाईत. अशा किती दिवस बसायच्या

घरात?"

"अगं, अजून तिचं मन त्याच त्याच चक्रात आडकलंय त्येला ती तरी काय करणार?"

"आसं म्हनून कसं चालंल? जरा तरी धाडसानं वागाय नगो आता ह्येनी? घडाघडा बोलतबी न्हाईत. मी बोलावं तवा ह्येंच्या तोंडाचं पारणं सुटतंय. बोलल्याबिगार हळूहळू मनातलं तरी कसं जाईल?"

इंदूचं सगळं बोलणं ती शांतपणे ऐकून घेत होती. ती काही चुकीचं बोलत होती असं नाही. ते सारंच तिला पटत होतं, पण हातनं घडत नव्हतं. मग ती त्यांच्या समोरून उठून आतल्या खोलीत आली. मधल्या खोलीत इंदूचं अंथरूण पडल्यावर ती वळकटी आणि पाण्याचा तांब्या घेऊन आली. सगळ्या फरशीवर झाडणी फिरवून वळकटी पसरून दिव्याचं बटण बंद केलं. अंथरुणावर आडवी झाली तेव्हा आतल्या खोलीतला उजेड बघून तिनं डोळं मिटलं. मग आतल्या खोलीतल्या लाइटच्या भीतीनं फक्त ती कूस बदलत राहिली. आतला मोठा बल्ब बंद होऊन बारीक बल्ब लागला. तिनं डोळे उघडले. खोलीत गच्च अंधार. ती टक्क डोळे उघडे टाकून पसरली. आतल्या आत मनाला ती हजार गोष्टी समजावीत होती. आज काहीही झालं तरी अंथरूण सोडायचं नाही... तिनं निश्चय केला. मग कितीतरी वेळ तिच्या डोळ्यांसमोर फक्त अंधाराची वर्तुळ तरंगत राहिली.

बऱ्याच वेळानं शांत वातावरण भंग करणारी आतली हालचाल तिला जाणवली. आपोआपच तिचे कान टवकारले. मग तिनं कान झिंजाडून काही वेळ कानात बोटं घातली. गच्च दाबली. हळूहळू तिचं शरीर जागं होऊ लागलं. कानातली बोटं गळाठली. आतले श्वास वाढत जाऊन एकमेकांत मिसळले. तिचा तिच्यावरचा ताबा सुटला. ती अंधारातच उठली आणि दाराच्या फटीत डोळे रुतवून उभी राहिली. आतल्या आकृत्या, त्यांची घुसळण, वाढणाऱ्या श्वासाबरोबर तिचं अंग, श्वास आपोआपच हेंदकळत गेले आणि अचानक तिचा हात दाराच्या कडीवर पडला. खळ्ळकन आवाज झाला. तिचा जीव चारऽऽचार झाला. ती गडबडीनं अंथरुणावर कोसळली. आत एकदम चिडीचिप! नंतर काही वेळानं फक्त बोलण्याची फिसफिस. तिला एकदम रडूच कोसळलं. आपल्याच नखानं आपलंच नरडं घोटावं, असं तिला वाटाय लागलं. तिनं उशीमध्ये तोंड खुपसलं. मग आतले आवाजही तिच्या कानावर येणं बंद झालं.

मंडईजवळ पोचल्यावर इंदू म्हणाली, "आपण जरा बागंतनं फिरून आलाव तर–"

"हे आनि तुझ्या डोस्क्यात नवीनच काय आलंय?" रंगानं वैतागानं विचारलं.

"चला तर! जरा बोलत बसल्यासा तर काय बिघडलंय काय?"

“बोलाय काय घरात जागा न्हाई?”

“चला तर –” म्हणत इंदू पुढं रस्त्याला लागली. रस्त्यावरची माणसांची, वाहनांची चिक्कार गर्दी तिला जाणवतही नव्हती. आज ह्यंच्या कानावर आपल्या मनातलं घालायचंच असा तिच्या मनानं निश्चय केला होता. गेल्या महिन्यापासून ती मनाची तयारी करून संधीची वाट बघत होती. घरात तर सांदच सापडत नव्हती आणि बाहेर पडायला रंगाच्या वेळी-अवेळी येण्यानं घडत नव्हतं. तिच्या मनाची मात्र सारखी तगमग सुरू होती. आजची चालून आलेली संधी तिला दवडायची नव्हती. रंगा लवकर ऑफिसातून आला होता आणि तिनं मुद्दाम त्याला बाजारासाठी सक्तीनं बाहेर काढलं होतं. ती भाजी मंडईपासून फर्लांगावर असणाऱ्या बागेच्या तोंडावर उभी राहिली. तिथपर्यंत पोचेपर्यंत तिनं मागंही बघितलं नव्हतं. रंगा जिवाच्या करारावर तिच्यामागोमाग येऊन तिच्या जवळ थांबला. मग दोघं बागेत जवळपास गर्दी नाही असं पाहून टेकली. बागेत वर्दळ होतीच, पण त्याचा त्यांना काही त्रास जाणवत नव्हता. अघळपघळ बसल्यावर रंगा म्हणाला, “बोला बाईसाब! एवढं काय महत्त्वाचं ते सुरू करा.”

“तुमाला सगळी गंमतच वाटाया लागलीया.”

“कशाची?”

इंदू गप्प झाली. तिला विषयाला कशी सुरुवात करावी, हेच कळेनासं झालं. एकाएकी ती गांगरली. ...ह्यास्नी हे ऐकून काय वाटंल? आनि माज्यावरच तरपासलं तर?... तिच्या डोक्यात प्रश्नच प्रश्न.

“अगं, बोल की. आता काय झालं?” रंगानं वैतागत विचारलं.

ती कचरतच म्हणाली, “दिवाणसाबांचं मला काय खरं वाटत न्हाई.”

“कशाबद्दल?”

“ह्येच की –” ती धाडस जमवतच म्हणाली, “मागच्या म्हयन्यात आपुन झोपल्यावर मधल्या दाराची एकदम कडी वाजवली. आटावतंय काय?”

“त्येचा तिच्याशी काय संबंध?”

“त्येच तर म्हणतेय. आपण हातरुणात आलाव की त्या चोरून चोरून बघत्यात, आसा माजा सवशय हाय –”

“तुझ्या आईचं टक्कुरं! ती कश्याला बघंल? काय तरी बोल म्हणतान बोलाय लागली. आता तुला ती घरात नको झालीय म्हणून सांग की!” रंगा एकदम चिडला.

“उगंच डोस्क्यात राख घालून घिऊ नगा. मी लई वेळा बघितलंय. मागल्या रविवारी तुमची पाट चोळत व्हतो न्हाणीत, तर टक लावून चोरून चोरून बघत व्हत्या. ह्ये आता सारकं चाललंय. मला तर इटच यायला लागलाय त्या बाईचा. आपल्या भावाचं आसं कोण बघतंय व्हय?”

"उगच आदावत घिऊ नकोस. सरळ सरळ सांग तिला गावाकडं घालवू या म्हून. न्हाई त्ये बोलू नकोस." "न्हाईच पटणार तुमाला."

"न्हाईच पटत."

"मग बसा आरडत. तुमाला दावतोच तिला धरून, म्हंजे पटंल, काय हाय तुमची भन त्ये! आमचं बघता बघता कुणाचा तरी हात धरून पळाली म्हणजे सुद्दीवर येशिला!" "हिच्या आईचं ढोपार हिच्या! वाट्टलं त्ये बडबडती! ऊट! श्यानी हाईस!" म्हणत उठून रंगा बागेतून बाहेर आला. पण त्याच्या मनात कुठंतरी उलाढाल सुरू झाली. इंदू तर एकदम भडकलीच. ...'आता ह्या न्हवऱ्याला कसं सांगायचं समजून?... मग तिला त्याचाही राग यायला लागला.

रात्रभर मधल्या खोलीत जळणारा छोटा बल्ब बंद झाला. किर्र अंधार. श्वासात श्वास मिसळणंही बंद होत गेलं. ती फक्त मधल्या दाराला उभी राहून आतला सुगावा घ्यायची. पुन्हा पाय न वाजवता अंथरुणावर पसरायची. तिला काहीच थांबवता येत नव्हतं... आपलं मनही आणि शरीरही. इंदूच्या वागण्यातला बदलही तिला अलीकडं संशयास्पद वाटत होता. पहिल्यासारखं खळखळून हसणं, बोलणं बंद झालेलं होतं. फक्त तणाव! मुद्दामहून ती बोलायचा प्रयत्न करू लागली, तरीही इंदू तिला टाळत होती.

शेजारची शेबळकरवयनी गप्पा मारायला येऊन बसली असताना इंदू एकदम म्हणाली, "काय सांगायचं वयनी. आमच्या संसारावर कशाचं तरी सावट पडलंय. सगळंच बिघाडलंय बघा."

"म्हणजे? झालं तरी काय गंऽऽ?" वयनीनं डिवचलं.

"व्हयाचं काय? कुणाची तरी वाईट नदार आमच्या दोघांवर पडाय लागलीया. डोळ्यांत मातीबी कशी पडत नसंल? सगळं इस्काटलंय घरातलं."

ती फक्त इंदूचं टोचून बोलणं ऐकत होती. तिला कळत होतं, हे आपल्यालाच चाललंय. पण ऐकून घेण्याशिवाय इलाज नव्हता. ती फक्त आतल्या आत चडफडत राहिली. त्यानंतर तिनं इंदूशी बोलायचा प्रयत्नच सोडून दिला.

इंदूला कुणीकडूनही एकदा तिच्याशी भांडण काढलंच पाहिजे, असं सारखं वाटाय लागलं. पण नवरा म्हणणारा अजूनही दिवाणसाबांचीच बाजू घेणार, असं वाटत असल्यामुळे ती संधीची वाट बघत होती. ती संधी तिनं चालून आल्यागत इंदूला देऊन टाकली. रंगा गडबडीनं न्हाणीत आंघोळीला गेला आणि अचानक इंदूला त्याची पाठ चोळण्याचा उत्साह आला. ती त्याच्या पाठीवरून खरबरीत दगडाची चीप हळुवार फिरवत होती. बोलणं असं दोघांच्यात काहीच नव्हतं. पण ती दोघं करताहेत तरी काय, म्हणून ती सहज न्हाणीच्या चौकटीला आली आणि मोळा मारल्यासारखी तिथंच उभी राहिली. इंदूच्या हालचाली आणि रंगाचं उघडं अंग

ती टक लावून पाहत होती.

"बघा, बघा! तुमच्या भनीचं डोळं बघा. माती पडली हिच्या डोळ्यात! आसाच पाठलाग घीत अस्तीया. तुमाला पटत न्हाई न्हवं? बघा ह्ये!" इंदू जवळजवळ किंचाळलीच.

रंगा काचबारला. खरोखरच ती ढिम्म उभी होती. त्याला काय बोलावं हेही सुचेनासं झालं. तो फक्त अंगावर पाणी ओतून घेत राहिला. इंदूच्या तोंडाचा पट्टा मात्र जोरात फिराय लागला.

"रांडमुंड बाई म्हणून घरात ठेवली तर तिचं हे आसं थॅर! बघावं तवा आमचा पाटलाग करत आस्ती. दुसऱ्याला का तरास? जगात कोण हाईत का न्हाईत रांडमुंड बाया? त्येंचं बघून तरी जगावं."

असं बरंच कायबाय इंदूचं सुरू झालं. तिला हे सारं बोलणं ऐकता ऐकता भोवळ आल्यागत वाटाय लागलं. ती तोल सावरत मधल्या खोलीत गेली आणि फरशीवरच आडवी झाली. तिच्याभोवती सगळी खोलीच गरगर फिराय लागली. पदरानं डोळं गच्च आवळून ती पडून राहिली.

रंगा ऑफिसला बाहेर पडला तरी इंदूची वटवट चालूच होती. हातातलं काम टाकून फक्त या सोप्यातनं त्या सोप्यात फिरता फिरता मनातली सगळी खदखद ती व्यक्त करत होती. रंगा नसल्यामुळे ती आता एकेरीवर आली होती...

"रांड! आमी झोपलाव की दाराला कान लावती. जेवाय बसलाव की फुड्यातनं घिरट्या घालती. न्हाणीत तस्सं. बाहेर आस्सं! न्हवरा-बायको हाय आमी. आमी जराबी हिकडंतिकडं करायचं म्हणजे चोरी! मग तुज्यावाणी काय रांडमुंड म्हणून लोद्यागत पडू? एवढं आवरत न्हाई तर जायचं कुणाचा तरी हात धरून! माप मोकळं फिरत्यात बापय!"

इंदूचा एक-एक शब्द तिच्या काळजाला घरं पाडू लागला. ...'हे काय ऐकायचं नशिबाला आलं? ह्यापरास मेल्यालं काय वाईट?' ...ती जाग्यावरून वळवळवली, तशी इंदू तिच्या जवळ येतच म्हणाली,

"आत्ताच्या आत्ता पिस्वी भरायची आनि गावाचा रस्ता धरायचा!"

ती एकदम चरकली. रंगानंच हिला असं सांगितलं नसंल? ती पुन्हा मुटकुळा करून पडून राहिली. कितीतरी वेळ आपला श्वास सुरू आहे हेही ती विसरली.

भर दुपारी पिशवी घेऊन ती उंबऱ्याच्या बाहेर पडली. इंदू झोपली होती. तिला सासूलही लागला नाही. अंदाजानं गावाच्या बोळातनं तिनं एस. टी. स्टँड गाठला. चिक्कार माणसं! गावची गाडी कुठं लागते, याची चौकशी करून ती गळ्यात गुडघं घेऊन बसली. बराच वेळ शून्य नजरेनं ती समोर पाहत होती. गाडीला तासभर उशीर. एक क्षण म्हणजे तिला वर्षासारखा वाटू लागला. एवढ्यात समोरच्याच

बाकड्यावर नवं नवं लगीन झालेली नवरा-बायको येऊन बसली. किंचित डोळे किलकिले करून तिनं बघितलं. ती जोडी एकमेकाला खेटून बसलेली. त्यांच्यात कसला तरी गंभीर विषय चालला होता. नंतर बोलता बोलता त्यानं आपल्या बायकोच्या गालावर टिचकी मारली. ती छान मुरकली. तो खिदळू लागला. बघता बघता तिच्या अंगात पुन्हा एक लहर फिरत गेली. ती सगळंच विसरली. त्या दोघांकडं डोळे रुतवून आपण बघतोय, हेही. एवढ्यात त्या जोडप्याचं तिच्याकडे लक्ष गेलं. जोडपं आता तिच्याकडं बघून कुजबुजाय लागलं. तिचे डोळे हलले नाहीत.

"खुळी दिसते बाई!" जोडीतला नवरा मोठ्यानं म्हणाला. ती एकदम भानावर आली. पिशवी हातात घेऊन उठली. ...'काय खोटं बोलला तो? खूळच लागलंय आपल्याला. न्हाईतर आसं कसं व्हईल? आवरता आवरत न्हाई! आंग शिरशिरतं! आंगभर काय तरी फिरतं. मग ह्येला दुसरं काय म्हणायचं? न्हवरा जवळ यायचा तवाबी एवढं आसं व्हयाला न्हवतं. मग आत्ताच आसं का? आनि गावात गेल्यावरबी आसंच व्हयाला लागलं तर...आता आवरणं हातात न्हाई. तितं तरी कसं आवरंल? त्यापरास गावालाच न्हाई गेलं तर? मग जायाचं तरी कुठं?'...

ती एकदम थबकली. पुन्हा बळ एकवटून हातात पिशवी घेऊन स्टँड सोडून रस्त्याला लागली.

साप्ताहिक सकाळ, दिवाळी १९९५

❖

ढव्ह आणि लख्ख ऊन

मी, म्हणजे पुन्हा माझी ओळख झालीच. त्यात बाळबोधपणा अपरिहार्य; पण इलाज नाही. माझं नाव – इथं मात्र थोडं घोडं अडतं. याचं कारण माझं जे पाळण्यात नाव ठेवलं आहे, ते मला पसंत नाही. रजिस्टरला नोंद आहे, कारण त्या वेळी मी लिहायला, वाचायला आणि शुभ्र कपड्यांत वावरायला शिकलो नव्हतो, त्यामुळे त्या ठिकाणी मला नाव बदलायला संधी नव्हती, म्हणून ते तसंच राहिलं. रजिस्टर नोंद नाव आहे – बनाप्पा. त्याचं मी अलीकडे बन्सी केलं आहे. बन्सी म्हणजे कसं छान वाटतं. अन्यथा पहिल्यांदा मी जेव्हा हजर रिपोर्ट दिला तेव्हा आमचा साहेबसुद्धा माझ्या नावाला हसला होता. म्हणजे हा साहेब कुठल्या ऑफिसातला हे सांगणं आलंच; पण ते सांगायला मला बिलकूल लाज वाटत नाही. मी पहिल्यांदा तहसील ऑफिस गडहिंग्लजला हजर झालो – रोजंदारीचा नोकर म्हणून. महिन्याला शंभर रुपये पगार. म्हणजे दिवसाला तीन रुपये तीस पैसे मजुरी. ही नोकरी मला माझ्या शिक्षणानं मिळालेली नाही. फक्त अपघातानं मिळाली. म्हणजे झालं असं, की त्या वेळचे सगळे कर्मचारी ऊर्फ नोकर पगारवाढीसाठी संपावर गेले. नाही तरी आपल्याकडचे सगळे नोकर हे पगारवाढीसाठीच संपावर जातात. आम्हाला योग्य आणि भरपूर काम द्या, अशा मागणीसाठी देश स्वतंत्र झाल्यापासून कोणीही संपावर गेलेले नाही.

ते लोक संपावर गेले आणि मुख्यमंत्री – आमचा शेती परंपरेचा प्रतिनिधी – वसंतदादा. ते म्हणाले, संप पाहिजे तेवढा करा. आमच्या शेतकऱ्यांची भरपूर पोरं रिकामी, बेकार आहेत त्यांना मी नेमून घेतो. संप चौपन्न दिवस चालला आणि त्या काळी आमच्यासारखे बेकार असणारे अनेक जण संपकालीन कामासाठी हजर झाले – नोकर म्हणून! वसंतदादांना मध्यमवर्गीय नोकरांनी चितपट केलं. आम्ही पुन्हा बेकार; पण आमच्या बेकारीसमोर संपकालीन कर्मचारी अशी सन्मानदर्शक बिरुदावली जोडली गेली आणि पुढे शासनाच्या वटहुकूमाद्वारे आम्हास प्राधान्याने काम द्यावे, असे सुचवण्यात आले. त्यामुळेच मी रोजंदारीवर लागलो आणि तहसीलदार

ऑफिसमधली रोजंदारी करता करता मी मस्टरवरचा कायदेशीर क्लार्क झालो. याला कारण आई. म्हणजे पुन्हा आणखी काही सांगणं आलंच. त्या वेळी मी कॉलेजला होतो आणि भयंकर उचापती करत होतो. उचापतीही अशा जीवघेण्या, की दररोज नवं भांडण घराकडं. एकदा मी बंडा तेल्याचा वजनकाटा ऊर्फ तागडीच उचलून आणून घरात ठेवली. तेली बोंबलून घराकडं. आईनं धावाधाव केल्यावर ते प्रकरण मिटलं होतं. त्यामुळे आईला तसा मी नको असणारा पोरगा होतो. संपकाळात मी जेव्हा तहसीलदार ऑफिसात जायला लागलो, तेव्हा आई एकदम खूष. म्हणाली, जीव गेला तरी कचेरीची पायरी सोडू नगं. आईचा सल्ला मानण्याशिवाय गत्यंतर नव्हतं. माझ्या चिकाटीचं कौतुक करून साहेबांनी रोजंदारीवरून क्लार्क म्हणून नेमणूक दिली आणि मी तहहयात तहसीलदार कचेरीचा नोकर झालो. याला दहा वर्षं उलटून गेली. नोकरी लागल्यानंतर बरेच निसर्गधर्म नियमानुसार पार पडत गेले. आज मितीला दोन मुलं, पैकी एक मुलगा. बायको, मी असे चौघे जण. करवीर नावाच्या तहसीलात एक भाडोत्री बंगला घेऊन अत्यंत मजेनं राहत आहोत आणि हीच माझ्या तापाची खरी गोष्ट आहे.

"उघडीप पडलीय. भराभर चार माळवं पिसवीत घ्यायला हावं. इकतचं खाऊन पोरांच्या तोंडाची रया गेली आसंल..."

म्हातारी मनातच पुटपुटत घराजवळच्या घीस्नाच्या शेतात घुसली. दिडक्याच्या वेलांनी सगळा बांध यरगटलेला. निळसर-पांढऱ्या फुलांनी भरलेला बांध ओलांडून ती मिरचीच्या वावरात आली. चार-सा वांगी, कसल्या बसल्या भाज्या, भेंड्या, बचकाभर मिरच्या पिशवीत कोंबून परतताना म्हातारीची नजर करपाय लागलेल्या मिरचीच्या शेंड्यावर गेली.

युरिया लागला वाटतं. किती सांगीटलं म्हाताऱ्याला तर न्हाई पटत. असल्या खतानंच वाटोळं केलं मातीचं, त्यात ह्यो बाबा पाऊस...

तिच्या मनात बरंच कायबाय येत गेलं. ती घरात गेली तेव्हा म्हातारा गोरणीतलं चगाळ गोळा करून बाहेर टाकायच्या नादात होता.

"बन्याकडं जाऊन येतो. नदरं पडल्याबिगार ध्येनातलं जाणारबी न्हाई आनी कामाला हातबी लागणार न्हाई," म्हातारी आपल्याच नादात बडबडली. म्हाताऱ्याकडून काहीच प्रतिसाद नाही. त्याचं आपल्याच तालात चगळाचं बींडं बांधणं चाललेलं.

"मी काय म्हणतोय आईकल्यासा काय?" तिनं म्हाताऱ्याला पुन्हा खोचकरलं.

"आईकलं. तुज्या मनाला जे वाटंल ते कर. मी नको म्हटलं तर तू काय ऱ्हाणार हाईस?" म्हातारा सटाकन बोलून गेला. म्हातारी एकदम कावदारली. 'सदानकदा आसंच,' म्हणत जोडणीला लागली.

'...एकच एक पोरगं. पंधरावी शिकलं. चांगल्या धंद्याला लागलं. त्येचं त्येचं

बेस चाललंय. आनी ह्यो, म्हातारा त्येच्यावरच तरपासतोय. ह्येला काय माणूस म्हणायचं...'

म्हातारीनं बरंच काय-काय चोंदून चांगल्या दोन पिशव्या भरल्या. एक डोक्यावर एक काखेत. बाहेर पडली. तिट्ठ्यावर जायला तिला अख्खं गाव पालथी घालाय लागलं. भेटंल त्याचा एकच प्रश्न. 'चाललोय लेकाकडं,' पन्नासभर ठिकाणी तिचं ठरलेलं उत्तर. बरोबर पायातून आडवा-तिडवा पळणारा टाग्या कुत्रा. किती हाकललं तरी माघारी फिरायला तयार नव्हता. गाडीची वाट बघत थांबलेल्या म्हातारीच्या डोळ्यांसमोर रात्रीचं दडपान एकदम आलं. एकदम भांबावली. असं का व्हावं? गाडीचा आवाज आला आणि म्हातारी एकदम भानावर आली. गडबडीनं पिशव्या हातात घेऊन उठली, तर टाग्या पुन्हा पायात. ती एकदम ओरडली. टाग्या बाजूला सरकला. गाडीत बसल्यावर म्हातारीनं सुटकेच निःश्वास टाकला.

दारावरची बेल न वाजता कडी वाजली. बायको एकदम अस्वस्थ. तिला अस्वस्थ व्हायला काहीही कारण पुरतं. म्हणाली, "बघा हो कोण आलंय. बेल दिसत नाही वाटतं दरवाजावरची!" अर्थात पाळीव प्राण्यासारखी शेपूट हलवत मी उठणं अपरिहार्य; पण एक गोष्ट त्यातही मला आनंद देणारी होती, ती म्हणजे बेल न वाजता कडी वाजली होती. बेल ज्या कुणी शोधली असेल त्याचा मला भयंकर राग. कीर्र्रऽऽ झालं, की मेंदूला झिणझिण्या येतात आणि शेपूट हलवत मलाच उठावं लागतं.

घाईघाईनं दार उघडलं. बघतो तर दारात आई. एक पिशवी डोक्यावर, एक काखंत. डोळे भरून बघत आई फक्त उभी. स्टँडपासून आमचा बंगला मैलभर लांब. एवढं अंतर ती चालतच आली असणार. आईला आत ये म्हणण्याऐवजी म्हणालो, "तुला रिक्षा करून यायला काय झालतं?"

"ह्या पयल्या पिशव्या हातात घे. आत निवून ठेव. तांब्याभर पाणी आण. मग सांगतो", म्हणतच आई मला बाजूला सारून बैठकीच्या खोलीत आली. तसा मी आत वळतच बायकोला आवाज दिला. 'अग, आई आलीय,' तर आतून काहीच प्रतिसाद नाही. हे काही नवीन नाही. आता तिच्या कपाळाला आठ्या पडू लागतील. मग मानेला हिसडे. त्यानंतर भांड्यांची आदळाआपट. नंतर पोरांना सपासप दणके. गुमान पिशव्या ठेवल्या. तांब्याभरून पाणी घेतलं. आई अघळपघळ बसून बैठक खोलीचा कडखोपडा निरखून बघत होती, एवढ्यात दोन्ही पोरं तिला येऊन चिकटली. त्यांची माया करणं, मुकं घेणं या गोष्टीत आई पाण्याचं विसरली. मग मी पोरांना बाजूला सारत आईला पाणी घे म्हटलं, तर पोरगी म्हणाली, "आजीचे पाय चिखलात किती घाण झालेत बघा!"

आईनं तिचा गालगुच्चा घेतला. म्हणाली, "आमी बाई गावात ऱ्हाताव, तुमच्यागत शेरात न्हाई. आमचं पाय राड व्हयाचंच."

तर बायको सटाकन बाहेर आली. तिनं दरवाजापासून आई बसलेल्या जागेपर्यंतची फरशी निरखून बघितली. मग म्हणाली, ''बाथरूमकडं चला. पाय धुऊन घ्या. मग नातवांना खेळवा.'' तिला आपल्या स्वच्छ फरशीची भलतीच काळजी. आईनं तिला दादच दिली नाही. ती हिसड्यात पाय आपटत आत गेली. हे एकदम बेस्ट झालं. आता लगेच तिची पुढची क्रिया अपेक्षित होती. ती झालीच. तिनं मला आत बोलवून घेतलं. आईचे पाय उठून फरशी राड झाली, तर तुम्हाला पुसावी लागेल, असा दम भरला. मी ऐकला. हॉलमध्ये आईजवळ येऊन बसलो. मुलगी आईला शाळेतल्या गंमती सांगत होती. मुलगा आजीच्या अंगावर उत्तम लोळत होता. हे दृश्य बायकोच्या नजरेआड आहे म्हणून ठीक. अन्यथा पोरांची धडगत नव्हती. आई नातवाला खेळवता खेळवता म्हणाली, ''कसलं गा प्वॉर, हालकंफुल्क! ह्येला काय दूधबिध घालत्यासा का न्हाई.''

म्हटलं, ''चांगलं दोन लिटर दूध घेतोय रोज; पण प्यायचं कुणी?''

आई फुसकन हसली आणि तिचं बरोबरही होतं. दोन लिटर ही मला भयंकर चैन वाटत होती. तर तिच्या दृष्टीनं तेवढं दूध कुत्र्याच्या झाकणीत वतायचं असतं. माझ्या लहानपणी आमचा बाशा नावाचा कुत्रा दिवसाला मी पिऊन उरलेलं दूध घमेल्यातून प्यायचा. चांगला चार फूट उंच झाला होता कुत्रा. माझ्या लहानपणी चांगल्या तरण्याताट्या बायकासुद्धा मला काखंत घेऊन कासराभर चालल्या की दमायच्या, एवढं माझं वजन होतं.

''गावाकडची एक म्हस हतं आणून बांधतोस काय बघ,'' आई पटकन बोलून गेली आणि माझी पोरगी हसाय लागली. म्हणाली,

''आजी म्हैस इथं आणून बांधायची? बंगल्यात?''

''मग लेकी. बंगल्यात दूध लागत न्हाई. हे इकतंच शिप्पीभर दूध पिऊनच तुमची हाडकं दिसाय लागल्यात. तुझा बा तुझ्याएवढा अस्तानं तांब्याभर आकडी दूध प्यायचा.''

पोरगीचं डोळं गारगार फिरलं. ती माझ्याकडं बघतच म्हणाली, ''आकडी म्हणजे काय हो पप्पा!''

आता या पोरीला आकडी म्हणजे काय सांगायचं? तर आई चटकन म्हणाली, ''आगं पिळल्यापिळल्याचं ताजं दूध. मी म्हशीची धार काढाय बसलो आणि म्हशीनं पानेव घालावा म्हणून कासंत पाणी माराय लागलो, की ह्यो नेमाचा तांब्या घिऊन हजर. तांब्याभर दूध पिळून पयलं ह्यच्या हातात ठेवलं, की घाटऽऽ घाटऽऽ तितंच पिऊन बाजूला व्हायचा. कवळ्यात मावायचं न्हाई प्वार माजं.''

पोरगी टाळा पगळून झी-हॉरर बघितल्यागत माझ्याकडं बघत होती. आई सांगत असलेलं तिला कितपत कळलं होतं कुणास ठाऊक. माझ्यासमोर मात्र चित्रच

उभं राहिलं. अंगात एकदम गरम दुधाची लहर फिरत गेली. एवढ्यात आतून आवाज आला,

"आहो, जरा इकडं या. या भाज्या एवढ्या ढीगभर कशाला आणल्यात. फ्रीजमध्ये बसायलाच तयार नाहीत."

माझी शेपूट हलणार इतक्यात आई म्हणाली, "काय म्हणती रं तीऽऽ?"

काय नाही. काय नाही, म्हणतच मी उठलो, तर आई नातवाला कडेवर घेऊन माझ्याबरोबर आत. बायकोनं सगळ्या भाज्या पिशवीतून काढून टेबलावर पसरलेल्या. आईला बघितल्या बघितल्या तिची दातकुडी बसली. फक्त डोळं मोठं करून माझ्याकडं बघाय लागली. गुमान वांगी– भेंड्या वेगळ्या वेगळ्या करायला सुरुवात केली. आई म्हणाली, "मोठ्या हाऱ्यात ठेव म्हणजे टिकती चांगली." बायको म्हणाली, "फ्रीजमध्ये आठवडाभर राहतं."

"आठवड्याच्या बाश्या भाज्या खायाला तू काय उप्लान्याची व्हय गऽऽ" बायकोला आई काय म्हणते तेच कळलं नाही. कळणार तरी कसं? आई फ्रीजकडं बघतच म्हणाली, "ह्या खोक्याला म्हणत्यात व्हय गा फिरीज? कव्वा घेतला हे? आनी किती बसलं ह्येला?"

माझी म्हणजे पंचायत. आता आईला सांगायचं काय? तरी बोलणं भाग होतं. म्हणालो, "मागच्या महिन्यात घेतलं. भाज्याबिज्या चांगल्या टिकत्यात. शिळं राहिलं तर यात ठेवलं की ताज्यागत राहतं"

"किती बसलं?" आईचा पुन्हा प्रश्न.

म्हटलं, "दहा हजार."

"एवढं?" आईनं एकदम टाळा पगळला. म्हणाली, "आगा, एवढ्याच्या येजात रोज भाजीत लोळला असतास की."

बायकोला बरोबर घाव बसला. म्हणाली, "शहरात राहायचं म्हणजे शहरासारखंच वागाय लागतंय. सगळं पैशात मापून जमत नाही."

"म्हणून काय कमरंचं गुंडाळून डोस्क्याला बांधायचं?" आईनं टोमणा हाणला. बायको घायाळ. मी मात्र जागच्या जाग्यालाच वळवळाय लागलो. काय होतं खोटं? आई म्हणती तेच योग्य हे कळत असूनही आपण असं वागत गेलो. मी तरी काय करणार? बायकोनं चांगलं चार महिने अन्नसुद्धा खाऊ दिलं नाही. जेवाय बसलं, की दुसण्या सुरू. रोज एका कंपनीची जाहिरात घेऊन यायची. शेजारीपाजारी व बऱ्याच मोकळ्या बायका तिला माहिती पुरवायला होत्याच. घाईला आलो होतो. तेव्हा दोन केसी सापडल्या गडगंज. काम तर फालतू होतं. आच्युती काढले दहा हजार. आणला फ्रीज. आता हे सगळं आईला सांगितलं तर म्हणेल, 'हारामाच्या पैशातनं संसार करण्यापरास चाळणीत पाणी घेऊन जीव द्यावा गाऽऽ' काहीच बोललो नाही.

आई एकटीच काय काय बडबडत होती आणि बायकोच्या कपाळावरच्या आठ्यांची संख्या बेफाम वाढत चालली होती.

जेवण झाल्यावर आई एकटीच बसली हॉलमध्ये. बायकोचा आणि तिचा संवाद शक्यच नव्हता. मुळात आमच्या बायकोच्या डोक्यात घुसलेलं पांढरपेशेपण आईला बिलकुल मान्य नव्हतं आणि तिचं मातीला चिकटून असणं बायकोला बोचत असावं. दोघींचा उडाला तर खटकाच! ही गोष्ट भलतीच बेकार. माझ्या डोक्यात मात्र आळ्या. त्यामुळे मलाही आईशी पूर्वीसारख्या घडाघडा गप्पा जमत नव्हत्या, याचा मला भयंकर राग यायचा; पण तेवढाच. बाकी सगळंच अंगवळणी पडलं होतं, ते बेकार आणि भंकस! पोरं झोपल्यामुळे आई एकटीच आणि तिला माझ्याशी बरंच काही बोलायचं असावं, त्यामुळे ती तशीच बसून. मी गडबडीनं जाऊन टीव्ही लावला, तर आई एकदम भडकलीच. म्हणाली, ''ते तेवढं बंद कर. माझी शिर ठणाकती. ती पांढऱ्या तोंडाची माणसं बगवत न्हाईत. कशी बसता रं टक लावून त्येंच्याकडं बघत? सगळी बुळबुटश्याट?'' जोरात हसू आलं. गुमान खटका बंद केला. बसलो आईजवळ, तर बायकोचा कान आमच्याकडं. सारखं तिचं आतबाहेर चाललेलं. आई स्वत:शीच बोलल्यागत म्हणाली, ''म्हाताऱ्याची सगळी तारांबळ उडाली आसंल. कोंबड्या झाकल्यान हाय का न्हाई कुणास धक्कल.''

''आता कोंबड्या आणि कशाला बाळगलीस,'' बोलायचं म्हणून बोललो, तर आई चवताळलीच. म्हणाली, ''तुला म्हशी नगो, कोंबड्या नगो, आई नगो, बाप नगो. आसा आबाळातनं पडल्यावानी वागू नकोस. पचेताप व्हईल.'' आईचा आवाज एकदम कातर. त्या आवाजानंच एकदम गलबलल्यागत झालं. माझा बदलत गेलेला चेहरा आईच्या नजरेतून सुटला नाही. ती सावरून म्हणाली,

''बारकसं मांजरबिंजर तरी आण घरात. म्हणजे घर घरासारखं वाटंल. सारखं सारखं भयाणभूस घर झालं, की माणसं राक्सागत वागाय लागत्यात.'' तिचं बोलणं मला गूढ वाटाय लागलं. एकदम अंगावर काटा. म्हणजे अजून आपण संवेदनशील आहोत तर. माझं मलाच विचित्र वाटाय लागलं. विषय बदलावा म्हणून आईला विचारलं, ''संताबाईला आता जरा बरं वाटतं का नाही.''

आई एकदम तरतरीत झाली. म्हणाली, ''म्हणजे तुला काय कळाय न्हाई म्हण तर. सन्ताईला न्हेली की थोरल्यानं साताऱ्याला. आता घराला कुलूप हाय. परवा आल्ता धाकला. दार उघडल्यानं तर सगळीभर घुशीनं उकीर काढल्यालं. सापबी बघितला म्हण. काय दीस आलं घराला.'' आई आमच्या शेजारच्या संताबाईबद्दल बोलत एकदम गंभीर झाली. बहुतेक तिला आपल्या घराचं चित्रही तसंच दिसाय लागलं असावं. काढलेल्या विषयातून पुन्हा तेच निघाय लागलं. तसा गप्प बसून राहिलो, तर आई झोपून टाकायचं नावच घेईना. अचानक माझ्याजवळ सरकतच म्हणाली,

“व्हय गाऽऽ बना, तू मळवीच्या ढव्हात कधी आंगुळीला जाईतास?”

आईच्या अचानक प्रश्नानं एकदम दचकलो. ती असं का विचारतेय. मळवीचा ढव्ह गावापासून चांगला मैलाच्या अंतरावर. सहसा फिरकायचं नाही कोणी. गावात त्या ढव्हाबाबत अनेक दंतकथा. भरदुपारी त्या ढव्हात कोणी उतरला, तर त्याला साता आसरा सोडत नाहीत. फार फार वर्षांपूर्वी म्हणे बाळा पाटलाच्या आजाचा भाऊ इर्षेनं भरदुपारी ढव्हात पोहायला गेला आणि नाहीनपत झाला. प्रेतसुद्धा तरंगलं नाही. त्या ढव्हाचा तळ कधी कुणी बघितला नव्हता. खेकडी, मासं मारायला माणसं गळ घेऊन जायची; पण तीही दुपार चुकवून. हायस्कूलमध्ये असताना आम्हीही बांगड्यांची मुंडकी आणि दत्तोंडं गळाला लावून खेकडी धराय जायचो; पण दुपार सोडून; पण आईनं हे आत्ताच का विचारावं? काही न बोलता तसाच बसलो. तशी ती पुन्हा म्हणाली, “आगा मी काय इच्चारतोय ध्येनात आलं काय?” एकदम चाचपडलो, म्हटलं, “न्हाई बाई. आंघोळ कधी न्हाई केली ढव्हात.”

आईनं एकदम रोखून धरलेला श्वास सोडाला. स्वत:शीच पुटपुटली, “सपनात कायबी येतंय माणसाच्या. दडपान त्ये दडपानच. मी बी काय डोस्क्यात घिऊन बसलोय कुणा धक्कल.” ती काय बडबडतेय कळलंच नाही. फक्त ती तिला पडलेल्या स्वप्नाबाबत काही तरी म्हणत असावी, असा अंदाज आल्यानं पुन्हा पुन्हा विचारून बघितलं; पण नाहीच सांगितलं, उलट म्हणाली, “जरा तंबाखू भाजून घ्यावा म्हणतो. चिमणी पेटवून आण जा.”

उठलो. आता चिमणी कुठं शोधायची? बायकोला विचारावं तर ती वस्सकन अंगावर येणार, म्हणून किचनच्या कपाटाचे सगळे कप्पे शोधायला सुरुवात केली. एवढ्यात बायको बेडरूममधूनच म्हणाली, “चिमणी नाही. काड्याची पेटी आणि कागद द्या. आणि बाहेर भाजा म्हणावं तंबाखू. आत एकदा वास भरला की जात नाही. हे काय खापरीचं घर नाही.”

आगपेटी, कागद घेऊन आलो, तर आईनं सगळं ऐकलंच होतं.

“आन बाबा, भाईर जावून भाजून आणतो. तुझ्या बायलीचा जीव घुस्मटलं. वनवा नगो,” म्हणतच तिनं कनवटीची तंबाखूची पिशवी काढली. मग माझ्याकडं बघतच म्हणाली, “म्हातारा नगो म्हणालता जायाला. खरं माझाच जीव ऱ्हाईना म्हणून आलो.” गालफडात जोरानं कोणी थप्पड मारतंय असं वाटायं लागलं. डोळ्यांसमोर बाबाची चिलीम आणि झालेलं भांडण आलं. गच्च डोळे मिटून घेतले. आई घराच्या पायरीवर बसून तंबाखू भाजत होती.

मी कारकून झालो. म्हणजे काय झालो? कचेरीच्या खुर्चीत बसायचं. गावागावातल्या येणाऱ्या माणसाला पन्नास-शंभराला गंडवायचं. कुणी पाजली तर भरपूर फुक्कट दारू, कोंबडीच्या तंगड्या. पुन्हा महिन्याचा पगार शिल्लक पडून वरकड दोन-चार हजार

शिल्लक. फार काय नाही पण दोन-चार कागद खरडलं, की दिवसाचं भयंकर काम केलं. थकवा आला म्हणून चहाचे कपावर कप, संध्याकाळ झाली, की घर नावाच्या बंगल्यात दुसऱ्या दिवसाचे दहा वाजेपर्यंत शेपूट हालवायची. काम खल्लास. यात काही गैर आहे असं मला वाटत नाही. पहिल्या पहिल्यानं एकदम बावचाळायचो; पण सहकारी होतेच सावरायला. नि त्यांनी सगळं अंगवळणी पाडलं. त्यांच्या सत्कृत्यामुळे एकदम तरबेज झालो. इतका, की आता बऱ्याच गोष्टी मीच त्यांना शिकवतो.

यामुळे झालं एक, की बऱ्याच नव्या-नव्या गोष्टी माझ्या भोवती आल्या. म्हणजे गरज नसतानाही मी हिरो होंडासारखी चाळीस हजारांची गाडी घेऊन महिन्याला पाचशेचे पेट्रोल जाळू लागलो, अशा कैक. या साऱ्यासाठी मी फार आटापिटा केला असं बिलकूल नाही. आपोआप पदरात पडत गेलं. माझाही नाईलाजच. आलेल्या लक्ष्मीला लाथ कोण मारणार? आणि असं काहीच केलं नसतं, तर कुठल्या कुठं फेकलो गेलो असतो. पुन्हा बांधावर म्हशीच वळाव्या लागल्या असत्या. हां, म्हशी वळण्यावरून आठवलं, मी कारकून झाल्यानं एक झालं, गाव पार लांब गेलं. एक तर सुट्या फार कमी आमच्या धंद्याला. असतीलच तर फक्त रविवार. पहिल्या पहिल्यानं दर रविवारी जायचो. जीवच रमायचा नाही गावाशिवाय. एखादा रविवार चुकला, की एकदम खराशीला यायचा जीव. गेलं गावाकडं, की पहिली गावातल्या प्रत्येक गल्लीत चक्कर. नंतर सगळ्या शेतांचा कडखोपरा. तेवढं झालं, की संध्याकाळी देवळाच्या वट्टीवर गल लावत बसायचो. एकदम मोकळा होऊन कामावर; पण ते टिकलं नाही जास्त दिवस. आपोआपच आठवड्याचं पंधरा दिवसांवर आलं. पंधराचं महिन्यावर, नंतर सहा महिन्यांवर. आता तर वर्षातून एकदाच घडतं जाणं गावाकडं. त्यात आता ओळखीची माणसंच कमी झालीत गावातली. मग गावाला जाऊन करायचं तरी काय? फुक्कटची फेरी आणि पुन्हा डोक्याला ताप.

हे मी माझ्या वडिलांना खूप वेळा समजून सांगण्याचा प्रयत्न केला; पण त्यांचं आपलं एकच – तुला शाळा शिकवून श्यान खाल्लं! त्यांच्या सात पिढ्यांत कोण शाळेचा उंबरा चढलं नव्हतं. मग पुढचा सगळा प्रश्नच मिटला. आपला मुलगा इतका शिकला, इतका कमवतो, इतका झाकपाक राहतो. याचं त्यांना कौतुक वाटायला हवं; पण कौतुक राहिलं बाजूला. सारखा शिव्यांचा भडिमार. आता आता तर तीन-चार वर्षांत बोलणंच टाकलंय. घरात गेलो तर फक्त पोरांना खेळवतील; पण शब्दानं भाषा नाही. बोलायचा मुद्दाम प्रयत्न केला, तर आईला दम देऊन सांगतील, त्येला माझ्या तोंडासमोर येऊ नकोस म्हणावं, असं मी त्यांचं काय घोडं मारलंय कुणास ठाऊक? कुठल्या जमान्यात वावरतात त्याचं त्यांनाच माहित; पण आता तेही अंगवळणी पडलंय, त्यामुळे त्यांच्या समोर जायचं मीच टाळतोय.

त्यामुळे कधी तरी कळेलच, की त्यांना आपला मुलगा किती मोठा झालाय ते आणि नाहीच कळलं, तरी त्याची मला फिकीर नाही. उलट त्यांचा शेताचा रामरगाडा माझ्यापाठीमागून सुटेल. आता माझी एकच आकांक्षा आहे, कोल्हापुरात हमचौक तीन-चार गुंठ्यांचा प्लॉट घेऊन बंगला बांधायचा म्हणजे काम खल्लास.

हे सगळं खरं, पण मध्येच कधी तरी मध्यरात्री गाव स्वप्नात येतं आणि डोकं एकदम भनानतं. याला उपाय तरी काय?

भगटायला म्हातारीला जाग आली. तिनं हळूच डोळे उघडून बघितलं, तर सगळ्या बंगल्यात अंधार. आजुबाजूला सासूलही नव्हता. तिनं डोळे ताणून बघितलं अंधारातच. मग धडपडत खिडकी गाठली, पडदा बाजूला सारला. अंधुक उजेड. म्हातारीनं भिंतीवरचा खटका शोधून लाईट लावला. रात्री भाजलेल्या तंबाखूतली उरवून ठेवलेली कुडचाभर मिसरी हातात घेतली. मग निवांत घासणी केली. हळूहळू आजुबाजूच्या बंगल्यांतून जाग यायला लागली. म्हातारीनं बाथरूममधल्या चावीला खाकरून-खोकरून तोंड धुवायला सुरुवात केली. आवाजानं बन्नाप्पा ऊर्फ बन्सीला जाग आली. तो गडबडीनं उठला. त्यानं बायकोला हलविण्याचा प्रयत्न केला, तर तिचं घोरणं अचानक वाढलं. त्यानं आळोखेपिळोखे देतच झोप झटकली. बेडरूमच्या बाहेर आला, तर आई तोंड धुऊन पदरानं पुसतच हॉलमध्ये उभी. म्हणाली, ‘‘कितीला रोजच्याला उठत्यासा रंऽऽऽ.’’ त्यानं जांभई देतच उत्तर टाळलं. म्हणाला,

‘‘चहा करू?’’

‘‘च्याचं मागनं बघ. आदी जरा कुंकू आणि मेण कुठं ठेवलय बघ.’’ घरात कुंकू मिळेल यावर त्याचा विश्वासच नव्हताच, तरीपण आईच्या समाधानासाठी त्यानं बायकोच्या ड्रेपरीचं साहित्य पालथं घालण्यास सुरुवात केली. सगळी उलथापालथ करून झाली. तेव्हा म्हातारीच्या काय तरी ध्यानात आलं. म्हणाली,

‘‘कशाला हुडीकतोस लेकरा, घरात कुंकू असायला त्या काय शेतकऱ्यांच्या बायका हाईत? त्यांच्याकडं टिकल्या, न्हाईतर गंध काय ते म्हणत्यात त्यो आसंल, मी बी येडीच. सगळं निरपून त्वॉंड धुतलं. आता गावात जाऊनच लावतो कुकू. खरंतर मोकळ्या कपाळानं जायचं कसं गाऽऽऽ?’’ गुडघ्यावर हनुवटी ठेवून म्हातारी विचारात गुरफटली. त्याच्या मेंदूचं शेण. तो तसाच किचनमध्ये गॅसकडं वळला. गडबडीत चहा केला. म्हातारीनं कपात बॉट बुडवून फरशीवर शितडलं. मग म्हणाली, ‘‘लेकरा, कुकू लावल्याबिगार मी कधी तोंडात पाणी घेतल्याचं बघितला हाईस? मोकळ्या पिशव्या कुठं हाईत बघ. आण हिकडं आता जाते मोटार टायनावर. गावंल ती गाडी धरतो.’’ त्यानं पिशव्या म्हातारीच्या हातात ठेवल्या. उंबरा ओलांडला. मग मागं वळतच म्हातारी म्हणाली, ‘‘जेवणाखाण्याकडं ध्यान दे. जीवाला जप. पोरास्नी संबाळ.’’ आणि तरातरा चालायला लागली. तो म्हातारीच्या

पाठमोऱ्या आकृतीकडं बघतच थांबला.

म्हातारी एसटी स्टँडवर पोचली तेव्हा सूर्य कासराभर आलेला. दम लागल्यामुळे म्हातारी स्टँडवरच्या बाकड्यावर टेकली. घामानं डबडबलेलं तोंड पदरानं निरपलं आणि गच्च डोळे मिटून बसली, तर अचानक मळवीचा ढव्ह तिच्या डोळ्यांसमोर. बन्नापा भर उन्हात ढव्हात आंघोळ करतोय आणि ढव्हातल्या साती आसरा त्याला हळूहळू पाण्याच्या मध्यभागी खेळवत आत आत ओढाय लागल्यात. तो जिवाच्या आकांतानं ओरडतो. नंतर आवाजच नाही. नितळ पाण्याच्या तळाला जाणारा त्याचा देह. म्हातारी जिवाच्या आकांतानं ओरडली. स्टँडवरची माणसं दचकली. पळा ऽऽपळा ऽऽ पाणी आणा. कुणी तरी कुडचाभर पाणी म्हातारीच्या तोंडावर शिपडलं. म्हातारीनं डोळं उघडलं बघती तर भोत्याभोर माणसांचा घोळका. 'अरंऽऽ देवाऽऽ त्येच रोजचंच दडपाण पडलं की!' असं पुटपुटत जागा सोडून उठली. समोर लखख ऊन पडलेलं होतं आणि माणसांची चिक्कार गर्दी!

साप्ताहिक सकाळ, दिवाळी १९९८

❖

खांडूक

गावातलं दिवं लुकलुकल्यागत दिसायला लागलं आणि त्याला धीर आला. त्याच्या पायाची गती वाढली. हातातल्या पिशवीला लईच झोला बसाय लागला. बंद कचाय लागले. त्यानं पिशवी खांद्यावर घ्यायचा प्रयत्न केला. पुन्हा खाली सोडली. त्याला दमल्यागत वाटाय लागलं... चालता चालता डोक्यात किडं वळवळायला लागलं. एकएक किडा तोंडावर आदळू लागला. त्याला भिरंबटल्यागत वाटाय लागलं. त्यानं उगाचच ओट्यासमोर बघितलं...सगळीकडं अंधार गुडूप, अंधाराची जाळकांड...मधीच अंधाराचा ढीग रचल्यागत झालं...त्याच्या जवळच्याच बांधावर एखादी धूत...सगळं अंधारात लिपल्यामुळं त्यानं डोळं वाटंवर वळवलं...गावची पांदी जवळ आल्यागत वाटाय लागली.

त्यानं गल्लीत पाय टाकला. थोडासा धीर आला. हूशऽऽ करतच दीर्घ श्वास सोडला. हातातल्या पिशवीचं बंद हातातच वर खाली केलं. पायाची गती मंदावली. तो चावडीजवळ आला. तशी गोंद्या तराळ्यानं हाळी दिली.

"काय म्हादबाऽ आता आलास वाटतं...?"

"व्हय ह्यो काय आत्ताच येतोय..." म्हणत त्यानं काढता पाय घेतला. जणू पाटलाच्या कट्टीवर बसलेल्या निवऱ्या माळ्यानं खाकरतच विचारलं "काय म्हादबा पिशवी जड झाली वाटतं...?"

"जड कशानं व्हती बाबाऽऽ" म्हणत म्हादबा इवळला.

"त्येला पिशवी जड व्हायाय त्यो काय तुझ्यावानी हाय व्हय रंऽऽ" नाऱ्या मस्करनं म्हाद्याला डिवचलं, कट्टीवरच्या बसलेल्या सगळ्यास्नी हसू फुटलं. म्हादबाचा जीव खराशीला आला. 'करा रांडच्यानू चेष्टा, तुमचं दिस हायीत,' म्हणत तो गुमान पुढं सरकला. मिसाळाच्या बोळातनं, बाच्याच्या दुकानाजवळनं, हावदारच्या गल्लीला आला. गल्ली मेलेल्या कुत्र्यागत ताटून पडलेली... आज गल्लीत एकबी पोरगं कसं काय नाही...

म्हादबाच्या मनात विचार वळवळला.

घराजवळनं चढतीला लागला. एकाएकी त्याला मागं फिरावं, अंधारात गुडूप व्हावं असं वाटाय लागलं.

त्यानं घराचा उंबरा ओलांडला. भाईरच्या सोप्यात चिडीचिप. मधल्या उंबऱ्यावर चिमणी कावीळ झाल्यागत. मधल्या सोप्यात कसबशी त्यानं पिशवी ठेवली. भित्तीला टेकून बसल्याली म्हातारी थोडशीक वळवळली. त्यानं तिच्याकडं न बघताच अंगावरचं पाताळ सोडलं. दांडीवर व्हलपटलं. त्याला जरासं मोकळं मोकळं वाटाय लागलं. झंपरची बटन गपापा काढली. अंग एकदम सैल पडल्यागत वाटाय लागलं.

''एवढा वकोत का रंऽऽ?'' म्हातारी हनुवट गुडघ्यावर ठेवतच म्हणाली.

''परगावाला जायाचं म्हणजी असंच की'' गुरगुरतच त्यानं सांगितलं. अंगात बंडी चढवली. तंबाखूची पिशवी हातात घेतली आणि भाईरचा सोपा गाठला.

''आरं त्या पिसवीतलं देवाचं सामान देवाऱ्यावर ठेव आणि मग काय बी कर...'' म्हातारी पिरपिरली. त्याचा हात, हातात तंबाखू घेता घेताच थांबला. त्याला म्हातारीची भिरड आली. त्यातनं बी त्यानं तंबाखू चोळला. गुमान मधल्या सोप्यात आला. पिशवीतनं परडी, कवड्याची माळ, भंडाऱ्याचा डबा आयुती बाहेर काढला. परडी हातात घेतल्या-घेतल्या त्याच डोकं एकदम गरगरलं...आशीच खोपड्याला भिरकटावी असं वाटाय लागलं. म्हातारीकडं बघतच तो देवाऱ्याकडं सरकला. देवाऱ्यावर जवळ जवळ परडी व्हलपटलीच. कवड्याची माळ हेंदकळली. भंडाऱ्याच्या डब्याचा आवाज झाला.

''आरंऽऽ आसा त्या बाईच्या कामात भिनसू नकोस... चांगलं व्हणार न्हाई...'' तो देवाऱ्याजवळनं बाजूला वळतानाच म्हातारी पुन्हा पुटपुटली.

''आता वाटोळं व्हायचं राहिलंय...'' त्याला आवरलं नाही. तो बाहेरच्या उंबऱ्याला आला. पचकन थुंकला.

कधी लहानपणी त्याच्या हातात ही परडी आली. त्याचं त्यालाबी आठवत नाही...तवा तो न्हान. मदीच अंग खांडकानी भरून आलं. गल्लीतलं एक पोरगंसुद्धा जवळ घेईना. घरात बी तसंच. म्हातारी आजी होती. ती तेवढी जवळ घ्यायची, मायेनं कुरवाळायची. कुठलं कुठलं अवशिद बघायची. खरं खांडकं काय बरी झाली न्हाईत.

शेवटाला गडहिंग्लजच्या दवाखान्यात न्हेलं. उकिरड्यावरचं फटकूर उचलून बघावं तसं डॉक्टरनं अंगावरची सगळी खांडकं बघितली. एक दोन इंजेक्शन दिली. लावायला बाम दिला. बाप कुत्रं वडत आणल्यागत घरला घेऊन आला.

आठवडा महिन्यानं डाक्टरच्या आवशीदाचा काय उपेग न्हाई असं सगळ्यास्नी

वाटाय लागलं. घरात सगळ्यास्नीच कोडं पडलं. सगळी ह्येला लूत लागल्यागत बघाय लागली.

एकदा भगाभगाटताना आईनं उठवलं. कसंबसं तोंड खदबळाय लावलं. घोटबर च्या दिला आणि उंबऱ्यातूनं भाईर काढलं. आईनं सपापा पाऊल उचलतच झुंजूमुंजू अंधारात गावाची वेस ओलांडली. त्यानं पळपळतच आईबरबर चालण्याचा प्रयत्न केला. आई पुढं, हा मागनं...लांब आंतर कापल्यावर बेळंगुंदीची शिव आली. डोंगरातनं सूर्य वर याय लागला. तवा त्यानं चालता चालताच आईला इच्यारलं.

"आई कुटल्या गावाला जायचं...?"

"मुडद्या कुठलास काय? मसणात जायाचं...!" आई एकदम ठिसाकली. त्याला चालता चालताच रडू आलं. डोळं पुसत कसंबसं ते आईच्या पाठनं पळत ऱ्हायला. खरं आईच्यात आणि त्याच्यात जरासं अंतर पडलं. आई मागं बघत जाग्यालाच उभी राहिली. एकाएकी काकुळतीला आल्यागत म्हणाली...

"चल लेकाऽऽ आजून लई लांब जायचं हायऽऽ जरा पटपटा पाय उचल."

त्याच आंग चालून चालून आंबालतं. कसला तो दम उराय नव्हता. त्यातनं बी आवसान गोळा करत त्यानं आईला विचारलं...

"कोणत्या गावाला जायचं आई?ऽऽ"

"इंचनाळला..." आईनं चालायला सुरुवात करतच सांगितलं. "कशाला...?"

"हेच की तुझ्या अंगावरल्या खांडकांबद्दल...?"

त्याला एकदम उत्साह आला. उगाचच चालता चालता त्यानं हातांकडं बघितलं. सगळ्या खांडकांतनं पाणी चिपचिपलतं. हात दगडावर घासावा असं वाटाय लागलं होतं. लवणीवर चड्डी खांडकांना चिकाटल्यागत झालती. कुल्ल्यावर चड्डी जवळजवळ डिकलीतीच... त्याचं त्यालाच घाण वाटाय लागलं.

"आई ऽऽ" त्यानं हाक मारली, कासराभर पुढं असणारी आई थांबली. तिनं पदरानं तोंडावरचा घाम पुसतच त्याच्याकडं बगितलं आणि ठिसकतच म्हणाली "का रंऽऽ?"

"ही खांडकं मलाच कशानं झाली आसतील...?" त्यानं आईला गाठतच इच्चारलं.

"उपज येळच लेका तुझी..." आई सुस्कारतच बोलली. त्याला त्यातलं कायबी कळलं नाही. आई गुमान चालू लागली. त्याने टाळा मिटून तिच्या पाठीमागून पळायला सुरुवात केली.

दिवस जवळ जवळ डुईवर आला व्हता. त्याचं अंग शिणपाटल्यागत झालतं...पायांत कसलं ते आवसान उराय नव्हतं... जीव रडकुंडीला आलता. त्यानं

चालता चालताच जीव टाकल्यागत आईला इच्यारलं...

"आई आजून किती लांब हायऽऽ?"

"ह्ये आलच की रंऽऽ" आईनं समोर बघतच सांगितले. त्यानं टवकारून बघितलं. कुठं गावाचं ठिबुससुद्धा दिसत नव्हतं. जिवाच्या करारावर त्यान पावलं टाकायला सुरुवात केली. सावली बरोबर पायात आली तवा दोघं मायलेकरं इंचनाळच्या शिवत आणि आईनं सुस्कारा सोडतच त्याला सांगितलं.

"आलं बघ गाव..."

त्याला एकदम हारकल्यागत झालं. पायात आपोआप आवसान आलं.

"हितं कोन डाक्तर हाय..." त्यानं आईच्या आंगाला अंग डसवतच विचारलं.

"डाक्तर न्हाई..." आई पुटपुटली. त्यानं पुढं काय इच्यारलंच न्हाई. दोघं इंचनाळात आली. आई ह्या गल्लीतनं त्या गल्लीत जात होती. मागं ही लटांबळ! शेवटी एकदा आई एका घरासमोर थांबली. त्याला एकदम जिवात जीव आल्यागत झालं. खरं पोटात कलकलल्यागत वाटाय लागलं.

आई त्या दारच्या चौकटीला थांबली. आतल्या सोप्यात माणसांची दाटी झालती. आईच्या हातातली पिशवी जीव गेलेल्या कोंबडीगत लोंबकळायला लागलीती.

"आई भूक लागलीय..." त्यानं आईच्या हाताला धरतंच सांगितलं. आईनं डोळं वटारलं. त्याची भूक आपोआपच मेल्यागत झाली.

दाटीवाटीतच जागा करीत आई आतल्या सोप्यात सरकली. तिथंच बूड टेकून बसली. त्यानं आईजवळ जागा करतच पाय खुट्टाखल्यागत खाणं. सगळ्या सोप्याभर नजर टाकली. एकदम दचकलं. सगळ्या सोप्यात माणसं किसूरड्यागत...मध्येच भित्तीला लागून भला मोठा देव्हारा...त्यावर एक भला मोठा टाक..शेजारी बारके टाक. देवाऱ्याभर मोरपिसांची गर्दी...मदीच भित्तीला परड्या अडकलेल्या...कवड्याच्या माळा...लहान लहान काकणांनी देव्हारा सजवलेला...सगळीभर माती लिपल्यागत भंडारा...देव्हाऱ्याच्या शेजारीच बसलेली थोराड अंगाची बाई...तिच्या विस्काटलेल्या जटा...भंडाऱ्यानं माखलेलं कपाळ...

एकाएकी देव्हाऱ्याजवळ बसलेली जटावाली बाई घुमाय लागली...आंळोकेपिळोके द्यायला लागली. मध्येच 'अऽहंऽऽ' करून ओरडली, आणि त्याच्या अंगावर सर्रकन काटा उभारला. त्यानं आईला गच्च धरलं...जीव घाबरा झाला...बाई मोठ्या मोठ्यानं घुमत घुमतच कायबाय बडबडू लागली. त्याला पळून जावं असं वाटू लागलं.

"आई ही आशी काय करतीयाऽऽ" त्यानं न ऱ्हावून विचारलं. शेजारी बसलेल्या तीन-चार बायकांनी त्याच्याकडं वळून बघितलं. एवढ्यात आईचा पाठीत धम्माटा बसला. तो तिथल्या तिथं गप्प झाला...त्यानं डोळं गच्च मिटून घेतलं...एक एक

माणूस त्या अंगात आलेल्या बाईजवळ सरकाय लागलं. घटका घटका त्यातच व्हाईतपत व्हायला लागली.

त्याच्या आईचा नंबर आला तवा आईनं त्याला खारकन वडून त्या देववाल्या बाईच्या समोर न्हेलं, तिच्या पायावर डोकं आदळाय लावतच इच्चारलं... "दोन वरसं झाली ह्येच्या अंगाचं खांडूक हाटायास तयार न्हाई...असं का व्हावं?"

देववाल्या बाईनं त्याला निरखून बघितलं. एकदम आचका दिला एकाएकी घुमली आणि म्हणाली...

"आईच्या मनात बालकानं जल्मभर सेवा करावी आसं हाय..."

"आता गऽ बाईऽऽ" आई एकदम विवळली.

"झाड आईचं हायऽऽ आईच्या पायाजवळच पायजेऽऽ तसं मागून घे...आंगभर भंडारा लावऽऽ फुडच्या मंगळवारी गुण सांगऽऽ" म्हणतच देववाल्या बाईनं आचका दिला.

हात देवाऱ्यावरच्या भंडाऱ्यात बुडवून कपाळावर उठला. त्याला भिरंबाटल्यागत झालं...आई गुडघं टेकून तिच्या पाया पडली. तशी ती आशीर्वाद देतच म्हणाली...

"तुमच्या घरात पुरसाच्या गळ्यात दर्शन येणार...!" आई घाबरीघुबरी होऊन उठली... त्याला घेऊन उंबऱ्यातनं भाईर पडली...

पुढं कधीतरी त्याच्या हातात परडी आणि...

त्याला ह्ये सगळं आठवलं आणि तंबाखू लागल्यागत झालं...आयलाऽ ह्ये आजच का आठवावं...? त्याला कोडं पडलं. बसल्या बसल्याच त्यानं खोपड्यात पिचकारी मारली. एवढ्यात म्हातारीची हाळी आली आणि त्यानं जागा सोडली. त्याला भोवंडल्यागत वाटाय लागलं. तशात बी तो आतल्या सोप्याला गेला. म्हातारी आपल्याच विचारात गुतपाळलीती.

"मला हाळी मारलीस न्हवंऽऽ?"

"व्हय...मघाशी आकणीचा नवरा आला व्हता..."

"कशाला...?"

"आलाता आसाच फिरत...म्हणालाता ह्या गुरुवारी आंबील घुगऱ्याची जत्रा हाय...सोमवारीच ये म्हणालाय."

"का त्येच्या गावातल्या जोगत्या काय मेल्या म्हणं...?"

"आरं तसं न्हवंऽऽ देवाचं काम..." म्हातारी बरंच कायबाय बडबडाय लागली. त्यानं तिच्या जवळनं बुड हालवलं. तडक गल्लीत आला.

त्याला आंबील घुगऱ्याची जत्रा म्हटलं की अलीकडं कसंसंच वाटाय लागलं. चालता चालताच त्याच्या डोक्यात वाळवी उठल्यागत विचार उठलं...काय ह्येच्या आयला लोकबी...मला बी ह्या जोगतिणीवाणीच समजत्यात...कुठं परड्या भराय

ये... कुठं लिंब नेसाय ये...देवाचं काम म्हणून जावाव तर त्येच्या आयलाऽऽ एक एक रांडेचा बाईला लगाटल्यावाणी मलाच लगटाया बघतोय... ह्यास्नी वाटतंय परस्या जोगत्यावाणी...मी बी ह्यन्नाच हाय...आता काय घोडा लावायचा...?

चालत चालत तो कोयनाईच्या घराला कव्वा आला हे समजलं नाही... त्यानं आपला मोर्चा मारुतीच्या देवळाकडं वळवला...मान्याचं बाळ्या, कसाळ्याचं कुंडल्या आणि तिघं-चौघंजन जीवून खावून गप्पा मारत बसलीली. त्याला बघताच कुंडल्या खाकरतच म्हणाला...

"काय म्हादबा ऽ अंधारातच कुणीकडं..."

"आनी कुणीकडं देववाल्या कमळीकडं..." बाळ्यानं आवाज काढला. सगळी फिदिफिदी हसली. त्याला भलतीच सणक आली. त्यातनं बी आवरतच तो त्यांच्याजवळ जातच म्हणाला, "का रंऽऽ रांडच्यानू...माजी...कुटं खाल्याबिगार जमत न्हाई..."

"तसं न्हव गाऽऽ खरं ते बोललो..."

"ढगार बोललो..." म्हणतच तो टेकला. तसा कुंडल्यानं विषय काढला.

"ह्येच्या परास म्हादबा तू लगीनच का करत न्हाईस...?"

"त्यो माप करंल, खरं कुणी पोरगी द्याय नको..." एकटा

"पोरगी न द्यायला त्यो काय परस्यावानी हांडगा वाटला व्हय रं तुला...?" कुंडल्यानं विषय वाढवला...

"जगात कुठं जोगत्यांचं लगीन व्हतंय...?"

"तुझा बा लेकाऽऽ देवाला सोडल्याला सगळं बापय काय जोगतं असत्यात व्हयऽऽ" बाळ्यानं अक्कल पाजळली. सगळी मोठ्यानं हसली. म्हादबाचा तोल सुटला.

"तुमच्या आईला लावला गाढवऽऽ रांडच्यानू तुमास्नी एक मी म्हणजे कोण वाटलो रंऽऽ" म्हादबाचा आवाज चढला. सगळी गंभीर झाली. पर कुंडल्याला हे सगळं अंगवळणी पडल्यालं. त्यानं म्हादबाला विषय बदलतच विचारलं.

"आज कुठलं गाव केलास म्हादबाऽऽ?"

म्हादबा काय न बोलताच त्याच्या जवळनं उठला, चावडीकडं सुटला.

त्याच्या आंगभर आग लागल्यागत झाली.

चावडीजवळच तानू जोगतिणीचं घर. घटकाभर तिथं मन इसरावं म्हणून त्यानं तिचं दार ढकललं. तर तानू जोगतीण चुलीजवळ जेवत बसल्याली. एवढ्या जेवण वक्ताला म्हादबा आलाय म्हटल्यावर ती गदबाळली. ताट तिथंच सोडून उठली.

"ह्या येळंला कसा काय फिरलास रंऽऽ" तिनं खरकाटा हात ढुंगणावर धरतच इच्चारलं.

"आलो आपला सज्जऽऽ" म्हणतच त्यानं सुस्कारा सोडला.

"मला वाटलं बाबाऽ काय कमी जास्ती...?" ती जीव भांड्यात पडल्यागत बोलली.

"कशाचं कमी आनी, जास्ती. हाय ते चाललंयच की."

"तसं न्हवं बाबा मला वाटलं, तुक्यानं आज आणि भांडान काढलं वाटतं...?"

"हूंऽऽ त्यो काय भांडतोय?" म्हणतच म्हादबानं खिशातली तंबाखूची पिशवी काढली, तानू जोगतीण ताटावर जाऊन बसली. तंबाखू मळता मळता तो त्याच्याच विचारात गढला.

"काय त्येच्या आयला जलम बी, ह्या देवानं मलाच गाठलं आणि घराचं वाटूळं केलं. दोघं भाऊ पोराबाळांत सुखात पडलं. आनी माझ्या वाट्याला हे...कुटनं त्या डोंगराच्या बयेला मी गावलो कुणास धक्कल?" त्याला अंधार लिबलिबल्यागत वाटला.

"ह्या पुनवंला डोंगराला येणार व्हय रंऽऽ?" तानू जोगतिणीनं तोंडातला घास गिळतच विचारलं, त्याची तंद्री मोडली. दचकूनच त्यानं विचारलं. "काय म्हणलीस...?"

"ह्या पुनवला डोंगराला जाणार ऽऽ?" घास गिळतच तिनं पुन्हा विचारलं.

"बघूया बाईऽ तू जाणारऽऽ?"

"मी काय जातोय बाबाऽऽ दातात धराया कवडी न्हाईऽऽ ह्या भाड्यानं बी आता यायचं-द्यायचं बंद केल्यानं हाय..."

"कशात भिनासलं...?"

"भिनासतंय कशात. आता चमडं सैल पडाय लागलं. कशाला इल धीरणा? ही काढून पगळल्यान लटांबळ; झाला की मोकळा..." तानू जोगतिणीचा आवाज एकदम कापरा झाला. म्हादबा काय न बोलताच गदबाळला... 'काय त्येच्या आयला माणसं बी'... तो स्वत:शीच पुटपुटला आणि किसना पाटलाच्या इच्यारात बुचकाळला. गडी...तीन पोरं काढंपतोर हिच्याबरोबर सरळ ऱ्हायला आणि आता एकदम तोंड फिरवून बसला...ह्या बाईनं आता त्येचं काय घ्यायचं...' त्याचं त्यालाच काय सुचेनासं झालं... त्याचं डोकं भिनाटल्यागत झालं.

"एकदम का गप्प झालास रंऽऽ?" तानू जोगतिणीनं हात धूतच विचारलं.

"गप कुठंऽऽ गप कुठंऽऽ" म्हणत तो जाग्यावरच वळवळला,

"तर काय मनातल्या मनात बोललास व्हय रंऽऽ" म्हणतच ती ओला हात पदराला पुसतच त्याच्याजवळ येऊन टेकली. बसता बसताच तिच्या गळ्यातलं तांबड्या-पांढऱ्या मण्याचं दर्शन हेलकावलं.

"मला त्या रांडच्याचं कोडं पडलंय?"

"कोडं कसलं बाबाऽऽ जोगतिनीचा जलम ह्यो असाच..."

"खरं जरा बी काय न्हाई...ऽऽ?"

"चालायचंच बाबा, जसा भोग हाय तसा भोगायचा..."

"तुझं आपलं बेस हाय..." ती सुस्कारली.

"माझं आणि बेस...?" त्यानं तोंड आकसून इच्चारलं...

"न्हाय तरं काय...? दिस उगवला बाईची सेवा करायची मिळालं मिळवायचं... न्हाई तर घरात गप्प पडायचं... ह्ये आमच बघ की"

"कसला आलाय, तानाक्का माझा जलम... तू झुलवा तरी लावलीस. माझं काय...?" तो बोलता बोलता एकदम गंभीर झाला. त्याला तानू जोगतिणीजवळ बसावं आसं वाटंना. तो गप्पाकन उठला. तानू जोगतिणीला काय बी समजंना. आर बसऽऽ बसऽऽ म्हणेपर्यंत त्यानं उंबरा वलंडला. गल्लीतल्या अंधारात तो मिसळला. ती बसल्या जागेवरूनच भेंलकांडलेला अंधार बघत ऱ्हायली.

तो घरात आला तवा मध्यान्ह झालती. म्हातारी भित्तीला टेकून जवळजवळ झोपली, तीच त्याच्या पायाच्या आवाजानं जागी झाली.

"कुठं घरं ववसाय गेलतास रंऽ?" म्हातारीनं जांभई देत विचारलं. चिमणी हातात घेतली आणि ती चुलीकडं वळली. तो काय न बोलताच उभा राहिला. आज आपल्याला असं का व्हतंय ह्येच त्याला समजंना. कधी न्हवं त्ये नको नको ते मनात यायला लागलंय. क्षणभर त्याची त्यालाच गम्मत वाटली. म्हातारीची हाळी आली. तो गुमान चुलीकडं वळला. म्हातारी ताटं वाढून यिवून बसलीती. त्यानं तांब्याभर पाण्यात हात खदबळलं, ताटं समोर वढलं. न बोलताच तुकडं मोडायला सुरुवात केली. म्हातारी एक एक तुकडा कुस्करून ढकलालती. त्याच्या मनात चुलीतलं लाकूड फुलल्यागत काय बाय फुलालतं. त्याच्या तंद्रीतच घास चावता चावताच म्हातारीला त्यानं इच्चारलं.

"आई ऽ मला देवाला कधी सोडला गंऽऽ?"

"ह्ये कशाला तुला पायजे?"

"न्हवं कधी डोंगराला न्हीवून हे दर्शन गळ्यात आलं?"

"तवा तू माप मोठा व्हतासऽ?" म्हातारीनं तुकडा गिळला. एकएकी त्याच्यासमोर डोंगर उभा राहिला.

"आजी त्याच वरसी मेली न्हवं..."

"व्हय बाबा ऽ ती जगावी म्हणून नवसाला तुला डोंगराला न्हेला. तुझं बी नवास व्हतं. खरं त्ये खांडक बरी झाल्यावर इसरल्यागत झालतं...!" म्हातारी दिवा मिणमिल्यागत कायबाय आठवून सांगाय लागली. एक एक गोष्ट त्याच्या डोळ्यासमोरून

सरकाय लागली. डोंगराच्या बाईचं म्हातम डोळ्यात साटाय लागलं... लुगडं नेसून जोगवा मागतानं मनात येणारं सगळं आठवाय लागलं... ...लोकांचं बोलण कानात घुमाय लागलं. कुणीबीनी कसलाबसला केल्याला प्रयत्न आठवाय लागला आणि समोरचं ताटं त्याच्यासमोर तसंच राहिलं...

"आयला ऽ सगळ्यांनी मिळून माझा गळा कापल्यासा..." तो एकाएकी बडबडला. म्हातारी अवाक झाली. अलीकडं ह्यो असं का बोलाय लागलाय ह्याचंच तिला कोडं पडलं.

"डोंगराची बाई हाय बाबा असं बोलूने..."

"आस्या म्हणण्यातच माझा गळा कापलीस. तुझ्यामुळं माझं ह्ये आसं झालं.." म्हातारीला हे ऐकून ऐकून जीव खराशीला आलता. ती एकदम भडकली.

"भाड्या आंगाला लुत भरलीती तवा त्या बाईनं वाचवलं. बा मराय लागलाता त्येला भंडाऱ्यानं तारलं...म्हणून तुला हे बोलणं सुचालंयऽऽ"

तिचा आवाज वाढला. त्याला म्हातारीचं असंच नरडं दाबावं आसं वाटाय लागलं. अंग एकाएकी कापल्यागत झालं. त्यानं आवरलं. तो पुटपुटला.

"तवा सगळीच मेल्या असत्यासा तर काय तोटा व्हईत नव्हता..."

"घीरण्या गावचा मूत पीत जगला असतास...आमच्या मरणावर उठतोस? मागून आणून घालाय तरास व्हलाय व्हर रंऽऽ त्या रांडनं आज चिचिवल्यालं दिसतंय... थांब उद्या उंडगीला तिङ्ग्यावरच गाठतो..." म्हातारीचा तोल सुटला. म्हातारीच्या तोंडात कमळीचा विषय आला. तो गांगरला आणि एकदम भडकला.

"मग काय ह्येन्र्यावानी गावाकडनं मारून घीत बसू म्हणजे तुला बरं वाटाय लागंल...?"

"घेजाऽऽ गावाकडनं घे जा. न्हाई तर आणि कुणाकडनं तरी घे जा. आनी आता कुठं कुठं बोंबालतोस ह्ये काय मला म्हाईत न्हाय..." म्हातारी जवळजवळ किंचाळलीच.

त्याच्या आंगाची ल्हायी ल्हायी झाली. डोक भिरबाटलं... काच काच चावून म्हातारीला खावून टाकावं असं झालं. एवढ्यात गल्लीतल्या गोविंद कसाळ्यानं त्याला वडतच गल्लीत आणलं. "लेका मध्यान्ह झालीया कशाला गल्ली जागवलास. झोप जाऽ" म्हणतच त्यानं त्याला हेंदकाळलं. गल्ली थट्ट झाल्यागत झाली. म्हातारी हाणून बडवून घ्यायला लागली. तो क्षणभर इंगळागत उभा राहिला. एवढ्यात वरच्या घरातनं कोणीतरी पुटपुटलं "देवाचा माणूस. खरं कशानं बिघाडला बाई."

"काय करल ह्येऽ सगळ्यांनी मिळून वगळलंय... लगीन न्हाई काय न्हाई बापडं काय करंल...?" दुसरी कोणीतरी पुटपुटली...

त्याला इंगळ्या डसल्यागत झालं. त्यानं डोकं झिंझाडलं. समोरचा अंधार

त्याला मुंगळ्यांच्या ढव्हागत वाटाय लागला. एकाएकी कसली तरी सणक आली... त्यानं म्हातारीला जोरानं आईवरनं शिवी दिली आणि अंधारातनच खालच्या बाजूला सरकला... डोक्यात मुंग्यांची रांग उटली. पायात कसली तरी सळसळ भिणली. एकाएकी जोराची बोंब मारून तो पळत सुटला, अंधार खांडकागत चिघळत गेला.

साहित्य शिवार, दिवाळी १९८६

झळ

....दत्या अजूनबी शाळतनं यायला नव्हतं. रत्नी कुठं गाव ववसायला गेलीती कुणास धक्कल. चंद्री भाईर पोरांच्या घोळक्यात खेळालती. कल्ली म्हशीला घेवून उन उतरतीला लागल्या लागल्याच घरातनं भाईर पडलीती. कायबाय मनात घोळवून, घोळवून डोकं पिकलंतं. तिनं गुडघ्यावरची हानवट बाजूला काढली. लांबलचक जांभई दिली. एकदम तिला कायतरी आठवल्यागत झालं. तिनं टाळा पगळून 'ये चंद्रीऽऽ' म्हणून हाळी दिली. बूड हालवून उभा ऱ्हायली. हात ताणून आळोखंपिळोखं देताना तिचा हात झोपटाच्या यळकुटाला बडावला. कळ आली तशी इवळतच ती पुन्हा काय बाय पुटपुटतच बसली. एवढ्यात चंद्री आपला फाटका परकर वर वडतच तिच्या समोर आली. तिचा एक हात केसात खारखार फिरायला लागलाता. डोक्यावरच्या झिंज्यांची बुट्टी झालती. गालावर काय तरी खाल्याचा वरंगळा तसाच वाळून बसलाता. दोन्ही हातात मिळून एकबी काकाण उराय नव्हतं. लगमाव्वानं तिला जवळ बोलवतच पाठीत एक धम्माटा घातला.

'रांड कवा हाळी मारलीती आनी आता आलीय व्हय.' म्हणतच तिच्या झिंज्या एकाजागी गोळा करून बुचडा बांधला. चंद्री पाठीत बसलेल्या धम्माट्याची कळ आवरतच उभी ऱ्हायली. तिनं नाकावरनं हात फिरवतच आईकडं बघितलं तशी लगमव्वा आपोआप मायेत आल्यागत म्हणाली.

'हे बघऽऽ तुला राम्या मिसाळाचं घर ठावं हाय नव्हं?' चंद्रीनं व्हय म्हणून मान हालवली.

'त्येच्या घरला जायाचं आनी आईनं पंचीस रुपयं मागितल्यात म्हणायचं. म्हणशील न्हवं?' चंद्रीनं पुन्हा तशीच मान हालवली. ती आई जवळनं बाजूला सरकली. दाराकडं वळली.

'भाड्ये मूत पिल्यागत पित्यात ते पित्यात आनी पैसं देताना इवाळत्यात!' लगमव्वाचा आवाज एकाएकी वाढला. चंद्री जागच्याजागी थांबली. आई काय

बडबडायला लागलीया हे तिला कळंना. तशी लगमव्वा तिच्यावर ठिसाकली,

'जा की रांडं! तू का उभा ऱ्हायलीयास?' तशी चंद्री कुत्रं चावल्यागत पळत सुटली. तिनं मागंसुद्धा बघितलं नाही.

लगमव्वानं हातात साळोता घेतला. सगळं खोपाट कडकोण्यानं झाडायला सुरुवात केली... सगळी सामनाची गचाडी झालती. दोन वाव आडव्या उभ्या जागेचं खोपाट. त्यात मदोमद आढ्याल्या दिलेल्या दोन मेढ्या. त्यास्नी लागून माचाली. त्येच्यावर दोन कणग्या, एक बारकं टोपलं ठेवून केलेला आडोसा. आतल्या बाजूला चुलभानुशी आणि न्हानी. तिथंच गाडग्याचं उतरांडं, शेजारीच भलीमोठी लाकडी पेटी. धुरटून-धुरटून डांबारल्यागत झालेली. पेटीवर लांबलचक दांडी. त्यावर पाचसा वाकळा, पोरांची धडूतं-कपडं सगळं गठल्यात चिंदकूर माचल्यागत माचलेलं. काय म्हणायला भाईरच्या सोप्यात जरा मोकळी जागा. एका खोपड्याला कुडालगतच बिंदगा, एक जर्मनी पेला ठेवल्याला. तिथंच एक पोत्याचं तराट हातरल्यालं. त्येला लागून पाचसा माणसं बसतील एवढी मोकळी जागा. बाकी सगळीकडं काय-बाय टाकल्यालं. लगमव्व्यानं लोटता-लोटता सगळं बयावार केलं. जिथल्या तिथं लावलं. दाराजवळ केर गोळा केला. दार पुढं ढकललं. पुढं गेलेलं दार पत्र्याचं असल्यामुळं उंबऱ्यावर आदळल्यामुळे धाडकन आवाज झाला. दार कसलं बॅरेल फोडून उभा केल्यालं. तिनं सगळा केर साळोत्यावर भरला. हळूच दार उघडलं. दारात रत्नी दत्त.

'कुठं गेलतीस गं ह्येपलून घ्यायला –?' म्हणतच समोरच्या आंगाला असलेल्या उकिरड्यावर केर व्हलपटला. रत्नी घाबरत-घाबरत खोपटात घुसली. आठ-दहा वरसाची पोरगी तुरकाटीगत वाळलीती. आंगावरचा झगा काळामिट्ट झालाता. त्यातनबी तिचं गोरपान तोंड गौरीच्या मुकोट्यागत दिसतं. रत्नी सरळ चुलीजवळ आली. आणि फतकाल मारून बसली. तशी लगमव्वाच्या डोक्याची शीर ठणाकली,

'रांडं मी तुला इच्यारलं आणि तू तशीच म्हशीगत आत घुसलीस...?'

रत्नी तरीबी न बोलता आपल्याच तालात चुलीजवळ बसून ऱ्हायली. हातातल्या आंगठीला उगचच फिरवत ऱ्हायली. कालच तिनं डोंबाऱ्याच्या बाईकडनं पसाभर जुंधळ्याला अंगठी घेतलीती.

'हिचं त्वांड झवलं का शीवलं गऽऽ?' म्हणत लगमव्वा तिच्या समोर आली.

'कशाला आराडतीस जीव जाईस्तर गप्प की, मी काय कुणाचं घर घुसाय गेलतो व्हय –?' रत्नीनं नाकाचा शेंडा उडवतच सांगितलं. लगमव्वाला इच्चू चावल्यागत झालं.

'घर घुसलीस तर जीवाचा घोर तर मिटल –' स्वत:ला आवरत ती पुटपुटली. रत्नी तशीच निगरगट्टासारखी बसली.

'लगमव्वाऽऽ ए लगमव्याऽऽ' भाईरनं कुणाची तरी हाळी आली. लगमव्वा लगबगीनं दाराकडं वळली. दारात रखमाप्पा डोईवर ईनर घिऊन उभा होता.

'दारातनंच बोंबलाय काय झालं? आत ये की–' रखमाप्पा तोंडात मारल्यागत आत आला. हळूच कमरत वाकता-वाकता पोत्याजवळ बसला. ईनर समोर ठेवली. डुईवरच्या टावेलानं तोंडावरचा घाम पुसतच हुशऽऽ करत पाय लांब सोडला. त्याच्या सुरकुतलेल्या तोंडावर बिया चिकटल्यासारखं नाक उगाचच फुरफुराय लागलं. लगमव्वा त्याच्याजवळ गेली. पोत्यात बांधलेली ईनर तिनं वेटोळं घातलेल्या सापाचं गाठोडं उचलावं तसं उचललं. भाईर काढलं. सराईतपणे बिंदग्यात अर्धी ईनर मोकळी केली. पुन्हा तोंड बांधलं. पोत्यात घालून माचळीखाली सरकली. मग रखमाप्पाला निरखून बघत ती म्हणाली,

'काय म्हणालता भरमाप्पा?''

'काय न्हाई बा, जमलं तर ह्या आईतवारी येतो म्हणालाय',

रखमाप्पा अजूनबी घामानं भिजल्यालाच होता. भरमाप्पा आईतवारी येणार म्हटल्यावर लगमव्वा काय बी बोलली न्हाई. तिच्या मनात काय-बाय वळवळाय लागलं. नाही म्हटलं तर भरमाप्पाला आजून दहा कमी दोनसे द्यायला लागत्यात. तरी बी गडी हिंमतीचाच. नाहीतर कोण पाच रुपयं राखतंय आता? त्यात माझ्यासारख्या रांडमुड बाईला कशाला हुबा करून घेतोय कोण? हाय आपला भरमाप्पा म्हणून चाललंय.

'मला एक रुपाया पायजे व्हता.' रखमाप्पा आपलं सुरकुतलेलं व्हट हालवत म्हणाला. लगमव्वा भानावर आली. तिनं काय न इच्चारायच्या आदी कनवटीच्या पिसवीचा घोळणा सोडला. घडी पडल्याली रुपयाची नोट हातावर ठेवली. रखमाप्पा बाभळीच शीरं उठवून उभा केल्यागत उभा राह्यला. घटकाभर तसाच उभा ऱ्हायला. नंतर दाराकडं वळला. लगमव्वा त्याच्याकडं बघत बसली.

रखमाप्पा जीवाला एकटाच. नाही म्हणायला गावात चार खापऱ्याचं घर. त्येचीबी गलीकडची भिंत पडत आलीया. भुतागत एकटाच घरात पडलेला असतोया. नेमानं हारूरास्नं लगमव्वाला दारूचा फुगा आणून पोचीवतोय. हारूरात भरमाप्पा भट्टीवर एकदुसरा कप पाजतोय. त्येच्यावर लागंल तेवढं हितं पितोय. लागला तर रुपाया. त्यात पुरूस मंडळीतनं गप्पा मारत हितं बसायचा त्येचा धंदा. त्यामुळं लगमव्वाला त्याचा भलताच आधार वाटायचा. येळंकाळाला ती त्येला घरातच जेवाय वाढती. त्यामुळे रखमाप्पाबी खूष आसायचा.

दत्या दप्तर पाटीवर आडकून घरात आलं ते भोंगा पसरतच– लगमव्वाचं डोकं एकाएकी उठलं. ती दत्याला उंबऱ्याच्या आत वढतच म्हणाली,

'कुणी मारलं रंऽऽ?'' दत्याला काय केल्या हुंदकाच आवरंना. सारखं मुसमुसून आचकं द्यायला लागलंतं. बराच वेळ लगमव्वा त्येच इचारत व्हती आणि दत्या

हुंदका न आवरल्यानं सारखं मुसमुसत होतं. शेवटी कसाबसा हुंदका आवरला. तशी ती पुन्हा म्हणाली,

'रडायं काय झालं रं भाड्याऽऽ? बोल की?'

'बंडा मास्तर म्हणतोय, आई दारू ईकती आनी ह्यो शिकतोय व्हय!'

'मग त्यात तुला रडायं काय झालं रंऽऽ.'

'सगळी पोरं मला तशीच चिडवायल लागल्यात. म्हांगोऱ्याचं पम्या म्हणतंय.' म्हणत दत्यानं पुन्हा हुंदका दिला. नाक बाहीनं पुसत म्हणाला,

'म्हणतंय, ह्येच्या आईनं रखमाप्पाला ठेवून घेतलाय.'

'कुठल्या म्हांगोऱ्याचं रं घीरणं त्येऽऽ?' लगमव्वाचं अंग इंगळागत झालं. तिचा तिच्यावरचा तोलच सुटला.

'मडं बशीवतोच त्येचं. जरा कुठाय सांग... आनी भाड्या हे सगळं ऐकून रडत घरला आलास? त्येच्या परास मेला असतास तर बरं व्हईतं कीर्रऽऽ.' म्हणतच तिनं दत्याला धमामा बडीवलं. त्ये जीव गेल्यागत आरडाय लागलं. आपण त्याला का बडवतोय हे तिचं तिलाच कळंना.

'आग येऽऽ त्येला का उगंच बडवालीस.' भाईरनं जानबा हाक्याचा आवाज आला. लगमव्वा थांबली. दत्या लंगड्या कुत्र्यागत केकटलं. लगमव्वानं पदर कमरेला खोचला. तिला दमल्यागत वाटायं लागलं. ती नुस्ती जानबाकडं बघत उभा ऱ्हायली.

'आसं काय डोस्कं फिरल्यागत करालीस...?' जानबा हाक्या वाकून खोपटात आला. लगमव्वानं त्याच्याकडं न बघतच बिंदग्या जवळच पोतं हातरलं.

'काय सांगायचं बाबा, जल्माचा एक-एक भोग असतोयऽऽ'

'तुझ्या जल्माला आनी काय झालंय.' जानबा हाळ्या पायाच्या टाचेवर भार टाकून तिच्याजवळ बसला. पुन्हा त्यानं खिशातली दोन रुपयाची तांबसर नोट काढली. लगमव्वासमोर टाकली. लगमव्वानं निमूट बिंदग्याचं झाकाण काढलं. पेला भरून त्याच्याकडं सरकला. त्यानं हातात पेला घेतच बोट बुडवून बाजूला सांडलं. डोळे मिटले आणि घटाघटा पेला रिकामा केला. त्याचं मांजरागत लालभडक त्वांड आणखी लाल झालं... डोळ्याच्या पापण्या मिचमिचल्या. नाकाचा शेंडा लदबदल्यागत हालला. त्यानं पेला ठेवतच खांद्यावरच्या टावेलानं तोंड पुसलं.

'काय खरं न्हाई बाईऽऽ' म्हणत तो उठला. लगमव्वा खोपटाच्या पावळणीत नजर रुतवून गप्पगार बसलीती. दत्या अजूनबी हुंदकं द्यायला लागलंतं. आता रत्नी त्याला आतल्या बाजूला घेवून गेलती. लगमव्वाला एका-एकी वाईट वाटाय लागलं. जानबा हाळ्या खोपटातनं वाकून बाहेर पडला. इकडं-तिकडं बघत सरळ चिक्काच्या गर्दीतनं नाहीसा झाला.

लगमव्वाचं घर, घर कसलं पत्र्याच्या दाराचं खोपाट गावच्या खालच्या टोकाला. चावडीजवळच्या माणसाला तिच्याकडं यायचं म्हणजे तीन घसारती आणि दोन चढत चढून यायला लागतं. घोरपड्याच्या गल्लीतला माणूस पिऊन खोपटातनं भाईर पडला. घराजवळ यायला गड्याची चढून उतराय लागायची.

– कडूस पडाय लागलं. लगमव्वाच्या घराकडं एक-एक माणूस फिरकाय लागलंतं. दोघं-तिघं नुकतंच पिऊन लगमव्वाच्या घरासमोरच्या उकिरड्यावर बसलंतं. कल्लीनं म्हस भाईरच्या चपरात बांधलीती. तिच्या शेजारीच मिसाळचा लखूदा पिऊन बसलाता. गड्याचा दमा आता जरासा तालात आल्यागत वाटाय लागलाता. आतल्या बाजूला वडराचं राम्या आणि म्होयत्याचं तुक्या दम लावून प्यायला लागलीती. एवढ्यात गावाकडच्या बाजूनं चंद्री टाळा पगळूनच आली. पोरगी रडून-रडून सरकदान झालती. एक हात डोळ्याला, एक फाटक्या परकरावर. परकर पुसून-पुसून भिजलतं. चंद्रीचा ह्यो आवतार बघून कल्ली लगबगीनं तिच्याजवळ आली. तिला समजावत म्हणाली,

'काय झालं गं? काय झालं?' खरं चंद्रीला काय हुंदका थांबायला तयार नव्हता. ती तशीच खोपटाच्या घरात आली. तशी कल्ली आईला ऐकू जाईल असं ओरडली,

'काय झालं सांग की ग व्हयमालेऽऽ का नुसतीच कोकालतीयास?' चंद्रीचा हुंदका पुन्हा जोराला लागला. तिनं चंद्रीला उभ्या उभ्याच दोन गुडग्याच्या मदी घेतलं. हातानं पाटीवर थापटतच समजावयाला सुरुवात केली. हळूहळू चंद्री शांत होऊ लागली. एवढ्यात रत्नीनं चुलीजवळनंच कल्लीला हाळी मारली. चंद्रीला उचलून काकत घेऊन कल्ली चुलीजवळ वळली. कल्ली दारातनं आत येतानंच तुक्या तिला व्हडांगा मारून लवंदाडत भाईर पडलं.

'घीरण्याची काय सुद गेली का काय गऽऽ?' म्हणतच कल्ली आत घुसली. चंद्री एकाएकी गप्प झाली. रत्नी चुलीवरच्या गाडग्याचं झाकाण उतरून डाळ शिजली काय बघालती. तिच्या तोंडावर घाम थबथबलाता. कल्ली चुलीजवळ आल्याली बघून रत्नीनं मनगटानंच केस मागं सारलं. दिवा व्हता तसा भानुशीवर ठेवतच म्हणाली,

'डाळ शिजली बघ, तवा घेवू काय?' कल्लीनं तिच्याकडं न बघताच तवा चुलीवर ठेवाय सांगितला. काकतल्या चंद्रीला खाली उतरतच म्हणाली,

'का रडतीस गंऽऽ?'

'मिसाळच्या गंगूकाकूनं मारलंऽ.' चंद्रीचा एवढासा आवाज भाईर पोत्यावर बसलेल्या लगमव्वाला ऐकू गेला. ती हालीवल्यागत पोत्यावरनं उठली. 'का मारलं गंऽ रांडनंऽ?' म्हणतच चंद्रीजवळ आली. चंद्री आईला बघून भेदारली. कल्लीच्या

आडाला लपतच म्हणाली,

'मिसाळाला उदार दारू कुणी द्यायला सांगितलीती ग तुझ्या आईला. म्हणतच मला मारलीन.'

'रांडा आदी दावं सोडल्यातं, मागनं माझ्या नावानं खडं का फोडल्यात. ह्यास्नी आता काय गाढव लावायचं.'

लगमव्वा फुललेल्या इंगळागत रसरसली. तशीच भाईर जाऊन सोप्यात बसली. दोघं-तिघं नव्यानं येऊन बिंदग्याजवळ टेकलंतं. त्यात सुताराचा गण्या मांडीवर बोटं मृदुंगावर अभंगाच्या तालावर आपट्यागत आपटत होता. हात थांबवत म्हणाला,

'कशाला वटवटायला लागलीस माझी आईऽऽ रुपयाची वतऽ' असं म्हणत शेजारच्या शिरप्याकडं बघितलं.

'एवढ्या घाईचा व्हतास तर दुसरीकडं जायाचा व्हतासऽ.' असं म्हणत लगमव्वानं बिंदगा कलता केला. गण्याकडं पेला सरकला.

'भाड्ये उगच डोकं फिरिवत्यात, घरच्या बायका सांभाळाय ईत न्हाईत आनी मूत प्यायला येत्यात.' लगमव्वा पुटपुटतच होती. गण्या तिच्या शिव्या ऐकून दचाकलं. हातातला पेला शंकऱ्याकडं दितच म्हणालं,

'आज काय तरी बिघाडलं बाबाऽऽ.'

'काय झालं गऽ काकूऽ.' शंकऱ्या लाडात आल्यागत विचारू लागला.

'व्हतय काय डोंबल – घीरणं उदार पित्यात, मागनं आराडत्यात.'

'आयला रांडच्यास्नी प्यायला कोण सांगतंय.' शंकऱ्या तोंडाला पेला लावतच गुरगुरलं. लगमव्वा त्याच्या नरड्यावरची हालचाल निरखून बघू लागली. तिच्या मनात काय-बाय गोळा व्हयाला लागलं.

'मरून गेल्यालाच मोकळा झाला. मागं ही लटांबर माझ्या मानगुटीवर मारून बसला. त्यो बाबा आसता म्हणजे ह्यो परसंग कशाला आला असता. कोणतरी खमक्या इच्यारनार असता म्हंजे माझी पोरं परदेश्यागत कशाला जगली असती...'

'कशाला काकू इच्यार करतीस, मी वसूल करून देतो घेऽऽ.' शंकऱ्या उठतंच म्हणालं. ती एकदम भानावर आली. खोपटाच्या दारातनं सुबरूतात्या काठी टेकत–टेकत आत यायला लागलाता. तिनं उगचच पदर सारखा केल्यागत केला. त्याच्याकडं हसून बघतच विचारलं, 'लई दिसानं फिरल्यासा मामासाब?'

'कुठलं लेकीऽऽ!' सुबरूतात्या धाप आवरत म्हणाला. काठी भित्तीला टेकून गुडघ्यावर हात ठेवतच बसला. त्याची हाडं तेल घातलेल्या नव्या चपलागत करकरली. लगमव्वानं लगबगीनं पेला भरला आणि सुबरुतात्या समोर धरला.

'काय म्हणत्यात पोरीऽ?'

'काय म्हणायच्या? हाईत!' ती सुस्कारून म्हणाली. सुबरूतात्या खोपटाच्या चारी-बाजूला निरखून बघत होता. त्याच्या लोंबणाऱ्या पापण्या उगंचच मिचमिचाय लागल्या.

'आवंदा कल्लीचं काय तरी बघाय पायजे!' लगमव्वानं विषय काढला.

'व्हय तरऽऽ' म्हणतच सुबरूतात्या आतल्या आत कण्हला.

चुलीजवळ भाकरीला बसलेल्या कल्लीचा हात एकाएकी थांबला. आई काय बोलती ह्येच्याकडं तिचा कान लागला. सुबरूतात्या कायबाय सांगाय लागलाता. लगमव्वा नुसती हनुवटीवर हात ठेवून हुंकाराय लागलीती. कल्लीला एका-एकी आपलं सगळंच गुडारन वाटाय लागलं. वारगीच्या पोरी कव्वाच लेकुरवाळ्या झालत्या. आवंदा जमंल, पुढला जमंल असं म्हणत एक-एक वर्ष नुस्तच ढकलाय लागलंतं. एकांदुसरं मागनं यायचा, बघून देकून जायाचा खरं, माघारी काय सांगावा यायचा नाही. असं का व्हावं कुणालाच कळत नव्हतं. सगळीकडं लगमव्वाचं दारू इकायचं आड यायला लागलतं. कल्लीचा व्हट आपूआप चावला गेला. हातातल्या पिठाचा गोळा मुठीतच आवळला गेला. ती भिन्न होऊन फुललेल्या चुलीकडं बघू लागली.

'आगं भाकरी करापली वाटतंऽऽ' लगमव्वा भाईरनं आराडली, तशी कल्ली भानावर आली. तिनं तव्यावरची भाकरी परतली. भाकरी मदीच करपून कोळ झालती. तिचा तिलाच राग आला. तिनं भाकरी तशीच बाजूला ठेवली. एवढ्यात रत्नी चुलीजवळ येत म्हणाली,

'आक्का, आक्का त्यो भाड्या आला बघऽऽ.' कल्ली एकाएकी दचाकली. पिठाचा हात तसाच ठेवून गप्पकन उठली. परात वलंडून बाहेर आली. समोर पाटलाचा आंद्या बघून तिच्या डोळ्यात आगीचा लोळ उसळला.

'आई ह्योच भाड्या काल पाटी लागलाताऽऽ.' कल्ली जवळ-जवळ आराडलीच. बाहेर बसल्यालं दोघं तिघं गडी गोंधळून आत घुसलं. लगमव्वा एकाएकी बिनसली. आंद्या गांगारलं. त्याला काय करावं ह्येच सुचना. त्यानंबी मन निबर करून पाचाची हिरवी नोट लगमव्वा समोर टाकली. पेल्याकडं बघत बसलं. लगमव्वा एकदम कडकडली.

'भाड्या आई-भनी न्हाईत व्हय रे तुला?'

आंद्या सटपाटलं, 'तसं नाही काकू, तसं नाही काकूऽऽ.' म्हणतच आंद्या जाग्यावरनं आपोआप उठलं. त्याला काय करावं ह्येच सुचंना. कल्ली मांजरीनीगत चवताळली.

'भाड्यानं एकदम पाण्यात डिमकी वाजवून भिजीवल्यान आनी वर भिजलीस व्हय गऽऽ म्हणून इच्यारल्यानऽऽ आता लाजमोडा म्हणतोय तसं न्हवं काकू' लगमव्वानं कल्लीवर डोळं वटारलं. तशी कल्ली एकदम गप्प झाली. आंद्या

भलतंच काचबारलं. आता काय धडगत न्हाई असं त्याला वाटाय लागलं. आंद्याबरोबर आलेलं तान्या बिरंबोळ्या जरासं धाडसानं म्हणालं,

'चूक झाली असल काकू, सांभाळून घेऽऽ.'

'चूक व्हायला काय घीरणा श्याण खातोय, काय ह्येला पोरीला कोण मागं म्होरं न्हाई असं वाटतंयऽऽ आरं ही खमकीनं हाय तवर कंच्या भाड्यानं तिरपा डोळा केला तर घड काढून हातात दीन...' लगमव्वा बडबडत ऱ्हायली. तान्या तोंडात मारल्यागत गप्पगार उभा ऱ्हायला. त्याच्या डोळ्यात तवाचा लगमव्वाचा आवतार उभा ऱ्हायला.

मागच्या म्हयन्यात दिवस मावळायच्या वक्ताला गावात एकाएकी पळापळ उठली. माणसं खोपड्याखोपड्यात कुजबुजाय लागली. पोलिसांनी लगमव्वाला धरून न्हेली. प्रत्येकाच्या डोळ्यांत तिची चार कच्चीबच्ची. उघडं पडल्यालं कपाळ. सगळ्यास्नीच तिच्या संसाराबद्दल काळजी. त्यात नायकाच्या बबन्याची आणि तिची उदारीवरनं कायतरी बाचाबाच झाली. बबन्यानं तेवढाच डाव साधला आणि पोलीस आणून देऊ टाकली. लगमव्वाला बिंदग्याबरोबर पोलीस स्टेशनला न्हेली. पोराटारापास्नं म्हाताऱ्याकोताऱ्यापर्यंत सगळी हळहळली. गावची रया बदलून गेली. सगळ्या खोपाड्यात जेवणवक्तापर्यंत एकच विषय – 'आता लगमव्वाला पोलीस काय सैल सोडीत न्हाईत.' खरं बाई मोठी वस्तादीन लागली. निजानिज व्हयाच्या टायमाला गावात दत्त झाली. कल्लीला, रत्नीला घेवून बबन्याच्या दारात आली. बबन्या नुक्तं हातरुणात घुसलेलं. बाईनं ताकतीनं हातरुनासकट गल्लीत आणलं. मायलेकीनी दगडानं झेजारला. गाव जमलं खरं कोण काढून घ्यायला तयार न्हाई. मारून-मारून कटाळली तवा वस्तादीन घराकडं वळली. वळताना मुडद्यावर थुकावं तसं बबन्यावर थुकत म्हणाली,

'कडुवसाच्या पुन्हा नाव काढलास तर बघ...'

तान्याला सगळं आठवून एकाएकी थरकाप भरला. गडी प्यायला आलाय ह्ये इसारलाच. तशी लगमव्वा नरमाईनं म्हणाली,

'कितीची वतू रंऽऽ' त्ये एकदम भानावर आलं. म्हणालं, 'वतऽऽ वतऽऽ' लगमव्वानं सुस्कारा सोडला आणि त्येच्याकडं नुस्ता बघतच ऱ्हायली.

जेवनवक्ताला लगमव्वानं पोतं हळूच उचललं. दांडीवर टाकलं. दांडी जराशी लडबडली. भरलेला पेला घटा-घट पिला. बिंदगा तसाच उचलून आलादी टोपल्यात ठेवला. त्याच्यावरचा पेला घट्ट बसवलाय का बघायला ती विसरली नाही. दत्या अजूनबी दिव्यापुढं पुस्तक पसरून काय-बाय गिरबटत बसलंतं. रत्नी कवाच आडवी झालती. चंद्री झिंजीत हात घालून एवदरत बसलीती. कल्ली गुडघ्यात मान घालून चुलीतल्या इंगळाकडं बघत काय-बाय डावजत बसलीती. लगमव्वानं लांबलचक जांभई दिली. कंबर मोडल्यागत केली. तशीच आतल्या बाजूला आली.

भिंत बडावल्यागत बसलेल्या कल्लीला बघून तिच्या डोस्क्याची शिरच उठली.

'पोरास्नी वाढून काढली असतीस तर काय फाळा आंगट बसला असता?' ती एकदम खेकासली. कल्लीला ह्येची सवय झालती. ती थोडसं सावरून बसली. न बोलताच तिनं वायलावरचं गाडगं उचलून निवण्यावर ठेवलं. लगमव्वा चुलीपुढं टेकली. तिनं टपार भानुशीवरनं शोधून काढलं. चुलीतल्या इंगळावर ठेवलं. तंबाखूचा डबा हातात घेवून ती इंगळावरच्या टपराकडं बघत बसली. एकाएकी तिला कायतरी आठवल्यागत झालं.

'मान्याची कमळा भेटलीती व्हय गऽऽ?'

'न्हाई बाऽ खरं कडूकरची गंगव्वा म्हणालती, आईला यायला सांग-' कल्लीनं मान गुडघ्यापासनं वर घेतली, 'आसलं घे घालकाडी!' लगमव्वा टपरात तंबाखू टाकत ठिसाकली. कल्ली एकदम गोंधाळली. तिला गंगव्वा बद्दल भलतीच आपुलकी वाटू लागली. नवऱ्यानं टाकल्याची बाई, दोन पोरं हिमतीवर पोसतीया. म्हायारकडनं बी टाकलंय. आईनं गंगव्वाला शिवी द्यावी ह्येचा कल्लीला राग आला. ती नुसतीच मनात धुसपुसत ऱ्हायली.

'कोंडवा तात्या सकाळी आलता' मदीच चंद्री बडबडली.

'तव्वा मी कुठं गेलतो गंऽऽ?' लगमव्वानं भाजलेला तंबाखू तळहातावर घेतला.

'भाईर गेलतीस. म्हणालता, आवंदा येजाच भात यायला न्हाई, तेवढं घालायला सांग.' चंद्री झोपतच पुटपुटली.

'मडं बशीवलं भाड्याचं, सारखी पाट घेतल्यान हाय.' लगमव्वानं बोट दातावर घासायला सुरुवात केली. कल्ली नुसती बसून. तिला राहवलं नाही.

'देणं द्यायचं हाय ते येणारच की.' कल्ली बडबडली.

'व्हय द्यायचं, भाड्यानं खरं सांगितलं असतं तर दिलं असतं. खरं मेल्या माणसाचा फायदा घ्येतल्यान.' ती पुटपुटली. पुढं कोणच काय बोललं न्हाई. लगमव्वा दात तालावर घासाय लागलीती. बराच वेळ ती त्याच तालात गुतलीती. बाहेर रातकिड्यांची किरकिर भलतीच वाढलीती. आशात खोपटासमोरनं कुणाची तरी हाळी आली. लगमव्वानं कल्लीकडं बघितलं.

'कोण हाय बघ जा गऽऽ माल संपलाय म्हणून सांगऽ.' म्हणत तिनं पुन्हा राकुंडी लावाय सुरुवात केली. कल्लीनं दार उघडलं तर शिरप्या मेंगाण्या दारात. कल्ली काय न बोलताच उभा ऱ्हायली. शिरप्या दारातनं सरळ आत आला. कल्लीनं पुन्हा दार लावलं. ती झीट आल्यागत आत आली. लगमव्वा हातातली राकुंडी सांभाळतच भाईरच्या बाजूला आली. शिरप्या हातातल्या टावेलाचं गाठोळं शेजारी ठेवतच टेकलं,

‘एवढा वकोत कुठं बसलातास?’

‘बसलोतो आपला’ म्हणत त्यानं गाठोळं लगमव्वाकडे सरकलं. कल्लीनं चुलीम्होरं ताट आपटलं. आवाजानं खोपाट दणाणलं. लगमव्वानं काय न बोलताच शिरप्याकडं बघितलं. दोघं फक्त एकमेकांकडं बघत बसली.

कल्ली जेवून झाल्या झाल्या बोऱ्या हातरून पासालली. काय केलं तर तिच्या डोळ्याला डोळा लागना. लगमव्वा शिरप्यासमोर बडबडत तुकडं मोडालती. चंद्री डाराडूर झालती. दत्या वाचल्याल्या जाग्यावरच झोपलंतं.

‘आवंदा कल्लीचं आटपाय पायजे.’ शिरप्या बडबडत होतं.

‘तर आवंदा राकायचं न्हाई.’ लगमव्वा त्याच्या सुरात सूर मिसळालती. कल्लीला एकाएकी भिरमिटल्यागत झालं. ...‘तू आसलं करत बस म्हंजे माझं लगीन व्हतंय!’ ती मनातल्या मनात पुटपुटली. तिथल्या तिथं वळवळली. तोंडावरची चादर तोंडात कोंबून कचाकच चावू लागली. एकाएकी ती उठून बसली. शिरप्याकडं बघून ओरडली.

‘भाड्या पयलं घरातनं भाईर पडऽऽ.’ लगमव्वा एकदम गदबाळली. शिरप्या फटकुरागत जागच्या जाग्याला वळवळला. इंगळानं रसरसलेली चूल फटफटीत होऊन कल्लीकडं बघत बसली.

स्त्री, जून १९८७

❖

अंधारवड

गाडीतनं उतारल्या उतारल्या त्यानं भोत्याभोर नजर टाकली आणि आवाकच झालं. एवढ्या एस. ट्या पयल्यांदाच बघालतं. कधी बघाय न्हवत्या. आरामगाड्याबी दाटीवाटीनंच हुब्या होत्या. सगळं आक्रीत बघितल्यागत ते परतेक गाडी न्याहाळून बघत व्हतं. तवर बाबानं रट्ट्याला हात घातला आणि ते दचाकलं.

“आरंऽ हिकडं चलऽऽ.” बाबानं त्याचा रट्टा वडतच सांगितलं आणि ते गदबाळलं. बाबानं त्याला जवळजवळ वडतच रस्त्याला आणलं, तवर त्येच्या म्होरनं डब्बल गाडी गेली. त्याचं डोळं मोठं झालं. वरच्या मजल्यावरच्या बसलेल्या माणसाकडं ते बघतच ऱ्हायलं. डब्बल गाडी लांब गेली आणि त्यानं बाबाला विचारलं–

“बाबा, ह्या गेलेल्या गाडीला काय म्हणत्यातऽऽ?”

“मागनं सांगतो चल,” म्हणत बाबानं मोकळा रस्ता बघून त्याला फरफटतच त्या बाजूच्या कडंला न्हेलं. त्याच्या नाकात कसला तरी गोड वास घुसला. त्यानं आजूबाजूला बघितलं. उंचच्या उंच इमारती, त्यांच्यावर रंगीत कायबाल लिवल्यालं. त्यानं अक्षर लावून वाचण्याचा प्रयत्न केला. एवढ्यात उघड्या बाईच्या चित्राकडं त्याचं लक्ष गेलं. त्याचं त्यालाच हसू आलं. बाबानं आपल्या डोळ्याकडं बघाय नको म्हणून त्यानं डोळं दुसरीकडं वळवलं. काळाकुट्ट भलामोठा माणूस लांबलचक उंच दगडावर उभा केलाता. त्यानं त्या भल्यामोठ्या माणसाला निरखून बघितलं. त्याला काय बी समजंना त्यानं न ऱ्हाहून बाबाला विचारलं,

“बाबा, ह्ये कायऽऽ?”

बाबाचं त्याच्याकडं लक्ष न्हवतं. तो त्याच्याजवळ उभा ऱ्हावून तंबाखू मळत व्हता. त्याच्या प्रश्नानं बाप भानावर आला. मळलेला तंबाखू तोंडात टाकतच म्हणाला, “कुठं हाऽऽय?”

त्यानं बोट करून दाखवलं– तसा बाप स्वत:शीच हसला आणि म्हणाला,

“आरंऽ, तो पुतळा हायऽऽ.”

त्याला पुतळा म्हणजे काय नीट समजलंच न्हाई. परत बापाला विचारावं असं त्याला वाटलं, एवढ्यात त्यांच्या दिशेनं येणाऱ्या काळ्या बारक्या गाडीनं पॉऽऽपॉऽऽ केलं आणि बापानं त्याच्या रट्ट्याला हात घातला. जवळ ठेवलेला ट्रंक उचलून खांद्यावर घेतला आणि त्याला वडतच म्हणाला– “च्या प्यायचा व्ह रंऽऽ?” त्याला बापानं काय विचारलं हेच समजलं नाही. त्याची नजर समोरून जाणाऱ्या गुबगुबीत जोडप्यावर रुतली होती. बापानं रट्टा दाबतच विचारल– “च्या पिणार हाईसऽऽ?”

ते भानावर आलं आणि त्यानं ‘व्हय’ म्हणून सांगितलं. बापाची पावलं जवळ दिसणाऱ्या हॉटेलकडं वळली. बापाचा एक हात त्याच्या रट्ट्याला आणि दुसरा खांद्या-वरच्या ट्रंकेला भिडला होता. आपण कुठल्या नगरीत आलायो हेच त्याला समजंना.

दोघं हॉटेलात आली. माणसांची चिक्कार गर्दी. सगळा कलकलाट. बश्यांचे आवाज. ते परत गदबाळलं. बापानं ट्रंक उतरून बाकाजवळ टेकिवली आणि त्याला समोरच्या बाकावर टेकाय सांगितलं. त्यानं समोरच्या बाकावर ढुंगण टेकलं आणि पाय लोंबकळाय लागलं. लोंबकळणारे पाय त्यानं हलवायला सुरुवात केली. तवर त्याची नजर समोर काचेच्या कपाटात गेली. त्याच्या तोंडाला पाणी सुटलं. बाप गुळी करून आला. कानात सिस्पेन अडकवलेलं मळकट थोराड पोरगं त्या दोघांच्या समोर येऊन उभा ऱ्हायलं तसा बाप त्याला म्हणाला– “भूक लागलीया व्हय रंऽऽ?” त्यानं मानेनंच नकार नोंदवला. त्यातनंबी बापानं एक भजी आणायला सांगितली. ते थोराड पोरगं गप्पाकन हललं. माणसांचा कलकलाट वाढतच गेला....

भज्याची बशी त्यांच्या समोर आली. बापानं एक भजं उचलतच त्याला खुणावलं. त्यानं आपल्या हातात एकदम भजी उचलून खायला सुरुवात केली. तसा बाप सांगू लागला–

“हे श्यार गाव हायऽ. हितं धिंदऱ्यागत लई फिरायचं न्हाईऽ. मालक सांगंल ते काम न्हाई म्हणायचं न्हाईऽऽ. त्यास्नी उलट बोलशील, हावरटासारखं त्येच्याकडं काय बी मागशील. जपून वागायचंऽऽ.” बाप बडबडत होता. त्याला ऐकून ऐकून हे पाठ झालतं. त्यानं त्याकडं लक्षच दिलं नाही. शेजारी बसलेल्या दोघांसमोर कसलातरी नवीन पदार्थ होता. त्याला ते निरखून बघालतं. हातातलं भजं तसंच ऱ्हायलंतं. “आरंऽ, खा कीऽऽ!” बाप खेकसला आणि त्यानं शुद्धीवर येतच भजं तोंडाला लावलं. गप्पापा संपवलं. पाणी ढोसलं. तवर चहाच्या बशा त्यांच्यासमोर आल्या. त्यानं बशीत चहा वतला आणि फुकून प्यायला सुरुवात केली. त्याच्या पिण्याचा आवाज फुर्ररऽ फुर्ररऽऽ असा सुरू झाला. बाजूला बसलेले दोघं त्यांच्याकडं दचकून बघू लागले. बापाच्या लक्षात आलं. त्यानं त्याला बजावून सांगितलं,

“च्यार माणसांत बसल्यावर असा आवाज काढायचा नाही. गुमान च्या प्यायचा...”

ते दचाकलं. भीत भीत त्यानं चहा कसाबसा संपवला आणि बापानं ट्रंकेला हात घातला आणि मिशा पुसतच उठला. तेही उठलं आणि हॉटेलाच्या कलकलाटातून बाहेर आलं. रस्त्यावर आता वाहनांची गर्दी भलतीच वाढलीती. त्याचे डोळे येणाऱ्या– जाणाऱ्या गाडीवरच्या थुलथुलीत अंगावरनं वाहत होते. बापानं त्याच्या रट्ट्याला पुन्हा हात घातला आणि चालायला सुरुवात केली.

'समाधान लॉज'असा बोर्ड लटकलेल्या इमारतीसमोर आल्यावर बापानं एक सुटकेचा नि:श्वास सोडला. त्याच्या रट्ट्याला घातलेला हात सोडला आणि त्या इमारतीच्या आत पाय टाकला. त्याच्या पहिल्यांदाच बघण्याला इमारत फारच चांगली वाटली. बापानं समोर भल्यामोठ्या टेबलाच्या आत बसलेल्या माणसाला लांबलचक रामराम केला आणि खांद्यावरची ट्रंक उतरली. तो समोरचा माणूस फाटक्या बोतरागत हसला आणि 'बसाऽऽ' एवढाच बोलला. बाप स्पंजच्या खुर्चीवर ऐसपैस बसला आणि त्याला बसायला त्यानं खुणावलं. तसं ते हळूच खुर्चीच्या एका कडेला बसलं. खुर्ची भलतीच मऊ मऊ, लुसलुशीत वाटली. त्यानं त्या गुबगुबीत स्पंजवर हळुवार हात फिरवला. त्याच्या अंगभर एक सुखद लहर फिरली. ते त्यातच गुंतून गेलं. बराच वेळानं ते भानावर आलं तेव्हा उंच टेबलाआतला माणूस त्याला विचारत होता,

"नाव काय रे तुझं...?" ते एकदम गडबडलं. तसात तो फूत्कारलं.

"सांग की रंऽऽ"

त्यानं हालून सरळ खुर्चीचा आधार घेत सांगितलं, "बबन."

"कितवीत आहेस?" त्या माणसाचा परत प्रश्न.

"आवंदा चवथीला..." त्यानं कसंबसं सांगितलं आणि समोरच्या फोटोवर नजर रुतवली. बापाचं आणि त्या माणसाचं बरंच काय बोलणं झालं. बऱ्याच वेळानं त्यानं बबन्याला विचारलं–

"मग ऱ्हाणार इथं...?" बबन्या गदबाळलं. त्यानं बापाकडं नजर टाकली. बापानं मोठाले डोळे थोडेसे हलले. त्यानं त्या माणसाकडं पाहतच होकारार्थी मान हलवली. तो माणूस मनापासून हसला. बापानंबी हसल्यागत केलं आणि म्हणाला,

"हे मालक हाईतऽऽ. हे सांगतिल ते करायचं. लागंल ते मागायचं. हे आमचंच आहेत... ऱ्हाई तर भिशीलबिशील."

त्याला आता मात्र कसंसंच वाटाय लागलं. त्यानं बापाकडची नजर वळवली. त्याचे डोळे डबडबले. बापानं मालकाला सांगायला सुरुवात केली–

"मालऽक, गरिबीतलं हाय. काय चुकलंमाकलं सांभाळून घ्या. लईच पोराटकी करालं तर गावच्या पत्त्यावर कागद लिवाऽऽ." बोलत असताना बापाच्या चेहऱ्यावर भलतीच लाचारी गोळा झालीती.

मालक सगळं ऐकून निर्विकार चेहऱ्यानं बोल्ला, "काळजी करू नका. आता जावा तुम्ही..."

बाप तिथल्या तिथं वळवळला तसा मालक बबन्याला म्हणाला–

"बबन, तुझी ट्रंक आतल्या खोलीत कॉटखाली ठेव जा बघूऽऽ."

बबन्या आज्ञाधारकपणे उठलं. त्यानं ट्रंकेला हात घातला, इतक्यात बापानं ट्रंक उचलली आणि बबन्याला घेऊन आत पाय टाकला. दहा-पंधरा कॉट. त्यावर व्याकूळ विटक्या गाद्या. दोन-तीन टेबलं. त्यावर मान मोडून पडलेल्या बाटल्या. कसला तरी वास सर्वत्र चोंदून भरलेला. बापानं ट्रंक कॉटखाली सरकवली आणि बबन्याचा चेहरा न्याहाळून बघितला. त्याच्या पोटात ढवळल्यागत झालं. गळ्यात आवंढा आला. त्यानं तोंड वरती करून आढ्याकडं बघत आवंढा गिळला. खोलीभर नजर फिरवली, आणि बबन्याला म्हणाला –

"गावाकडची आठवण यायला लागली तर पत्र लिव हुं रंऽऽ."

बबन्याच्या डोळ्यातनं घळघळा पाणी वाहायला सुरुवात झालं. बापानं त्याला थोपटल्यागत केलं आणि म्हणाला –

"आरंऽऽ, गप्प. मालकानं बघितलं तर ठीवून घेणार नाही..." त्यानं आपल्या शर्टानं बबन्याचं डोळं पुसलं. बबन्या मुसमुसाय लागलं. बापानं त्याला बाहेर आणलं. मालकाच्या स्वाधीन केलं. मालकांना बापानं बरंच कायबाय इनवून सांगितलं आणि बबन्याला म्हणाला –

"आता मी जावू व्हय रंऽऽ? गाडी चुकंल. फुडं जायला येळ व्हईल..."

बबन्या काय बी बोललं न्हाई. मालकच म्हणाला – "तुम्ही जावा होऽऽ. पोरगं एका तासात हसायला लागतंय की नाही बघाऽऽ."

मालक हसला. बापानं उंबऱ्याच्या बाहेर पाय टाकला आणि बबन्याला भडभडून आलं.

संध्याकाळ शहरावर सावलीसारखी पसरत गेली. हळूहळू अंधारपंख उघडलं. शहर पारव्या दिव्यांनी व्यापून टाकलं. बबन्याला हे सगळंच नवं नवं वाटाय लागलंतं. त्याला सगळं शिकवायचं काम सिकल्यावर सोपवलंतं. सिकल्यानं लॉजची प्रत्येक रूम बबन्याला खाणाखुणांसहित दाखवली. काय काय करायचं असतंय ते समजून देण्यास सुरुवात केली. सिकल्या बबन्यापेक्षा भलतंच थोराड आणि मुरलेलं. त्याच्या बोलण्यानं बबन्या खुळंच झालं. नेमकं सिकल्या काय काय सांगतंय हेच त्याला समजंना. त्यानं फक्त मान हलवण्याचं काम सुरू केलं. लॉजवर येणाऱ्या लोकांची ये-जा सुरू झाली. चांगल्या चांगल्या कापडातली माणसं बबन्या टक लावून निरखत बसलं. सुटाबुटातलं बापय... गुळमाटढ्यान वासाच्या बायका त्यानं कधीच बघाय न्हवत्या. त्याची नजर कौतुकानं सगळं निरखीत होती. एवढ्यात

दारात एक जोडपं आलं आणि सिकल्या चेकाळल्यागत बोललं –

"राती गोंधळ घालून गेलीया रांड आणि आज आली बघ!" मालकानं सिकल्यावर डोळं वटारलं. बबन्याला काय बी समजलं नाही. त्या बाईला सिकल्या उगचच शिव्या देतंय असं त्याला वाटाय लागलं. सिकल्याचा रागही आला. ती बाई सोबतच्या पुरुषाबरोबर खिदळत आत आली. मालकानं काय तरी त्या पुरुषानं सांगितलेलं लिहिलं आणि सिकल्याला सांगितलं –

"अरे, सहा नंबर यांना दे..." सिकल्या चटकन उठलं आणि पुढं गेलं. ती दोघं अंगाला अंग घासून आत गेली आणि बबन्या त्याकडं आ वासून पाहत बसलं...

...रात दाट होत गेली आणि लॉजवर माणसांची संख्या वाढत गेली. छानछोक कपड्यांतली पुरुषांची सारखी ये-जा सुरु झाली. अधूनमधून बायका येत होत्या. मध्येच खोलीत खिदळण्याच्या चिळकांड्या फुटत होत्या. प्रत्येक खोलीत पाण्याची बाटली, बेडसीट, चादर, उशी – आणखी काय लागेल ते साहित्य देण्यात सिकल्या गुंतलं आणि बबन्या एकटंच हिकडं तिकडं फिरून वेळ काढत होतं. त्याला प्रत्येक बाबतीत भलतं नवं नवं वाटलंतं. बबन्या प्रत्येक खोलीकडं निरखून बघालतं. खोलीतून हसण्याचा आवाज आला की त्याला अबजूक वाटालतं. मध्येच एखादी बाई खोलीतून बाहेर यायची. बबन्याच्या गालावर टिचकी मारायची आणि बाथरूमकडं वळायची. बबन्याला सगळं कोड्यागतच वाटालतं. रात वाढतच चाललीती... बबन्या मनातल्या मनात भुतं पाळलतं!

मालक गल्ल्यावरून पुढच्या अंगणात गेला. बबन्याला बरं वाटलं. त्यानं सिकल्याला गाठलं आणि विचारायाला सुरुवात केली –

"परतेक खोलीतली बाई मदीच आशी का खिदळती रंऽऽ?"

सिकल्या हासलं. त्यानं बबन्याच्या डोळ्यांत बघितलं आणि म्हणाला, "आरंऽ, सगळं समजतंय. जरासं दिवस जाऊ देऽऽ." एवढ्यात एक काळसर बाई खोलीतून बाहेर आली तसं सिकल्या तिचा हात धरतच म्हणालं,

"आज लवकर पळशीऽऽल, सांगून ठेवतोऽऽ."

ती काळी, लुसलुसीत, चेहरा कांद्याच्या पातीसारखा वाळलेला, नाक भुईमुगाच्या शेंगेसारखं. बबन्या तिच्याकडं पाहतच बसलं. तशी ती काळी बाथरूममधून बाहेर येतच म्हणाली–

"ह्यो कोण रंऽऽ?"

"नवा नोकर." सिकल्यानं सांगून टाकलं. तिनं बबन्याला निरखून बघितलं. तिच्या डोळ्यात कौतुक भरलं. इतक्यात खोलीतनं एक तांबारलेला चेहरा नुस्त्या अर्ध्या चड्डीवर बाहेर आला आणि तिचा हात धरून वडतच खोलीत गेला. बबन्याला हसूच आलं. त्याला बरंच कायबाय सिकल्याला विचारावं असं वाटाय लागलंवतं... खरं

सिकल्या भिरभिऱ्यासारखं भिरभिरालतं... बबन्याला भलतीच गम्मत वाटाय लागली. त्यानं आता प्रत्येक खोलीला डोळा चुकवून कान लावायला सुरुवात केली. प्रत्येक खोलीतलं नवनवं काय तरी ऐकून त्याच्या अंगभर लहर फिरायला लागली... त्या बायकांविषयी त्याला कौतुक वाटाय लागलं... ते खुळावल्यागत लॉजच्या सगळ्या खोल्या हळूहळू फिरू लागलं... कॉमन खोलीत निवांत लोळत असलेल्या सगळ्या बायांचं त्याला हसू येऊ लागलं. त्याच्या मनात घर, गाव – सगळं पार उतरून गेलं...

...सकाळी सातच्या सुमाराला बबन्याला जाग आली. तेव्हा त्याला रात्री खिदळणारी एक बाई हलवून उठवत होती. त्यानं डोळं चोळतच घाबरून शेजारी बघितलं. सिकल्या बिनघोर पडलंतं. बबन्यानं लांबलचक जांभई दिली. उभ्या असलेल्या बाईनं त्याला रङ्घ्याला धरून उठवलं आणि बबन्या तिच्या पाठीमागून फरफटतच शेजारच्या खोलीत गेलं आणि निजुसऱ्या डोळ्यांनी त्या बाईकडं पाहू लागलं. तिनं जवळ बोलवतच बबन्याला विचारलं–

"जरासं अंग तुडवतोऽऽस? लईच करक मारलीयाऽऽ."

बबन्याला न्हाई म्हणवलं नाही. ती कॉटवर पालथी पसरली आणि बबन्यानं हळूच भिंतीला धरून तिच्या कमरंवर पाय दिला. तिनं लांबलचक सुस्कारा सोडला. बबन्याच्या डोळ्यांतली झोप पार उडाली. अख्खं पाठाण बबन्यानं हळूहळू पायानं दाबलं. तिची हाडं हळूहळू करकराय लागली. बबन्याला परक्या बाईच्या अंगावर जास्त वेळ थांबनं बरं वाटेना म्हणून त्यानं विचारलं –

"आता उतरू काऽऽय?"

"काऽऽरंऽ? दमऽलासऽऽ? आणि जरा तसाच खाली येऽऽ." बबन्या हळूहळू पाय दाबत खाली आलं. कनोट्याजवळ आल्यावर त्याला वाटाय लागलं – आता खाली पाय सरकू देऊन उपयोग नाही. त्यानं स्वत:ला सावरलं. तरी ती श्वास रोखतच म्हणाली –

"तसाच खाली तुडवीत येऽऽ." बबन्या गदबाळलं. त्यानं हळूच खाली पाय दिला. लिबलिबीत मांसातनं पाय लाडला, हलला. बबन्या डचमाळलं. ती मात्र सुखावून वळवळली आणि म्हणाली,

"आणि जोरानं पाय रेटऽऽ!" बबन्याला हसूच आलं. त्यानं झाडाच्या फांदीला झोका द्यावा तसा भिंतीला झोका देऊन पाय जोरानं दाबला. ती अधिक कण्हली. तिला जरासं बरं वाटत गेलं. बबन्या मात्र तिच्या अंगावर नाचून नाचून कंटाळलं. ते उतरायच्या बेतात होतं हे हेरून तिनं बबन्याला सांगितलं –

"आता जरा या मांड्या तेवढ्या हलक्या भारानं तुडीव म्हणजे झालंऽऽ." बबन्याला तिचा राग आला. तरी ही बया कोण हाय कुणास धक्कल. म्हणून ते आज्ञाधारकपणे तिच्या मांडीवर हलक्या भारानं चढलं. आपण काय करतोय हेच

त्याला समजेनासं झालं. त्याच्या मनात बरंच कायबाय दाटीवाटीनं गोळा झालं...

"फुरंऽऽ. उतार आताऽऽ," म्हणतच तिनं हात साडीला घातला आणि बबन्या झर्रकन खाली उतारलं. ती निपचित पडून ऱ्हायली. बबन्या तिच्याकडं टकमका बघतच उभा ऱ्हायलं. तिचा गोल गोल चेहरा जरासा समाधानानं फुलला होता. छातीवरचा पदर चुरगाळून पोटावर गोळा झालता. बबन्या डोळं हरवून तिच्याकडं बघालतं. ती गप्पाकन उठली. तिनं साडी सारखी केली. पायावरची निरी वडून सरळ केली आणि केसातनं हात फिरवून जाम्म बुचडा बांधला. बबन्या अजूनबी टकामका तिच्याकडं बघालतं. ती गप्पाकन उठली. तिनं त्याच्या गालावरनं हात फिरवला. बबन्या भलतंच भिरवाटलं. तिनं जाता जाता त्याच्या हातावर दहा पैशाचं नाणं ठेवलं. बबन्या त्याच्याकडं कितीतरी वेळ बघतच उभा ऱ्हायलं.

...कितीतरी वेळ बबन्या भिन्न व्हवून उभा होतं. मनात रिकाम अंधार जाळकांड पसरलंतं. एवढ्यात आतनं हाक आली –

"बबन्याऽऽ– सगळ्या गादीवर आबरं गोळा करून लोटायला सुरुवात कऽऽर."

बबन्या भानावर आलं. गप्पाकन हातातलं नाणं मूठ आवळून गच्च धरलं तवर सिकल्या त्याच्यासमोर दत्त झालं. सिकल्यानं भांबावलेल्या बबन्याचा चेहरा हेरला आणि खेसकलं –

"हितं का हुभा ऱ्हायलासऽ? आवर गोळा कर..."

बबन्या जागचं हललं. त्यानं सिकल्याला निरखून बघितलं. डोळ्यात लिचड साठलीती. गालावरनं ओघळलेल्या लाळीचा थर जशाचा तसाच होता. केस बोरीच्या सिऱ्यागत इस्काटून गेलतं. नाकाचा शेंडा थोडासा काळपट पडलाता. त्यानं हळूच गादीवरच्या आबऱ्याला हात घातला. त्याच्या मनात सहज आलं – ती कोण हाय हे सिकल्याला विचारावं. खरं ते सांगलं काय न्हाई कुणास धक्काल. ते भलतंच अस्वस्थ झालं. शेवटी मनाचा पक्का बेत ठरवून त्यानं सिकल्याला विचारलं –

"आरंऽ, ती राती तांबडं पाताळ नेसल्याली कोण...?"

सिकल्याला त्याला काय विचारायचं ह्ये नीट कळलंच नाही. त्यानं बबन्याकडं तावदारून बघतच विचारलं –

"काय म्हणालास...?"

"ह्या खोलीत राती ऱ्हायली ती कोण...? तुला वळख हाय?" बबन्यानं खोलीकडं बोट दाखवतच विचारलं – आणि सिकल्याच्या चेहऱ्यावर हसू फुटलं.

"काऽऽ बाबाऽ? तुला तिची वळख कशाला पायजे? उठतंय तरी व्हय रंऽऽ?" सिकल्यानं त्याच्यासमोर हात नाचवले. बबन्या गांगारलं. त्याचा चेहरा खर्रकन उतरला. त्यानं हातातल्या आबऱ्याची व्यवस्थित घडी घातली, पण सिकल्याचं मन चाळवलं गेलं. ह्याला तिचंच नाव कशाला पाहिजे हेच त्याला समजेनासं झालं.

बबन्याचा चिमणीसारखा झालेला चेहरा त्याच्या लक्षात आला. त्यानं बबन्याला खोचरून विचारलं,

“का रंऽ, तिचंच नाव का विचारलास मला?”

सिकल्याचं डोळं ताणलं. बबन्याला काय सांगावं हेच समजेना. मघाशी घडल्यालं सांगावं तर ह्यो चिडवाय लागंल, मालकाला सांगंल म्हणून त्यानं मनातच थाप जुळवली आणि सिकल्याला म्हणालं, “राती तू झोपल्यावर बी लई खिदाळालती म्हणून इच्यारलंऽऽ.”

सिकल्याला त्याचं हे बोलणं पटलं नाही. त्यानं ओळखलं, बबन्या आपल्यापासून काय तरी लपवाय लागलंय. त्यानं बबन्याचा रट्टा धरला आणि विचारलं,

“काय ते खरं सांग, न्हाय तर मालकाला सांगतो बऽऽघ.” बबन्या पारच गांगारलं. त्याचं डोळं गरगरलं. शेवटी काय बी व्हवू दे म्हणून मघाशी घडलेलं सगळं तपशीलवार सांगितलं. तसं सिकल्या चेकाळलं आणि ओरडतच म्हणालं,

“आयला लेकाऽऽ! आसला चान्सऽ आणि तुलाऽऽ?” बबन्या खुळावलंच. सिकल्या मात्र बबन्याच्या डोळ्यांत खोल खोल बघतच म्हणालं,

“आरं, ती नवीन आलीयाऽऽ. दोन आठवडं झालंयऽऽ. मी दररोज रात्री चान्स बघतोय तर गावत्य न्हाईत – आणि तू काल येवून...?” सिकल्यानं बबन्याला गदागदा हलवलं. बबन्याला सिकल्याचा भयंकरच राग आला. त्यानं नाकाच्या शेंड्याला तिडा दिला, हातातला आबरा जोरात झाडला. त्याचं सर्वांग हललं. खिशातलं नाणं थोडंसं लडबडलं. भिंतीवरची त्याच्याकडं पाहत असलेली पाल मात्र चुकचुकली.

समाधान लॉजची सकाळ-संध्याकाळ आता बबन्याला चांगलीच अंगवळणी पडली. गड्याला नव्या नव्या कामात हुरूप यायला लागला. कधी समजाय न्हवत्या त्या गोष्टी समजायला लागल्या आणि हळूहळू त्याच्यामधून गावाकडचं जग. सिकल्या प्रत्येक दिवशी नव्या नव्या गोष्टींची ओळख करून देत होतं. इथल्या जगण्यातलं गुपीत सांगत होतं. बबन्या मात्र सगळं ऐकून इपरीत ऐकल्यागत हुरळून जात होतं. त्याला हे सगळंच जादूच्या गोष्टीसारखं वाटत होतं. काम करताना त्याचं मन पिसासारखं तरंगत होतं. दिवस साबणाच्या फुग्यागत पळत होते.

दुपारपासून त्यानं फरशी पुसायला सुरुवात केलती. फरशी पुसता पुसता संध्याकाळ गप्पाकन कवा झाली हे त्याला समजलंच नाही.

“अजून फरशीच पुसालास व्हय रंऽऽ,” म्हणत मालक जेव्हा वसकन अंगावर आला तेव्हा बबन्यानं गडबडीनं फरशी पुसून संपवली. हातपाय धुतलं आणि सहज अंगणात नजर टाकली. मालक आता अंगणात खुर्ची टाकून निवांत सिगारेट फुकत बसलाता. सिगारेटचा धूर सोडताना त्याच्या ओठांचा झकास चंबू होत होता. बबन्याला

हसू आलं. इतक्यात त्याच्या लक्षात आलं, की अजून बरीच कामं आवरायची हायीत. त्यानं झटकन फडका घेतला. मालकाचा काऊंटर चांगला घासून घासून पुसला. त्याच्या खुर्चीवर तीन-चारदा फडका फिरवला आणि समोरच्या कोचवर त्यानं आपला मोर्चा वळवला. इतक्यात धावतच सिकल्या आत आलं आणि म्हणालं–

"चार नंबरची रूम तयार कर जाऽऽ. मी हे कोच पुसतोऽऽ."

बबन्या त्यच्या तोंडाकडं पाहतच उभा ऱ्हायलं, तसं सिकल्या खेसकलं. बबन्यानं गुमान हातातलं फडकं टाकलं आणि चार नंबरकडं वळलं. त्याला समजंना, दारात कोण गिऱ्हाईक न्हाईऽ– काम न्हाई, आणि सिकल्यानं रूम कशाला तयार कराय सांगितली? त्यानं चार नंबरचं दार उघडलं. लाईट लावला आणि कॉटवरची गादी झाडली. आबरा आणून व्यवस्थित अंथरला. उशाला झाडून बघितलं. रूमच्या कडेकोपऱ्यात नजर टाकली आणि टेबलावरची बाटली उचलून ते रूमच्या बाहेर आलं. बाथरूमकडं वळणार इतक्यात सिकल्याचा आवाज आला–

"रूम तयार झाली असली तर त्या उदकाड्या लाऽऽव."

बबन्या गोंधळलं. त्यातूनही म्हणालं

"पाणी ठेवतो आधी..."

"आरंऽ, पाणी नकोऽऽ. ह्या उदकाड्या लाऽऽव." सिकल्या डाफरतच बोललं तसं बबन्या चिडलं.

"आरं उदकाड्या कशाऽऽला? आजपतोर कधी लावल्यात काय कुठल्या रूममध्ये?" म्हणतच ते सिकल्यासमोर येऊन उभं ऱ्हायलं. सिकल्याने डोळं वटारतच आवाज काढला–

"सांगतो तेवढं करायचं! धू म्हटलं की धुवायचं... तुला कशाला बाकीचं?"

बबन्या गांगारलं. हातात उदकाड्या आणि काड्याची पेटी घेऊन रूममध्ये आलं. त्यानं झर्रकन काडी ओढली. उदबत्त्या पेटवल्या आणि टेबलाच्या फटीत खोवल्या. सुगंधित वासानं बबन्याचं मन हुरळलं. त्यानं लांबलचक श्वास घ्यायला सुरुवात केली. एवढ्यात पाठीमागून मालकाचा आवाज आला–

"हं, आता बाहेर जा आणि दुसरी कामं बघ जाऽऽ."

बबन्या दचाकलं. ते गर्रऽकन मागं वळलं आणि दारातून बाहेर पडलं. मालक आत घुसला आणि बबन्या चक्रावलं. मालकाच्या पाठीमागनं थुलथुलीत अंगाची छापील पातळातली गोरीपान बाई आत घुसली. बबन्याला काय बी समजंना. एवढ्यात मालकानं खोलीचं दार बंद केल्याचा आवाज आला. बबन्या गदबाळलं, 'आयला, ही एक काय भानगड? मालकाला घरबीर हाय की न्हाईऽ? हितं बायकोला... कारन तिकडं घरात पोरंबाळ असतील, असं मनात कायबाय म्हणत

बबन्या सिकल्याजवळ आलं. सिकल्या आता निवान्त कोचवर बसून रस्त्यावरच्या वाहनांकडं पाहत होतं. बबन्याबी त्येच्या शेजारीच टेकलं आणि रस्त्यावर पाहू लागलं. पण त्याचं मनच लागंना. शेवटी त्यानं सिकल्याला हळूच हलवतच विचारलं, "मालकाच्या घरात पोरं लई मोठी हायीत व्हय रंऽऽ?" सिकल्या गोंधळलं. सावरतच बबन्या ठिसाकलं– "न्हवं रंऽ, मालकिनीला हितं घेऊन आल्यात तवा म्हटलं."

सिकल्याला हसूच आलं. त्यानं बबन्याकडं बघितलं आणि तोंडाला हात लावला. बबन्या अधिकच गोंधळलं तसं सिकल्या हळूच म्हणालं,

"ह्यो घरातला माल न्हवं, भाईरचा!"

"आयलाऽऽ!" म्हणतच बबन्या टाणकन उडालं आणि म्हणालं,

"आर्रऽ, एवढा चांगला माल बी धंदा करतोऽय?"

"धंदा? लेका, ही धंदंवाली न्हवं. हिचं लगीन झालंय लगीन.'

बबन्याला धक्काच बसला. ह्या बाईचं लगीन झालंय आणि मालकाकडं बी कशी येतीया हेच त्याला समजंना.

"मग न्हवरा जिवंत हाय व्हय रंऽऽ?"

"म्हणजे.. नुस्ता जिवंत न्हाईऽ– खरा जिवंत हाऽऽय."

"मग हिकडं कशी रं ऽऽ?"

"चव बदलाय!" सिकल्यानं बबन्याला डिवचत सांगितलं. आयला, म्हणजे हे बरं हाय कीऽ. घरातला नवरा सोडून हिकडं. खरं ह्या बाईला धाडसच कसं व्हईल आसलं, हेच बबन्याला समजंना.

"आर्र, हे काय न्हवंऽ. मालकाचा आणि एक माल हाय. बघशीऽऽल! नुस्ता बघत ऱ्हावावाऽऽ! आयला, मला तरी वाटतंयऽऽ–" सिकल्यानं ओठ चावला आणि बबन्याचं डोकं भिन्नाटलं. त्यानं अधाशागत विचारलं,

"त्येचं बी लगीन झालंऽऽय?"

"आरंऽ, नुस्तं लगीन न्हवं – मोठं पोरगं दहावीत हायऽऽ."

"×××" बबन्याच्या तोंडातनं पचाक्कन शिवी गेली. त्याला मालक म्हणजे औरच वाटाय लागला. त्यानं सिकल्याला विचारलं –

"हे मालकिनीला म्हाईत हाऽऽय?"

सिकल्यानं डोक्यावर हात मारला आणि म्हणालं,

"येडपट हाईस लेकाऽऽ! ह्या बाजार कराय म्हणून घरातनं भाईर पडत्यातऽऽ, हितं बाजार करत्यात आणि घराकडं जात्यात. मग मालकिनीला कसं समजंलऽऽ?" सिकल्यानं सगळा व्यवहार त्याला सोपा करून सांगितला आणि बबन्या भिन्नच झालं. आयला, हे म्हणजे लईच, असं त्याला वाटाय लागलं. एवढ्यात सिकल्या

उठून संडासकडे गेलं. बबन्याला एकट्याला बसवंना. मालक काय काय बोलालाय हे तरी ऐकावं म्हणून ते पाय न वाजवताच चार नंबरजवळ गेलं. आतनं हळूच कुथण्याचा आवाज आला आणि बबन्याचं कान टवकारलं. श्वासात श्वास मिसळून आवाज वाढत चालला. बबन्याला वाटाय लागलं, हे नुस्तं ऐकण्यात काय गंमत न्हाई. तीन नंबरच्या टेबलावरनं भितीवर चढून बघावंच. पण त्याला वाटाय लागलं, मालकानं बघितलं तर...

आपल्याला तो कशाला बघंल, असं वाटून बबन्या सरकलं. हळूच तीन नंबर-मध्ये घुसलं. दार थोडंसं करकरलं. बबन्या घाबरलं. त्यानं टेबल सरकवला आणि भिंतीवर पाय ठेवला. भिंतीवरची पाल सर्रऽऽकन सरकली. बबन्यानं श्वास रोकून धरला. हळूच भिंतीचा आधार घेतला आणि हळूच, अत्यंत सावधपणे डोकावायला सुरुवात केली.

आयलाऽ! हे आपण काय तरीच बघतोय, असं वाटून बबन्या सर्रऽकन खाली आलं आणि दाराजवळ येऊन उभं ऱ्हायलं. आतले श्वास मंद होत आले होते. सिकल्या अजून संडासातनं बाहेर आलं न्हवतं. बबन्याचं काळीज अजूनही धडकायलाच लागलंतं. बबन्या अंगणात आलं. बाहेरच्या रस्त्यावर मोटारीची ये-जा चालू होती. हळूहळू प्रकाश मंद होत चालला होता. माणसांची गर्दी भलतीच वाढत होती. रस्ता मुंग्यांच्या रिवाणासारखा गच्च होत चालला होता. जाणाऱ्या-येणाऱ्या प्रत्येक बाईवर नजर रुतवून बबन्या मालकाबरबर झोपलेल्या बाईचीच कल्पना रंगवत होतं. त्याला कसंतरीच वाटाय लागलं होतं. इतक्यात पाठीमागून हाक आली –

"बबन्या, एक बनारस पान आणि एक गुलकंद मसाला घेऊन येऽऽ. हे घे पैसे." बबन्या गर्रकन वळला.

कोचवर ती बाई कोऱ्याकरकरीत चेहऱ्यानं बसली होती. फक्त गालावर थोडीशी लालवट छटा गडद झाली होती. बबन्या तिच्याकडं पाहतच वळलं. ती किंचित हसली आणि मालकाला म्हणाली –

"नवा कामवाला चांगला दिसतोयऽ"

मालकाचे शब्द बबन्यापर्यंत पोहोचले नाही. त्यानं झपाझप पावलं उचलली. त्याच्या मनात मात्र...

"सिकल्याऽ, मला काय हितं ऱ्हावावं असं वाटंना गड्याऽऽ." बबन्या एकदम बोलून गेलं आणि सिकल्या दचाकलं. ह्याला आणि काय झालं हेच त्याला कळंना.

"का रंऽ, आसं एकदम आसं का वाटाय लागलंऽऽय?" सिकल्यानं समजुतीच्या सुरात विचारलं.

"गावाकडं जावं असं वाटाय लागलंय रंऽऽ." बबन्या.

"आता दोनतीन वर्ष ऱ्हायलास तवा कधी वाटाय न्हाई, आताच कसं वाटाय

लागलंय रंऽऽ?'' सिकल्या.

"हितं न्हाई न्हाई ते नाद लागल्यात रं. आमा गरिबांना कसं परवडतीलऽ? ह्येच्या परास गावातच बरं हायऽऽ.''

"लई म्हाताऱ्यागत बोलालास की रंऽऽ. आता कुठलं नाद तू पैसे खर्चून करालाऽस आणि....''

"तसं न्हवं रं, खरं हे बरंच वाटंना झालंयऽ. सारखी घरची आठवन यायला लागलीय.'' बबन्या गलबलून बोललं.

"हेट लेकाऽ! काय हाय ती गम्मत करून घ्यायचीऽ – फुडचं कुणी बघितलंय? आणि गावात जाऊन काय करनाऽर? हितंच मजा मारायची आपलीऽ.'' सिकल्यानं त्याची समजूत घालायचा प्रयत्न केला. पण बबन्याचं मन अधिकच हैराण झालं.

अलीकडं त्याला असंच कशानं वाटाय लागलंतं. ह्या घाणीत राहण्यापेक्षा गावात जाऊन टाचा घासून मेल्यालं बरं, असं त्याला वाटाय लागलंतं. हितं काय माणूसच नाही. सगळं मिळतंय खरं, इपरीत मिळाल्यागत मिळतंय. हेच्यापरास न्हाई मिळाल्यालं बरं, असं त्याचं मन त्याला सारखं सांगत होतं. त्यातच गावाकडच्या आठवणी कधी नाही ते सारख्या यायलात्या. कामात असलं की तेवढं काय मनात यायचं नाही. जरासं मोकळं बसलं की सारखं मन भरून यायला लागलंतं. असं का व्हायला लागलंय हे मात्र त्याला समजत नव्हतं. त्यामुळे तोंड आखडल्यागत त्याला वाटाय लागलंतं.

सिकल्यानं त्याला गदागदा हलवलं, तेव्हा बबन्या भानावर आलं आणि सिकल्याच्या तोंडाकडं नव्यागत बघाय लागलं. तेव्हा सिकल्या काचबारलं आणि म्हणालं, "थांब लेकाऽ – तुझ्या मुक्तीलाच सांगतो हे सगळंऽऽ.'' तसं बबन्या गप्पाकन भानावर आलं. मुक्तीचं नाव ऐकल्यावर आपण एवढं का चळवळावं हे मात्र त्याचं त्यालाच समजलं नाही. त्यानं जागा सोडली आणि शेजारच्या टेबलावर हळूच अंग टाकलं. आढ्याकडं एकटक पाहत पडलं. मन खिन्न झालंतं. पापणी डबडबलीती. अशातच त्याला डोळा लागला.

सिकल्या आज जरा खुषीतच दिसालतं. घराकडनं कसलंबसलं चिटूर घीऊन त्याच्याकडं कोणतरी आलतं. तवापास्नं सिकल्या नुस्त्या हवेतच तरंगालतं. गड्याचं कामावर कसलं ते लक्ष न्हवतं. नुस्तं हिकडनं तिकडं घिरट्या घालालतं. बसंल त्या जागेवरच हातानं ताल धरालतं. बबन्याला त्याचं हे सगळं मजेदारच वाटालतं. एवढा गडी खुषीत कसा काय, बघावं तरी, म्हणून बबन्यानं त्याला डिवचलं –

"आज गाडी काय खुषीत दिसतीयाऽऽ!''

"हायचऽऽ." सिकल्या हसतच बडबडलं. "नुस्ता खुषीतच न्हवं, लई खुषीत."

"असं घडलं तरी काय?" बबन्यानं विषयाला हात घातला.

"आज गावाकडनं चिठ्ठी आलीया. बहिणीची शादी ठरली म्हणं. आता गावाकडं आठ दिवस चैनच."

सिकल्याला आनंदाच्या उकळ्या फुटल्या. बबन्या मात्र जरासं गंभीर बनत गेलं. त्याच्या मनात गावाकडच्या आठवणी घर करू लागल्या... त्याच्या समोर गावाकडचं घर तरंगत उभं ऱ्हायलं. घरातली सतत अंथरुणाला खिळून पडेलली आई त्याला समोर बसल्यागत वाटाय लागली. मनात आईविषयींचे विचार वाढाय लागले... त्याला सिकल्याच्या समोर उभं ऱ्हावंना. कसलं तरी निमित्त काढून ते सटकलं. बाथरूमजवळच्या खोलीत येऊन बसल्यावर बबन्याला आपण बी गावाकडं जाऊन यावं असं वाटाय लागलं.

...न्हाई म्हटलं तरी बी बाबानं आणि एखादं शेतीचं टपण आईच्या आजारासाठी कर्जात घातलं असणार... थोरल्या बहिनीचा अजूनबी डोक्यात विचार नसणार.. कसा आसंल? दररोज एकाच्यात कामाला जातीया, न्हाई म्हटलं तरी बी आठवड्याला पगार येतोय. घर चालवायला बाबाला उपयोगीच पडतीया. मग कशाला करंल तिचं लगीन? ...आई तेवढी आपली तिच्याच काळजीनं आणि खंगाय लागली आसंल...बाप...काय बाप...

बबन्याला बापाचा भलताच राग आला. ह्यो कसला बाप, असं त्याला वाटाय लागलं. बाबाच्या मनात असतं तर मागच्या वर्षीच ते जमत आलेलं स्थळ मोडलं नसतं, असंही वाटाय लागलं.

...खरं बाबाचं तरी काय चुकलं? न्हाई तरी मागच्या वरसी दातात धरायला दाणा नव्हता. मग खरचाचं तरी सोडलंच. कर्ज काढून काढून किती काढलं असतं? आणि देतंय तरी कोण...? एखाददुसरं टपण हाय ते घालून बी लगीन आटापलं नसतं. त्यात आईचा ह्यो आजार. कशाला म्हणून ठिगाळ लावायचं? आणि त्यात ते पोरगंबी जरा दारूकसच व्हतं म्हणं. अक्का आता हितं अशी गरिबीत हाय. तिला सासर तरी सुखाचं लाभाय पायजे. न्हाई तर तिथं बी वडातान होयाला लागली तर तिच्या जन्माला काय अर्थ ऱ्हायला? बाबानं केलं तेच बरं केलं. बबन्याला परत बाबाचं मत पटाय लागलं. एखादं सुखाचं स्थळ गावल्याशिवाय अक्काचं लगीन करायचं नाही, असं त्याला वाटाय लागलं. खरं असं किती दिवस सुखाचं स्थळ शोधत वाट बघत बसायचं...' असं त्याच्या मनात आलं आणि त्याच्या डोळ्यांत एकाएकीच पाणी आलं. त्याला काय तरी आठवल्यासारखं झालं... ते त्यातच गुतपाळून गेलं.

...तवा बबन्या दुसरीला व्हतं. रविवारचं अक्काबी कामाला जायला नव्हती.

अक्कानं सगळं घरातलं काम आटीपलं, सगळ्या घराचा भुईकाला घेतला. सांदीकोपरा लक्कपक्क केला आणि बबन्याला म्हणाली – "बबन्या, धुणं धुऊन आणू या. सोबतीला चल." बबन्यालाबी भावीच्या काठानं फिरायला बरं वाटायचं. त्यामुळं त्यानं अक्काला लगेच होकार दिला. अक्कानं लगबगीनं सगळं धुणं गोळा केलं. चुलीवर कडकडीत पाणी तापवलं आणि सोडा टाकला. त्यात सगळी कपडं बुडवली आणि एका बुट्टीत भरून घरातनं भाईर पडली. बबन्या बी तिच्या मागं... मागं...

न्हाई म्हटलं तरी दुपारचं बारा एक वाजलंतं. घरापास्नं बामनाची विहीर भलतीच दूर होती. दोघं त्या विहिरीवर पोचायला अर्धा-एक तास लागला. बबन्या अक्काच्या अगोदर विहिरीच्या काठावर गेलं आणि पळत पळत पायऱ्या उतरून घटाघटा पाणी प्यालं. अक्का हळूहळू पायऱ्या उतरत शेवटच्या पायरीवर आली. सगळं धुणं एका पायरीवर वतलं. पदर खोचला आणि एकएक बडवून काढायला लागली. बबन्या पाण्यातच खेळ करायला लागलं.

...निम्मंअधिक धुनं झालंतं, एवढ्यात ढगाऱ्याचं कुंडल्या विहिरीवर दत्त झालं. त्यानं झरझर कपडं उतरली आणि फताक फताक पायऱ्या उतरत तळाला आलं. अक्कानं त्याच्याकडं बघितलंबी न्हाई. त्यानं पाण्यात सुळकी मारली आणि विहिरीच्या मध्यभागी गेल्यावर म्हणालं,

"बबन्या, ये रं तुला पवाय शिकोवतो."

बबन्यालाबी वाटाय लागलं, आत जावावं. बबन्या कपडं काढायच्या नादात व्हतं, तेवढ्यात अक्कानं डोळं वटारल. बबन्या थंडगार झालं आणि म्हणालं, "न्हाई बाबाऽऽ." तसं कुंडल्या कडंला आलं आणि त्यानं जोरानं डिमकी वाजवली. अक्काच्या अंगावर पाणी उडालं. ती काय बी बोलली नाही. खरं बबन्याला मात्र राग आला.

"जरा शिस्तान कर आंगूळऽ. आक्का आमची धुवालीयाऽऽ." बबन्या फणकारलं.

"तुझी आक्का भिजली तर काय कोंबरं येत्यात व्हय रंऽऽ?" कुंडल्या डाफरलं.

बबन्याला काय बोलावं हेच सुचेना. ते तसंच बसलं. कुंडल्यानं मात्र अक्काबरबर काय काय तरी बोलाय सुरू केली. अक्का त्याला काय सरळ बोलंना. शेवटी कुंडल्यानं सगळं अंग चोळलं आणि अक्काला म्हणाला,

"रकमी, जरा पाठ चोळ गऽऽ."

"पाठ चोळाय मी काय तुझी बायको हाय व्ह रंऽऽ" अक्का चिडली.

"तशी टेपेरवारी व्हईत असलीस तर बग कीऽऽ." कुंडल्या रंगात आल्यागत बोललं. अक्काचं डोकं फिरलं. तिनं कुंडल्याची आईबहिनीच काढली. नको नको त्या शिव्या द्यायला लागली. बबन्याला बी कुंडल्याच्या डोक्यात दगोड घालावा असा राग

आला.

अक्कानं बबन्याला वर बलीवलं आणि धुनं तसंच सोडून विहिरीकाठावरच्या आंब्याखाली येऊन बसली. बबन्याबी तिच्या फुड्यात बसलं. अक्काच्या डोळ्यांतनं घळाघळा पाणी गळतं होतं.

बबन्याच्याबी डोळ्यांतनं घळाघळा पाणी यायला लागलं. येवढ्यात सिकल्या त्याच्यासमोर आलं आणि बबन्याचा ह्यो आवतार बघतच म्हणालं, 'काय झालं रंऽऽ?'' बबन्या एकदम दचाकलं. गप्पाकन उठलं आणि ''काय न्हाई रंऽऽ'' म्हणतच बाथरूमकडं धुम्म पळालं. सिकल्या मात्र जागच्या जागीच उभं ऱ्हायलं...

मुक्तीनं आज कोणतरी चांगलाच गाठलाता. कारण येतानाच पानाचा तोबरा भरून आलती. पान खाल्ल्यावर मुक्ती जरा बरी वाटायची. बबन्याला तशी तीच सगळ्यांत उठावदार वाटायची. खरं पान खाल्ल्यावर भलतीच आवडायची. बरोबरच्या माणसाबरबर मुक्तीनं आत पाय टाकला आणि बबन्याच्या तोंडावर हसू दाटलं. मुक्तीनं नेहमीसारखं त्याच्याकडं हसून पाहिलं आणि विचारलं,

''आज मालक दिसत न्हाईत?''

''येतील आता.'' बबन्यानं चटकन उत्तर दिलं.

मुक्तीबरोबरचा माणूस गंभीर मुद्रा करून बबन्याला न्याहाळत होता. बबन्याची नजर मुक्तीवर खिळून होती. मुक्ती आपल्याच तालात पान चघळत होती. बबन्यानं स्वत:ला सावरलं आणि मुक्तीबरोबरच्या माणसाला सहज आवाजात विचारलं, ''काय, रूम पायजेऽऽ?'' त्या माणसानं फक्त होकारार्थी मान हलवली. एवढ्यात मुक्तीनं आवाज काढला – ''न्हाईतर ही लॉज कोण बघाय येतंय?'' बबन्या रजिस्टर उघडतच हसलं. त्यानं त्या माणसाचं नाव नोंद केलं. मुक्ती नेहमीच्या सवयीवर शेजारच्या माणसाबरोबर आत सरकली.

बबन्या हळूच टेबलाशेजारच्या कोचावर टेकलं आणि दारातून कलती उन्हं पाहत बसलं. अचानक त्याच्या मनात मुक्तीचं मघाचं वाक्य घुमलं – ''न्हाईतर ही लॉज कोण बघाय येतंय...'' बबन्याच्या कपाळाला आठी पडली. त्याचं मन वाहवत गेलं.

....मालकानं खरंच ही लॉज इतर लॉजसारखी का केली नसंल? इथं सुखात ऱ्हायला म्हणून कोण इतच न्हाई. कोण दोन तासांसाठी, कोण एके तासासाठी... कोण सगळ्या लॉज बंद झाल्यात म्हणून, तर कोण स्टॅण्डजवळ हाय म्हणून...येणारं प्रत्येक जण किडल्यागतच! माणूस म्हणून कोण इतच न्हाई... ह्यात मालकाला तरी कसं बरं वाटतंय कुणास धक्कल. त्येला बरं वाटाय काय खरं. भरमसाट पैसा मिळतोय ह्या असल्यांच्याकडनं. जेवढा पैसा मिळतो तेवढा इतराकडनं कसा मिळणार...? मालकाचंबी खरंच हाय...

बबन्या मालकाविषयी भलताच विचार करत वाहत गेलं. त्याच्या मनातली वळवळ थांबली तेव्हा ते दचकलं. भलताच वेळ आपण बसून घालवला, असं त्याला वाटाय लागलं. त्यानं अंग झटकलं. सगळीभर हिंडून अंदाज घेतला. मुक्ती अजून खोलीतनं भाईर पडाय नव्हती. मालक यायची वेळ झालती. त्याला अजून बरंच कायबाय आटपायचं व्हतं. सकाळी लाँड्रीत टाकलेलं आबरं पळत जाऊन आणायचं होतं. सगळ्या खोल्या झाडून तयार करायच्या होत्या. पाणी भरून ठेवायचं होतं. अशात आपण एकटंच. सिकल्या गावाला गेलेलं. त्यानं लांबलचक जांभई दिली आणि कामाला सुरुवात केली.

मुक्तीबरबरचा माणूस गप्पाकन बाहेर पडला, न बघताच सटाकला. मुक्ती तेवढी मागं ऱ्हायली. बबन्याला आता तिचं कौतुक करत बसायला वेळ नव्हता. त्यानं फक्त तिच्याकडं बघितलं आणि गडबडीनं झाडणी फिरवायला सुरुवात केली. तशी तीच म्हणाली,

"आज काम लई पडलंय वाटतंऽऽ?"

"काय करतीस बाईऽऽऽ! तुझं आपलं बरं हाय! आम्हाला पोटासाठी हे सगळं कराय पायजेऽऽ!" बबन्या करकरलं.

मुक्ती त्याच्यापाठीमागंच येऊन उभी ऱ्हायली. तिनं एक लांबलचक सुस्कारा सोडला. बबन्यानं सगळा केर एकत्र केला. काय तरी बोलायचं म्हणून बबन्या म्हणालं –

"मग आज लवकर भवानी झाली म्हणऽऽ."

मुक्ती कायच बोलली नाही. फक्त त्याच्याकडे पाहत उभी ऱ्हायली. बबन्यानं सगळा केर बाहेर टाकला. टेबलावरनं फडकं फिरवलं. कोच सरळ केला आणि आत वळलं. एवढ्यात मुक्ती एकदम म्हणाली,

"उद्या माझं एक काम करशील...?" बबन्या थबकलं. हिचं कसलं काम? त्याच्या मनात प्रश्न वळवळला. त्यानं नेहमीच्या सुरातच मुक्तीला विचारलं, "तुझं आणि कसलं काऽऽम?"

"गावाकडं चिठ्ठी आणि पैसे द्यायचे हाईत. तेवढी चिठ्ठी लिवायची हाय रंऽऽ." मुक्तीनं खोल चेहऱ्यानं सांगून टाकलं. बबन्या घुसमटलं.

"तुझं गाव हेच न्हवंऽऽ?" त्यानं सूर काढला.

"न्हवं बाबाऽऽ." मुक्ती सुस्कारली.

"मग कुठलं?"

"तळशीवणऽऽ"

"..."

"मग लिवशील न्हवं चिठ्ठी?"

"तिथं कोण कोण हाय तुझंऽऽ?" बबन्या गोंधळलं.

"आई तेवढी हाय बाबाऽऽ." मुक्ती कण्हली.

"एकटीच..."

"..." मुक्तीनं मान हलवली.

"मग हितं कशी आलीसऽऽ?"

"तुझ्यासारखं जगायला..." मुक्तीचं ओठ थरथरलं. डोळं पाणावलं. ती क्षणभर गदगदून उभा ऱ्हायल्यासारखी उभी ऱ्हायली. तिनं लगेच स्वत:ला सावरलं आणि म्हणाली,

"मग उद्या लिवणार न्हवं चिठ्ठीऽऽ?" बबन्यानं नकळतच मान हलवली. भिन्न होऊन त्यानं मुक्तीला पुन्हा न्याहाळलं आणि जड आवाजात विचारलं,

"देणार कुणाकडनं?"

"हाय हितं गावचा माणूस!"

बबन्या पुन्हा बावचाळलं. गावातल्या माणसाला हिचं हे सगळं म्हाईत असणारच.. त्याच्या मनात पाल वळवळली. एवढ्यात मालकाचं पाय वाजलं. बबन्या अदबीनं मालकाजवळ आलं.

त्यानं सगळी कामं व्यवस्थित पुरी केली खरं – मघापासून त्याच्या डोक्यात मुक्तीची आई घोळत होती. त्याला उगचच उलटसुलट विचार सतवाय लागलेते. त्यामुळं कोणतंच काम नीट जमंना झालतं. त्यामुळं मालक सारखा खेसकाय लागलाता. बबन्यानं स्वत:लाच एक शिवी दिली आणि मुक्तीच्या आईची इतरनी मनातच केली. आपण उगाचच तिचा विचार मनात घेऊन बसलोय असं वाटाय लागलं म्हणून त्यानं डोकं झटकलं आणि तो विचार डोक्यातून घालवायचा प्रयत्न सुरू केला. आता लोकांची ये-जा वाढलीती, त्यामुळं त्याच्या मनातून ते आपोआपच उतरत गेलं.

...सगळीकडं नाचून नाचून त्याची तारांबळ उडालती. अशातच मालक आज लईच खेकसालता. त्यामुळं बबन्या खराशीला आलतं. येणाऱ्या गिऱ्हाइकावर खेकसायला त्यानंही सुरुवात केलती. कसंबसं जिवाच्या करारावर सगळं रेटालतं. एवढ्यात पाच नंबरमधनं गिऱ्हाईक ओरडलं.

"मालऽक, पाणी न्हाई इथं ऽऽ." तसा मालक खवळला.

"बबन्या, लेकाऽ पाणी दे तिथं ऽऽ." जवळजवळ मालक ओरडलाच.

बबन्याच्या डोक्याची शीर तटतटली. मालकाच्या नरडीचा घोट घ्यावा असं त्याला वाटाय लागलं. त्यानं गडबडीनं पाण्यानं भरलेली बादली हातात घेतली आणि पाच नंबरचं दार ढकललं. दोघं अर्धीमुर्दी उघडीच बसलोती. बबन्यानं जवळजवळ बादली आदळली आणि बाहेर पडलं. मालक खुर्ची सोडून आत

येरझाऱ्या मारत होता.

"आणि कोणत्या रूममध्ये काय पाहिजे बऽऽघ. नुस्ता खादीच्या कामाचा व्हायला लागलास सद्द्याऽऽ!" मालक गुरगुरला.

बबन्याच्या मानंला हासडा बसला. त्याला सिकल्याचा राग आला. त्यानं मालकासमोरून पळ काढला आणि उगाचच हिकडनं तिकडं धावपळ करायला सुरुवात केली. हळूहळू गर्दी, जा-ये कमी झाली. मालकानं गल्ला आवरायला सुरुवात केली. बबन्यानं एक लांबलचक जांभई देतच भिंतीवरच्या घड्याळावर नजर रुतवली. बारा वाजून चाळीस मिनिटं झालती. त्यानं पुन्हा सगळीकडं एकवार नजर फिरवली. मालकाला काय हवं नको बघितलं. आणि आपली वळकटी पसरली. पण अजून अंग जमिनीला लावायला अर्धा तास तरी होता. कारण मालक सगळं आवरून बाहेर पडेपर्यंत तेवढा वेळ लागणारच होता. एकाएकी त्याच्या मनात मालकाविषयीची प्रचंड उबळ जमा झाली. त्यानं मनातच मालकाच्या आईवरून शिवी हासडली आणि घराण्याचा उद्धार केला... मालकाचा चेहरा त्याला फाटक्या सुपासारखा वाटू लागला.

त्यानं वळकटीवर अंग टाकलं. तीन नंबरमध्ये पुन्हा कुजबूज ऐकू आली. त्यानं हळूच कान दिला. बाईचं कण्हणं दाट होत गेलं. त्याला खिन्न वाटाय लागलं. त्याच्या डोळ्यांसमोर मुक्ती उभी ऱ्हायली. एकदम अस्वस्थ होऊन उठून बसतच त्यानं पाण्याचा तांब्या तोंडाला लावला आणि घटाऽऽघटाऽऽ पाणी प्यायला. थोडंसं शांत वाटल्यावर त्यानं पुन्हा अंग अंथरुणावर पसरलं. डोळे मिटण्याचा प्रयत्न केला. त्याच्या डोक्यातून मुक्ती जाईनाशीच झाली. मुक्तीविषयीचे विचार त्याच्या मनात गडद होत गेले. मुक्ती शेजारी बसल्याचा भास त्याला होऊ लागला. त्याच्या डोक्यात मुंग्याचं वारूळ उठलं– "मुक्तीला आई कायच म्हणत नसंल...? मुक्तीचं पैसं हातात घेताना तिला पाप वाटत नसंल? आणि गावात त्या म्हातारीचं काय? हेच्यापेक्षा त्या म्हातारीनं मरावंऽऽ! न्हाई तर काऽऽय? खरं ती तरी बिचारी काय करणारऽऽ? आजारीबिजारी आसंल, अंथरुणाला खिळली आसंल...

बबन्याच्या डोक्यात एकदम आपल्या आईचा विचार आला. अक्का त्याच्यासमोर उभा ऱ्हायली आणि बबन्या तडफडून उठलं. त्यानं डोळं चोळलं. डोक्यावर हात बडवला. पुन्हा घाम आल्यासारखं त्याला वाटाय लागलं. त्यानं पुन्हा पाण्याचा तांब्या तोंडाला लावला, तरी त्याला थंड वाटेचना. डोकं भिरभिरलं. अंग भरभराय लागलं. त्यानं भिंतीचा आधार घेत दरवाजा उघडला आणि अंगणात जाऊन सभोवार बघितलं. शांत अंधारात पिवळट पडलेले दिवे त्याला विचित्र वाटू लागले. त्यानं दारातून पुन्हा आत बघितलं. अक्का आत कण्हत असल्याचा भास त्याला एकदम

स्पर्शून गेला. बबन्या जवळजवळ ओरडलंच. त्याचे पाय भिरभिरले. अंगावर काटा उभा ऱ्हायला. त्यानं आकाशात पाहतच डोळे मिटले...

त्याच्या डोक्यात कसलीतरी सणक आली. त्यानं पाय हलवले. गेट ओलंडलं आणि अंधारवडीतल्या रस्त्यावरून सुसाट पळायला सुरुवात केली. गेटवर लटकलेल्या समाधान लॉजच्या बोर्डवरची पाल तेवढी कण्हता कण्हताच कुचकुचली!

किर्लोस्कर, सप्टेंबर १९८५

हुंदका

भाऊबंदास्नी संशय नको म्हणून सखूनं नुसती दाराला कडी घातली आणि कुंभाराच्या म्हातारीला घराकडं नदर ठेवाय सांगून सरळ विठोबाच्या देवळात गेली. तिथं मास्तर खडूनं फळ्यावर कायबाय गिरबटत पोरास्नी शिकवत होता. तिनं घटकाभर उभा ऱ्हाऊन बघितलं, मास्तरची नदर आता जाईल, मग जाईल म्हणून जरा हिकडनं, तिकडनं फिरली; तरीबी मास्तर शिकवतच होता. पोरंबी वाकून कायतरी करत होती. आसं किती वेळ उभा ऱ्हायचं म्हणून तिनं गणूला हाळी मारली, तसा मास्तर दचकला. त्यानं गणूला बाहेर सोडलं.

देवळाच्या पायऱ्या उतरून खाली आल्यावर तिनं गणूला गडबडीतच सांगितलं –

"मळवीला जा आणि त्यास्नी बलऊन घेऊन ये."

"कशाला...?" गणूनं आडतच इच्यारलं. तशी ती त्याला पुढं ढकलतच म्हणाली,

"मागनं सांगतो. आदी पळऽ. आन् हे बघ! त्यास्नी घराकडं नको म्हणावं, शिंद्यांच्या घराला येवा म्हणावं."

असं म्हणतच ती गावदरीकडं वळली. गण्या चड्डी सावरतच मळवीकडं पळत सुटला.

गावदर गावच्या खालच्या बाजूला जवळच होती. त्यामुळं सखू बघता बघता पवाराच्या भावीवर गेली. माणसांनी आता कामाला सुरुवात केली होती. आजून पयली बुट्टी बी कडंला गेली नव्हती. दुपारच्या सुट्टीचा ताजेपणा परतेकाच्या तोंडावरनं घरंगळत होता. आत खडाक फोडणाऱ्या गड्यांच्या टिकावांचा आवाज कवळा कवळा वाटत होता.

सखूला बघून पवारीन गडबडीनं डुईवरची बुट्टी शेजारणीच्या डुईवर ठेवतच म्हणाली –

"का व्हं आत्यासाब! गडबडीनं?"

"काय न्हाई...! इचनाळच्या म्हातारीला बरं न्हाई तवा शालूला घीऊन ये असा सांगावा आलाय. म्हणूनशान आलोय."

"काय व्हतंय?" म्हणतच दोघा-चौघी बायका तिच्याजवळ आल्या.

"म्हाताऱ्या माणसाला काय व्हयाचं? शेर भरत आला की त्येंचा..." म्हणतच तिनं शालूला चुंबळ ठेवाय लावली आणि तिला घेऊन तशीच गडबडीनं गावाकडं वळली. वाटंत दोघींची बोलाचाल झाली नाही. नुस्त्या दोघी तरातरा चालत व्हत्या. आपल्या गल्लीनं जायला नको म्हणून सखूनं रस्ता बदलला आणि मारकळ्याच्या घराकडनं तशीच बाजूनं गावात शिरली. आदीमदी भेटणाऱ्या बायकांशी तुटक बोलत तिनं शिंद्याचं घर गाठलं आणि परड्याकडनं आत पाय टाकला.

शिंद्याची म्हातारी त्येंचीच वाट बघत होती. उजदारला धापाचजन बोलल्याचा आवाज शालूच्या कानावर आला तसं तिनं सगळं वळिकलं! ती मदघरात घुसली. शिंद्याची म्हातारी चूल पेटवून कायबाय करत होती. उजदारला बसल्यालं पावणं गडी आपआपसांत बोलत, हसत बसलं होतं.

शिंद्याच्या म्हातारीनं मदघरात जाऊन सूपभर शेंगा काढल्या. भल्या थोरल्या ताटात शिगंला शीग लाऊन भरल्या. बशीत गुळाचं हेंडं ठेवलं आणि चुलीवरच्या आदनाखाली फुकतच म्हणाली –

"भीमा कसा आला न्हाई गऽ आजून?"

"पोरगं कव्वा गेलंय! येतील आता..."

"हूंऽऽ –" म्हणतच म्हातारीनं फुकणी खाली टाकली आणि धुरानं भरलेल्या डोळ्यांतलं पाणी पुसलं. जराशी तशीच बसली आणि उठून उजदारच्या उंबऱ्याला गेली.

पावण्यांच्या गप्पा रंगात आल्या होत्या. म्हातारीच्या सासूलानं त्यांतल्या एका पावण्यानं विचारलं –

"आलं काय पावणं?"

"ईल आता," म्हणतच म्हातारीनं बाहेरच्या खुट्टीला अडकलेली पिसवी घेतली आणि मदघरात आणून त्यातलं शेजारणीचं आणलेलं ठेवणीचं पाताळ शालूकडं सरकवलं. तवर भीमा उजदारच्या दारातनं पावण्यास्नी 'राऽम राऽऽम' करतच आत आला. म्हातारीच्या जिवाचा घोर मिटला आणि ती एकदाची मोकळी झाली.

रिवाजापरमानं पावण्यास्नी शालूला दाखवली. सांगावा लावून देतो म्हणून पावणं वाटंला लागलं आणि भीमूला ऱ्हाऊन ऱ्हाऊन वाटाय लागलं –

– घरदार असतानं पोरगीला दुसऱ्याच्या घरात दाखवायची पाळी आली. हेच्यापरिस आणि काय काय नशिबात हाय कुणास धक्कल! किती गप्प ऱ्हायचं? येगळं झाल्यापास्नं करंल त्या कामात भाऊबंदाचं आडवं! हात धुऊन पाठं लागल्यात!

आता ह्या शालूचंच. पोरगी पदराला इवून दोन वरसं वलांडली. मागणी बी माप आली. खरं काय उपेग? ह्या भाऊबंदांनी इल ते मागणं मोडलं. ठरल्या ठरल्याली चार मागणी मोडली. बरं, ही काय घरात ठिवून घ्यायची गोष्ट? पोरगी म्हणजी आदीच घराच्या गळ्याला फास... त्यात हे आसं. भाऊबंदात वाकडं, मंदी पोरीचं पाप. पोरगी नुस्ती खुडूक कोंबडीसारखी झुराय लागलीया. कसलं ते पाणी न्हाई तोंडावर! भाऊबंदास्नी येवढंच पायजे. आपआपसात हसत्यात आणि म्हणत्यात,

"पडली काय न्हाई पोरगी घरात? आता टोपल्यात ठेव म्हणावं लिपाण लावून!"

आसलं काय कानावर आलं की काळीज इंगळागत रसरसतंय. पर करणार काय? पोरं आजून न्हान! पाटिंब्यालाबी कोण न्हाई. गरिबाला कोण आसतंय? जेला-त्येला हासाय गावतंय – मग कशाला ऱ्हातील पाटिंब्याला? बापडी शिंद्याची म्हातारी तेवढीच आसती कडीनडीला! कशी का आसंना खरं, येळ-वक्ताला उपयोगाला पडती. हे मागणं तिच्याच वळकीतनं. म्हनून जरा आशा हाय. आई लक्षुमी, एका रिनातनं मोकळं कर.

– आसं लई कायबाय भीमूच्या डोक्यात पिकल्या हुंबरात मिंग्या वळवळल्यासारखं वळवळलं.

दहापंधरा दिवस गेलं तरी आजूनबी पावण्यांचा निरोप न्हवता. आता ईल, मागणं ईल म्हणून सगळी कटाळली. शालूनं मनाची समजूत घातली, मागलं तसं आताचं असं! खरं भीमूच्या मनाला रुखरुख लागली. काय करावं हेच त्येला समजेना. कामास्नं आल्या आल्या त्यानं शिंद्यांच्या म्हातारीचं घर गाठलं. म्हातारी आपली कायबाय खिडूक-मिडूक करत बसल्याली. एकटीच आसतीया घरात. करून करून काय करणार? दोन पोरं हाईत. तीबी नोकरीच्या निमित्तानं मुलखावर गेल्याली! एक म्हमईला कुठल्या गिरणीत हाय – दुसरा कोलापूरच्या आपिसात हाय म्हणं. दोघांनी बी म्हातारीला आपल्याकडं न्हिऊन बघितलं खरं, शेरातल्या सुनांचं आणि हिचं कुठलं पटतंय? आली बापडी परत. हितंच आसती आपली एकटीच किणकिण करत! भीमूला बघून म्हातारीनं तोंडावरच्या सुरकुत्यांना हासू फोडलं आणि सुपातलं तांदूळ गाडग्यात वततच म्हणाली,

"तुझ्याकडं यावं म्हणालो. देवासारखा आलास बग."

"व्हय," म्हणत भीमू आत गेला. तिथंच उंबऱ्यावर टेकून बसला. म्हातारीनं गाडग्यातल्या तांदळात पाणी वतलं. खदवळून त्यातलं पाणी मंदानात वतलं आणि तांदळात पाणी वतून चुलीवर गाडगं चढवतच म्हणाली,

"आजून पावण्याचं कायबी कळलं न्हाई. कसं करायचं?"

"मी बी त्येच इच्यारायला आल्तू. आता कसं करायचं? मी जावावं तरी तेबी

चुकतंय.''

''व्हय. तू नको जायला. बाट्याच्या हानमूला लावून दीऊ या की.''

''बरं व्हईल. खरं, मी सांगूण त्यो जाईल?'' भीमूनं काळजीतच इच्यारलं.

''तू नगं सांगायला. मी सांगतो की,'' म्हणत, म्हातारीनं चुलीत लाकडाचा भेतळा कोंबला. बराच वेळ हिकडतिकडच्या गोष्टी करून भीमू म्हातारीच्यातनं उठला आणि थेट घराकडं सुटला.

म्हातारीनं बाट्याच्या हानमूला सगळं बयजबार समजावून सांगितलं. चहापाण्याला दोन रुपयं त्येच्या हातावर टेकवलं आणि त्येला सरंबळवाडीला जायला तयार केलं. लोक तरी काय कडू बेण्याची! म्हातारी हानमूला गावाला जायाला तयार करून घरात पोचती न पोचतीत कसाळ्याच्या शंकऱ्यानं हानमूचं घर गाठलं आणि उंबऱ्यात पाय टाकायच्या आतच इचारलं–

''हानमू? आज शिंद्याची म्हातारी घराकडं आल्ती?'' ''व्हय. आल्ती आपली सज...'' हानमूनं सांगूण टाकलं.

''सज इल व्हय तीऽ? खडक्याच्या पोरीचं लगीन करतीया न्हवं? त्येच्यासाठी आली आसंल.''

''व्हय. त्येच्यासाठीच उद्या सरंबळवाडीला जाऊन ये म्हणून सांगाय आल्ती,'' हानमूनं सबागतीवर सांगून टाकलं.

''तू आणि त्येंच्या भाऊबंदकीत कशाला पडतोस? कल त्यो खडक्याचा सुबरुतात्या म्हातारीची खांडोळी करायला उठलाता! तुला कुठला सोडंल? तू बी कशाला लिच्यांड लावून घेतोस?''

''एखाद्या गरिबाचं चांगलं व्हावं,'' सरळ मनानं हानमू बोलला.

''व्हय गा. खरं, मागून घराला आग कोण लावून घील!'' कसाळ्या आवाज चढवतच बोलला. हानमू डळमळला. इच्यार करून करून हानमूनं म्हातारीचं घर गाठलं. तिचं दोन रुपयं तिच्या फुड्यात टाकून आपल्याला जमत न्हाई म्हणून सांगून टाकलं. म्हातारीला कायबी समजंना पर म्हातारी खमकीच. हानमूला परततानाच म्हणाली,

''हानमू! चडत्या येलाला खाली पाडू ने रे! चांगल व्हईत न्हाई!''

हानमू न बोलताच तिच्या घरातनं बाहेर पडला. म्हातारीनं गाडग्यातला भात तसाच झाकून ठेवला. घटकाभर तशीच बसली. तिचं डोकं गरगरायला लागलं. दिव्याच्या पिवळ्या प्रकाशात भिंतीचे ढपळे पडत असल्याचा भास झाला. म्हातारीचं जुनाट हाड करकरलं. म्हातारीनं तसंच अंथरून टाकलं. झोपता झोपताच ती म्हणाली,

''घर फिरलं की वासं बी फिरत्यात!''

कामाला जायचा वकूत झाला तशी शालूची घाई उडाली. कसंबसं चार घास

पोटात ढकललं. तेलाची बाटली हातात घेतली तर तेल संपलेलं. बाटली तशीच खोपड्यात व्हलपटली. बाटली कळवळली. घाईघाईनं तसीच केसातनं फणी फिरवली. घरातनं भाईर पडली. कुरण्याच्या तानीला हाळी मारली आणि तिला घेऊन पवाराच्या भावीकडं वळली. याक याक माणूस जमा होत होतं. आजून कामाला सुरुवात नव्हती, हे बगितल्यावर तिला समाधान वाटलं.

जराशानं सगळी जमली. खडाक फोडायला सुरुवात झाली. काल फोडून शिल्लक ऱ्हायलेल्या खडकाच्या बुट्ट्या डोक्यावर यायाला सुरुवात झाली. दिस वर चढाय लागला. खडाक फोडणाऱ्या टिकावांचा आवाज घुमाय लागला. पवारीन शालूजवळच बुट्टीला उभी होती. पवारनीनं आपणहून विषय काढला –

"परवादिसी सरंबळवाडीचं पावणं आल्तं म्हणंऽ."

शालूचा जीव झारझार झाला. तिनं कसंबसं "व्हय" म्हटलं.

"मग आमी काय तुझं पावणं मोडलं व्हय ग? तुझी आई आमच्याशी का खोट्टं बोललीऽ?" पवारनीनं मोकळी बुट्टी उचलतच सूर काढला.

"तसं न्हवं काकू, आमच्या भाऊबंदीचं –" म्हणून शालू पुढं कायतरी बोलणार होती तशी अडखळली.

"तसं न्हवं आणि काऽयऽऽ? तुझी आई भेटू दी म्हणजी कशी खाड काढतो बघऽ!" म्हणत पवारनीनं डोक्यावरची चुंबळ सरळ केली आणि नाकाला तिडा दिला. दोघींचं बोलणं थांबलं. शालूच्या मनातलं बोडकं झाड हाल्लं! तळामुळासकट कन्हलं! कितीतरी पाखरं उगीचच भिरभिरली. तिला ऱ्हाऊन ऱ्हाऊन वाटाय लागलं –

वाद्यानं मलाच जन्माला कशाला घातलं? सगळा खेळखंडोबा करायला? जाईल तिथं माझं लगीन! एवढं सगळ्यास्नी जड व्हऊन जगायचं तरी कशाला? घरात बी हेच. बाबाला मी म्हणजी फास वाटाय लागलीय. सारखं वाकडं बोलतूय. आई खंगाय लागलीया. सगळ्यांच्या तोंडाम्होर यायला नको म्हणून घरात ऱ्हावाव तर तेबी भागत न्हाई. आठवड्याचं त्याल मीठ बंद हुतंय. भाऊबंद तरी नुस्ती माझं हासं करायला बसल्यात. वाद्या कसला देऽ वऽ?– असं बरंच कायबाय तिच्या मनात घोळत असतानाच हातातली बुट्टी निसटली. बुट्टीचा खऽऽळऽ आवाज तिला चिरून गेला. काकणं फोडून कोणतरी आराडल्याचा भास झाला!

कसाबसा कामाच्या मानसातंन दिवस घालवून शालू किनीट पडायच्या येळंला घराकडं वळली. भीमू नुक्ताच येऊन टेकला होता. सखूनं चुलीम्होरं जाळाय सुरुवात केली होती. शालूनं गेल्या गेल्या तांब्याभर पाणी घेतलं. गुळी केली आणि हुब्यानंच घटाघऽट पाणी प्याली. तिच्याकडं बघतच आई म्हणाली –

"लेकी ऽ, हुब्यानं पाणी पिऊ नको. नळबिळ भरतील तर त्यो आणि –"

शालू कायबी बोलली न्हाई. तशी जाऊन भित्तीला टेकून बसली. घटकाभर

तसाच गेला. भीमूनं विषय काढला –

"आज उत्तूरच्या काकाकडं गेल्तोऽऽ."

"काय सांगितल्यान? जुळतंय म्हणतोय?" आई.

"हं. खर त्येनं सांगितल्यालं काम कराय पायजे म्हणतोय."

"काय?"

"शालीनं म्हादेवाच्या नावाचा जप कराय पायजे म्हणतोय!"

"त्यो आणि कस्सा?" आई वैतागानं म्हणाली.

"रोज सकाळी आंगुळ करून देवऱ्याम्होरं बसून शंभरावर आट येळा म्हादेवाचं नाव घ्यायचं."

"एवढंच न्हवं? करंल उद्यापास्नं!" आईनं शालूकडं बघतच सांगितलं. शालूनं मुक्यानंच सगळं ऐकलं.

हे काय नवीन न्हवतं. ह्येच्या आगुदर आसलं लई करून दमली होती. रोज तुळसीला वल्या अंगानं म्हयनाभर पाणी घातलं. सा शनवार तांबसाळ फुटायला म्हारुतीला कापसाचा दिवा लावला. मंगळवार केलं. हजार भानगडी केल्या! खरं कुठल्याच गोष्टीला यास न्हाई. तशातलंच हे याक म्हणून तिनं त्यावर इच्यार केला न्हाई. बाबाच्या समाधानासाठी येवढं करायचं तिनं ठरवलं आणि सोडून दिल. भीमूचं मन मात्र काकाच्या शब्दांवर वडा भरून आल्यावर व्हंडा तरंगावा तसं तरंगत सुटलं.

ऊन नेहमीपेक्षा भलतंच तापून गदगदाय लागलं होतं. रानात काम करणाऱ्यांच्या अंगाला उगळटी सुटल्या होत्या. घरातल्या म्हाताऱ्याकोताऱ्यांची तगमग उडाली होती. पेट्टा पेट्टाला तांब्या तांब्या पाणी घटाऽघट नरड्याखाली उतरत होतं. अशातच शिंद्याची म्हातारी घरातनं भाईर पडली. आत्याबायास्नी बलवत तिनं भीमूचं घर गाठलं. घरात एकटी शालूची आईच दिसत होती. तिच्या आजूबाजूला चिंटकूर पडली होती. वाकळंला टाक घालत बिच्यारी जलम शिवत होती. म्हातारी आत गेली तशी शालूची आई मांडीवरची वाकळ बाजूला सारतच म्हणाली –

"येवा आत्यासाबऽ! एवढ्या उन्हाचं तुम्ही येण्यापरास कुणाकडनं तरी सांगत्यासा तर मीच आलो असतो की."

"आणि मी आलो म्हणजे काय झालं गऽ?" म्हणतच म्हातारी वाकळं शेजारी टेकली. म्हातारीनं सगळ्यांची चौकशी केली. हालहावाला इच्यारला आणि मूळच्या गोष्टीला हात घालतच म्हणाली –

"सकाळी सरंबळवाडीचा गुंडू आल्ता."

"काय म्हणत व्हत्यानी?"

"हेच की पावण्यांनी यायला सांगितलय."

हे आयकून तिला लई आनंद झाला. ती म्हातारीकडं बघतच बसली. तशी

म्हातारी म्हणाली,

"आगंऽ बगतीस काय अशी? खरं सांगतोय."

"एवढं जमलं तर लई बरं व्हईल व्हऽ आत्यासाब!" शालूची आई काकुळतीला येऊन बोलली. तिच्या डोळ्यांत सगळ्या आठवणींचा घरोसा साचला. घळाघळा पाणी गळाय सुरुवात झाली. तशी म्हातारी न ऱ्हाऊन म्हणाली,

"वर कोणतरी आसतोय बाई बगणारा. शेणातला किडा काय शेणातच ऱ्हाईत न्हाई."

"पर आता ह्ये हाल बघवत न्हाईत व्हऽ आत्यासाब! किती पोरीनं राबायचं? आमच्यासाठी खडकाच्या बुट्टया व्हाऊन पोरीच्या डोस्कीची केसं गेली. कधी तिच्या मनासारखं धडुतं घेता आलं न्हाई. कधी डुईला त्याल मिळालं न्हाई. सनासुदीला नटावंथटावं आसंसुद्धा पोरीच्या नशिबात आलं न्हाई. सदा न् कदा कामाचा राब! पर पोर कधी कुरकुरली न्हाई."

तिला हुंदका आवरंना. तिनं पदर डोळ्याला लावला. म्हातारी समजुतीच्या सुरात म्हणाली,

"हे काय मला म्हाईत न्हाई लेकीऽ? खरं येक येक भोग असतोय. काय करायचं? वाटणीला येतंय तेवढं भोगत ऱ्हायचं!"

बराच वेळ तिच्या हुंदक्यात गेला. गुडघ्यावर हनवूट ठेवून म्हातारी गपगार बसली. शेवटी सखूनं पदरानं डोळं पुसत हुंदका आवरला आणि नाकातलं पाणी फेडतच म्हणाली,

"आत्यासाब, कायबी करा खरं, एवढं जुळवाच. न्हाईतर पोर..." ती अडखळली.

म्हातारीनं काय न बोलताच डोळ्यांतनं सगळं सांगितलं. तिलाबी बोलवंना. ती तरी काय बोलणार? शालूच्या वारगीतल्या पोरींस्नी आता दोनदोन मुलं झाली. येकी– येकीचं आपरिसन झालंय – तरी आजून ही बिचारी राबतीयाच! सणासुदीला वारगीतल्या सगळ्या पोरी जमा झाल्या की शालूचीच चरच्या करत्यात. तोंडाची खाज भागोपतोर तिचा इषय घोळिवत्यात. सगळं शालूला नकोसा व्हतय. जगायचं कशाला आसं सारखं वाटतंय. खरं आईबाबाचं काय व्हईल? ऱ्हान ऱ्हान भावास्नी कसलं दिस येतील, याच इच्यारात बिच्यारी झुरत असती. तुरकाटीसारखं अंग यातच पिळून टाकत असती! खरं, हेचं सुतक कुणाला? एकटी शिंद्याची म्हातारी तेवढीच. बाकी सगळी गम्मत बघाय बसल्याली!

दिवस मावळाय गेला आणि ती दोघं कामास्नं यायचा वकोत झाला. सखूनं वाकाळ गुंडाळली. शाळंस्नं आलेल्या पोरांस्नी सटरपटर कामं लावली आणि धुरात डोळं कोंबलं! ती दोघं कामास्नं आली. शालूनं चूळ भरली आणि भिंत्तीला टेकून बसली. भीमूनं चिलमीला तरास द्यायला सुरुवात केली. पोरं दिव्याभोवती पुस्तकं पसरून

अभ्यासात गुंतली आणि सखूनं भीमूला शिंद्याच्या म्हातारीचं सांगणं सांगून टाकलं.

भीमूचा दिवसभराचा शीण गेला. त्यानं घाईघाईतच अधाशासारखं इचारलं,

"मग कोण कोण जायाचं ह्ये इच्यारलीस?"

"त्यात काय इच्चारायचं? इचनाळास्नं दादाला घ्यायचं आणि बघून यायचं. दुसरं हाय कोण तुमाला?"

बायकोच्या बोलण्यानं त्याचं काळीज केळीच्या पानासारखं फाटत गेलं! खरं, तिचं तरी काय खोटं? बाबानं लगीन झाल्याझाल्याच अंगावरच्या कपड्यांसह बाहेर काढलं आणि आता भाऊबी वैऱ्याच्या फुडं झाल्यात! भीमू चिलमीतल्या तंबाखूसारखा जळत गेला.

या बोलण्याचा शालूवर कायबी परिणाम झाला न्हाई. ती आपली भावांवरती नदार रुतवून बसली. तोंडावरची सुरकुती– सुदीक हालली न्हाई! एकाएकीच तिच्या मनात आलं, "हे जुळलं वाटतं."

इतक्यात चुलीच्या कोपऱ्यातली पाल चुकचुकली आणि तिच्या अंगात आनंदाचा लोंढा घुसला. तिनं तोंडानंच कृष्णऽ कृष्णऽऽ म्हटलं. तशी आई म्हणाली,

"कोणच्या बाजूची गऽऽ?"

"व्हयत्या खोपड्यातली," शालूनं बोट करून दाखवतच सांगितलं. 'चांगली हाय,' आई उगंचच पुटपुटली! सगळ्यांचीच बेनलेल्या बाभळीगत असणारी तोंडं जरा पालाजली! दर दिवसापेक्षा चार घास चड खाऊन शालू कलंडली.

ठरल्यासारखं भीमूनं इंचनाळ गाठलं. म्हेवण्याच्या सलगीची दोन माणसं तयार केली. बाईमाणूस संग असावं म्हणून म्हेवण्याच्या बायकोलाबी बरोबर घीऊन पाचजन सरंबळवाडीच्या रस्त्याला लागली. इंचनाळास्नं सरंबळवाडी लईलईतर चार मैलांच्या अंतरावर! त्यामुळं भराभरा पाय उचलायची गरज न्हवती. हालतडुलत बाराच्या टायमाला पावण्याचं घर गाठलं.

घर पाच आकणी बऱ्यापैकी होतं. भाईरचा सोपा तरी झाकपाक दिसत होता. एका भिंतीला सायकल उभी होती. तिला लागूनच बाजलं वजा खाट. त्यावर घोंगडं अंथरून ठेवलं होतं. दुसऱ्या भित्तीकडं अंथरूण ठेवायची दांडी. तिच्यावर पद्धतशीर घड्या घालून ठेवलेल्या वाकळा. तिकडच्या खोपड्यात कशानंतरी भरलेलं टोपलं होतं. भाईरनं तरी घर खाऊनपिऊन बरं असावं असं वाटत होतं.

हिकडतिकडच्या गोष्टी झाल्या. नवरा मुलगा बैठकीतच व्हता, त्यामुळं बघायचा काय प्रश्नच नव्हता. भीमूच्या म्हेवण्यानं मुलगा, घर पसंत हाय म्हणून सांगून टाकलं आणि ठराव-आरावाचा विषय काढला. पावण्यास्नी जरा आडचणच पडली. कारण नवऱ्याचा भाऊ म्हमईत! त्येला सोडून कसं ठरवायचं, म्हणून त्येला बलऊन मग बसू या, म्हणून सांगितलं.

नवऱ्याचा भाऊ म्हमईस्नं यायला आठवडा लागला. भीमूच्या जिवात जीव नव्हता. हे कुणाला बी झुणऽ म्हाईत न्हवतं खरं, लोक काय एका हेची असत्यात? त्यामुळं त्याचा जीव खायला लागला. आकीरला पावण्याचा भाऊ 'आलाय आलाय' आसं समजताच त्यानं पावण्यास्नी इंचनाळातच ठरावाला बलिवलंतं. भाऊबंदास्नी समजाय नको म्हणून भीमूनं ह्यो खेळ केला, पण पावण्यास्नी सांगतानंच त्यानं सांगून टाकलं–

"पोरगीचं लगीन मला काय झेपत न्हाई म्हणून तिचा मामाच करणार हाय!" त्यामुळं पावण्यास्नी किन्तू घ्यायला जागा न्हवती. ठरावाच्या बैठकीला बसल्या बसल्याच भीमूनं सांगून टाकलं–

"मी नुस्ता नारळ आणि पोरगी देणार..." हे रिवाजाचं बोलणं आसतंय म्हणून पावणंबी काय बोलले न्हाईत. नंतर नवऱ्याकडच्यानी सुरुवात केली–

"नवरा बारा एकरांचा उत्पन्नदार हाय. त्येला सोबल असा हुंडा आणि सोनं घाला."

भीमूचा जीव गुदमरला. नवऱ्याकडचे लोक चडत्या आवाजात बोलत होते. शेवटी इंचनाळच्या म्हेवण्यानं पडती बाजू घेतच म्हटल की–

"आमाला झेपंल आसं बोला, म्हणजी फुडच्या गोष्टी व्हतील..."

पावणं काय केलं तरी ऐकंनात. आता बैठक मोडणारच असं भीमूला वाटाय लागलं. जीव झरझरायला लागला. शेवटी पावण्यांनी बी लई तानलं न्हाई. दोन हजार हुंड्यात ठरलं. भात खायला सरंबळवाडीला. अशावर गूळभात झाला आणि भीमूला कात टाकल्यासारखं वाटाय लागलं.

लगीन ठरल्याचं कळल्या कळल्या शिंद्याची म्हातारी आनंदानं हुराळली. भीमूला ऱ्हाऊन ऱ्हाऊन वाटाय लागलं– या म्हातारीचं आणि आमचं नातं कोणतं आसंल? ही आमच्यावर माया का करती?

हे 'न सुटणारं कोडं' त्यानं तसंच ठेवलं आणि पैशाच्या जोडणीला लागला.

न्हाई न्हाई म्हटलं तरी लगनाला तीन हजार तरी खरच व्हणार होते. पोटाला मिळायची पंचायत आणि एवढं पैसं कुठणं आणायचं. ह्याच इच्यारात तो हैराण झाला. शेवटला कामताचं श्यात तीन हजारांच्या करजात घातलं आणि कागूद करून दिऊन मोकळा झाला. एकची एक काकरी सोडतानं जीव तळमळला, खरं इलाज नव्हता.

साखरफुडाबी इंचनाळातच झाला आणि गावात सगळ्यास्नी समजलं– शालूचं लगीन ठरलं! शालूच्या तोंडावर जरा पाणी आलं. खरं भाऊबंद तीळतीळ तुटाय लागली. सुबरू खडक्या मिशीला पीळ घालून सांगू लागला–

"कसा करतोय रांडंचा लगीन बघायचंच हाय!"

हे ऐकून शेजारीपाजारी त्याला इनवून सांगू लागली तरी गडी मस्तीतच! आकीरला भीमूनंच गावच्या पाटलाच्या घरात सुबरूचं पाय धरलं आणि लगीन येवढं पार पाड म्हणून इनवून सांगितलं. सगळं मिटलं खरं, सुबरू खडक्या आणि गावात कोकलाय लागला –

"धरलं काय न्हाई पाय? आजून तमाशा बघा!" हे ऐकून भीमूचं मस्तक पेटायचं – पण शालूसाठी गडी मातीच्या बिंदग्यातल्या पाण्यासारखा थंडगार व्हायचा!

लगनाचं दिस जवळ आलं तशी घरात धांदल उडाली. भात पाकडण्यापास्नं कानूला करण्यापतोर आयाबाया मदतीला येऊ लागल्या. शालूची चेष्टा करत एका-एकातनं मोकळं करू लागल्या. शालूला आता कुठं आपणबी बायकांच्या जातीत जमा हाय असं वाटाय लागलं.

लगीन दोन दिसांवर आलं. उठल्या उठल्या भीमूनं गडबडीनं सगळी कामं आवरली, तरी सगळी कामं आवरोपतोर दिवस चार कासरं वर चढला. चार घास पोटात ढकलून त्यानं पटका झाडला आणि डोक्याला गुंडाळतच पायांत पायतानं चढवली. तवर म्हेवण्याचं पोरगं दारात दत्त झालं. आबणटूक त्येला दारात बघून भीमूनं इच्यारलं –

"का आलास रं ऽऽ?"

"का न्हाई. आत्ताच्या आत्ता तुला गावाकडं बलीवलंय."

भीमूला कायबी समजंना. पोरगं बी नीट सांगना. सगळी घरातली बावचाळली – तसा भीमू पोराला संगं घीऊन तरातरा इंचनाळच्या वाटंला लागला.

काय तरी घोटाळा हाय– नक्की, एवढंच– त्यानं मनात घोळवायला सुरुवात केली. पोराला फांगसून फांगसून इच्यारलं. खरं पोरगं काय बी सांगना. पोराला काय म्हाईतच नव्हतं, मग त्ये तरी काय सांगणार?

भीमूनं पावण्याच्या घरात पाय टाकला तर म्हेवणा भित्तीला टेकून इच्यार करत बसला होता. भीमूला बघून त्यानं पोतं लांब केलं. पाण्याचा तांब्या नित्याच्या सवईवर आतनं आला. भीमू पायावर पाणी घ्यायच्या आदीच बसला. भीमूला बोलायला धीरच व्हईना. दोघं बी घटकाभर गपगार बसून ऱ्हायले. कुणालाच काय बोलाय सुचंना. आकीरला म्हेवणाच म्हणाला–

"कल सज सरंबळवाडीला गेल्तू."

"मग..." भीमू घाबराघुबरा झाला. म्हेवणाबी फुडं बोलंना. भीमूचा धीर सुटला... शेवटी म्हेवण्यानं धीर धरून सांगायला सुरुवात केली –

"मी जरा येगळं आयीकलं. नवऱ्या मुलाला न्हानपणी जट धरलीती म्हणून डोंगराला सोडलंतं. देवाला सोडल्यावर लगीन-बिगीन करायचं नस्तंय. खरं हेनी

आरमुटपणानं आमच्याशी सोयरीक केली. आमालाबी हेचा पत्ता लागला न्हाई. खरं त्या डोंगराच्या बाईचं म्हत्त्व किती! तिनं आता हातरुनात पाडलंय आपल्या झाडाला. एवढ्यावरच गप्प बसाय न्हाई बाई– त्येचं बापयपणच खल्लास झालंय म्हणं. एवढं व्हऊन सुदीक पावण्यांनी काय बी कळू द्यायला न्हाई! आता...'' म्हेवण्याला बोलता बोलता दम लागला. हुंदका दाटून आला. त्यानं भीमूकडचं तोंड दाराकडं वळविलं. भीमूला घरदार फिरल्यासारखं झालं. म्हेवणा काय काय म्हणतोय हेबी समजंना. म्हेवणा अंधाराच्या डिकळ्यासारखा वाटाय लागला. भिरीभिरी येऊन तो तिथंच आडवा झाला. म्हेवण्यानं पटक्याचा सेव भिजत घातला.

किनीट पडायच्या टायमाला भीमूला घेऊन म्हेवणा गावात आला. चूल पेटली न्हाई– जागचं कोणबी हाललं न्हाई. घरभर अंधाराचा पू व्हायला लागला. बघता बघता सगळीच पुवाच्या ढवात वळवळली. निपचित पडली. सगळं सामसूम!

भर मध्यानरातीला घराच्या खापऱ्या थरथरल्या. दरवाजा कळवळला! घराला हुंदका आला!

नेहमीगत दिवस उगावला. भीमूच्या हसण्याचा आवाज गावाच्या चिणचिण्या करत गेला. हाऽ हाऽऽ म्हणता गावभर कुजबुजीची चिंदकर उडाली. टाक्याटाक्यानं वाकाळ उसवत गेली. सुबरू खडक्यानं मिशीला गुपित सांगितलं. शिंद्याची म्हातारी तेवढी पिसाळल्यासारखी पळत सुटली. तिची किंकाळी गावभर घुमली. तिच्या किंकाळीत कावळं घुटमाळलं. त्यांनी गावभर दवंडी दिली–

''एक घर पाण्यात बसलंऽ
आता दुसरं हुडकानीऽ बाबांनोऽऽऽ!!''

गावातली घरं गदगदली. पानंद तळामुळातनं शहारली. झाडांनी हुंदके मोकळे केले. पानांच्या ढिगात सापांच्या जिभांचे पीक आले!

स्त्री, जून १९८२

❖

संप

"तात्या आलाऽ तात्या आऽ लाऽऽ" पोरानी गलका केला. दोघं त्याच्या पॅन्टीला झोंबली. एकटं पळत चुलीम्होर गेलं आणि आजीला हालवून हालवून म्हणालं–

"आजी ऽ म्हमईचा तात्या आला ऽऽ" म्हातारीला खरंच वाटंना. म्हयना बी व्हयाला न्हाई पोराला जाऊन आणि इतक्यात कसं आलं हेच म्हातारीला समजंना. गुडघ्यावर हात टेकतच म्हातारी म्होरच्या सोप्याला आली. बघती तर खरंच पांडू इवून फुडच्या सोप्यात आणल्याल्या पिसव्या खुटीला आडकत व्हता. म्हातारी लगबगीनं घरात गेली आणि पाण्याचा तांब्या भरून घीऊन इतच म्हणाली–

"आसा कसा आबणटूक आलास रं बाबा...?"

"आलो झालं" म्हणतच पांडूनं म्हातारीच्या हातातला तांब्या घेतला. कपडं उतरून तोंड खदबळून आला. पोरं पांडू भोतानं गप्पगार उभा राहून टकमक बघत होती. पांडून हात पुसतच पिसवीतली म्हमईची मिटाई काढली आणि पोरांच्या हातावर ठेवली. पोरं हारखून गेली.

पोरगं कवा जेवलं आसल कुणास धक्कल म्हणून म्हातारीन भाकरीच्या शिबड्यातली दोन चोका भाकरी आणि चटणी, जरा लोणी वाढून ताट तयार केलं. म्हातारीचं मन मोडाय नको म्हणून पांडवानं वाढल्यालं तेवढं खाल्लं. डोळं एस.टी.त बसून बसून तरकाटल्यागत झाल्यामुळं कवा एकदा आडवा व्हतोय असं त्याल्या झालतं. म्हातारीच्या मनात आलं कायबाय इच्यारावं, इल मागणं इच्याराय म्हणून ती बी काय बोलली न्हाई. पांडबानं हिकडं तिकडं केल्यागत केलं आणि जाम्म झोपून टाकलं!

कातरवेळ झाली तशी सगळी शेताकडनं परताय लागली. म्हातारीनं निम्म-अर्ध जेवान आटीपलं. पोर अभ्यासाच्या निमतान दिव्याभोत्यानं गोळा झाली. थोरला शंकर बैल घीऊन गोट्यात आला तशी पोरं पळत जाऊन मोठ्यानं सांगू लागली –

"म्हमईचा तात्या आलाय ऽ म्हमईचा तात्या आलाय ऽऽ"

पोरं काय बी भकत्यात म्हणून शंकरनं तिकडं लक्ष दिलं न्हाई. बायकाबी शेताकडनं आल्या. घर माणसांनी गजबजलं...

...तसं घर बी मोटच. म्हातारीला तिघंजन पोरं. थोरला शंकर शेतात असतोय. मधला हानमू आता दहा वरस झाली हिंग्लजच्या दुकानला कामाला जातोय. आणि धाकटा पांडू म्हमईला! थोरल्या दोघांची लग्नं आठ-नऊ वरसामागच एकदम झालती. त्येंची पोरं आता शाळला जात्यात. पांडूचं लगीन व्हवून आता दोन म्हयनं सपत आलतं. पोटापुरती जमीन आणि पांडू-हानमा हेंची मदत असल्यानं काय कमी न्हवतं.

पांडूचं आसं आबणटूक येणं सगळ्यास्नीच कोड्यागत वाटाय लागलं. जेवनवकोत झाला. अंधार आंबलीगत दाट धम्मक झाला. म्हातारीनं पांडूला उठीवलं. उठायचं मनात नसतानही पांडू उठला. थोरल्याची बायको चुलीम्होरं भाकरी बडवत व्हती. बाकी सगळी म्होरच्या सोप्यात कायबाय करत व्हती. पांडू उठल्या उठल्या शंकरनं पयल्यांदाच इच्यारलं–

"ह्या टायमाला येतो म्हणून बी कसं कळवाय न्हाईस रं?"

"कशाला म्हटलं", पांडून जांभई दितच सांगितलं. त्यानं अंग झटकलं. आणि शंकरबरबर बोलत बसला. म्हमईस्नं पोरास्नी आणल्याली कपडं त्यानं सगळ्यास्नी दाखीवली. म्हातारीनं सगळी कपडं कौतुकानं निरखून बघीतली. पोरांनी जिभल्या चाटतच पांडू तात्याकडं बघितलं. सगळ्यास्नी पांडूतात्या लई भारी वाटला!

...जेवनं झाली. थोरल्यानं जनावारास्नी गवात टाकलं. म्हातारी गळ्यात गुडगं घीवून पांडूला म्हमईचं हवापाणी इच्यारत व्हती. हानमूची सायकल वाजली. रोज दुकानास्नं यायला त्येला ह्यो वकोत येतोयच. आल्या आल्या त्यानं सायकल भितीला लावली आणि कपडं काढतच पांडूला म्हणाला–

"कवा आलास रं....?"

"मघाशीच" पांडूनं त्याच्याकडं बघतच सांगितलं. हानमूनं मनातच म्हटलं – नवं लगीन म्हंटल्यावर तू येणारच! त्यानं खोचरून इच्यारलं –

"खरं जाऊन म्हयना बी व्हायला न्हाई की..?"

"गिरणीचा संप चालू हाय मग काय करु...?" पांडूनं खरं ते सांगून टाकलं.

"मग मिटंल की आता...?" हानमूनं बसतच इच्यारलं.

"साला ऽ कधी मिटतोय बघू..." पांडूनं हानमूकडं बघतच सांगितलं. बाकीच्यास्नी जास्त काय समजलं न्हाई. सगळी फकस्त आयकत बसली. रात्र चढत गेली आणि घर शांत झालं.

एकदोन दिवसा आड, एकदोन दिवसा आड गावातलं सगळं म्हमयवालं गावाकडं परातलं. सगळ्या गावात एकच विषय गिरणवाल्यांचा संप... तिट्या तिट्यावर रोज लोक जमायचे आणि आज काय रेडिवात सांगितलं म्हणून चरचेला सुरुवात करायचे. एका-दुसरा म्हमयवाला हुरपानं बोलायचा. संप कसा झाला. म्हमईत काय व्हयाला लागतंय हेची आपल्या खमंग भाषेत माहिती सांगायचा. जमल्याली पाच-सहा पोरं लई काय-बाय म्हायती सांगत्यात म्हणून ऐकूण घ्यायची. हे रोजच चालू झालं.

...पयल्या पयल्यानं म्हयनाभर म्हमईस्नं आल्याली पोरं खिशातलं पैसं संपोपतोर झकापक कपड्यात नुस्ती गावातनं फिरली. मागनं आपोआप गड्यांच्या पँन्टी उतारल्या आणि शेताचं बांध धरलं. आगदीच शेतात काय जमनार न्हाई अशानी हिंग्लजला दूध न्हिवून घालायचा धंदा सुरु केला. कुणाला काय सुचलं त्यो धंदा परतेकानं सुरु केला. गावात फिरणारं म्हमयवालं मोजकंच ऱ्हायलं.

घराघरात सगळ्यांच्यात ह्योच ईषय! रात्री भांडीबिंडी घासून बायका राकुंडी घासत बसल्या की म्हणायच्या –

''काय भाडे आलं तवा – नुसतं मिजाशित फिरायचं. त्येंच्या सिगरेटी काय– कपडं काय... आणि आता गांडीचा घाम गळ्याला यायला लागलाय!''

तवर दुसरी सूर भरायची –

''सगळी आता लागली रांकीला. खरं ते पेंगूच्या म्हातारीचं पांड्या... मोकळंच फिरतय.''

''तेचं काय बाई? राबणारं भाऊ हाईत की –'' एखादी मधीच म्हणायची.

पांडबानं राबाव, कायतरी धंदा करावा असं दोन म्हयने घरातलस्नी बी वाटलं न्हाई. संप मिटला की जाईल पोरगं... खरं संप काय मिटाय तयार नव्हता. घरातल्या सगळ्यांच्याच मनात जराजरा बदल घडाय लागला. पांडबानं लई नसना जरा तरी मदत करावी असं वाटाय लागलं. खरं पांडबा आपल्या मनानं कराय लागंल म्हणून कोण काय बोलत न्हवतं!

शेजाऱ्या-पाजाऱ्यांचं म्हातारी, शंकर हेंच्या बोलणं कानावर यायचं. कोणतरी आईबाई सरळ इच्यारायचीच. पण सगळ्यास्नी म्हातारी म्हणायची– 'न्हानपणापास्नं त्येनं श्यात बघाय न्हाई आणि आता कसं एकदम जाईल. करता करता करंल की.'

घरात बायका बायकात मात्र धुसफूस सुरू झाली. थोरली आणि मधली पांडबाच्या बायकोला कायबाय टोचून बोलतच खोचरायच्या. कवा-कवा शेतात सरळ तिला म्हणायच्या –

''तू तरी सांग की ग बाईऽ जरा तरी शेताचा बांध बघा म्हणाव की''

पांडबाची बायको नवी पोर. हे सगळं ऐकून गदबळायची. भांबावल्यागत

करायची. खरं आपला सुटाबुटातला न्हवरा मातीत येणं तिला बी नकोच वाटायचं. कवा एकदा गिरणी सुरु व्हइल आणि न्हवरा म्हमईला जाईल आसं तिला झालतं.

बघता बघता वळवाचं वातावरण सुरू झालं. आजून शेतातली कामं आटपायला तयार न्हवती. शंकरनं या वरशी आणि दोघांची नवीन वाटणीनं जमीन केलती. एकट्याला म्हणजे सगळं वडोस्तोर फुरवाट व्हयाला लागलीती. पांडबा आता पेराय-बिराय तरी मदतीला हाय आसं त्याला वाटत व्हतं.

खरं पांडबाची चिन्ह काय शेताकडं जायाच्या भानगडीत दिसत न्हवती. सकाळी उठला की बायको भोत्यानं फिरायचा. जेवला की जाम्म झोपायचा. दिवस मावळाय आला की घरातनं भाईर पडायचा आणि जेवण वक्तालाच परत यायचा.

आज शंकरनं शेतातनं येतानच ठरवलं – आज पांडबाला जरा खिदडायचा. आजून तुमचा संप काय मिटत न्हाई. चल आता शेताकडं म्हणायचं. अस बरंच काय– बाय मनात येजूनच तो घराकडं आला. म्हातारी काय काय म्हंणल. तिला गप्प कसं बसावायचं. ह्या सगळ्याचा हिशोब त्यानं चोख केला.

जेवणवक्ताला सगळी जेवून-बिवून भाईरच्या सोप्यात बसली. हानमू बी आलता. पांडू जेवून पोरांच्यात त्येंची पुस्तकं चाळत बसलाता. शंकरनं तंबाखूची पिसवी काढतच पांडूकडं बघीतलं आणि म्हणाला –

''पाऊस आता सुरु व्हयाचं दिवस आलं... आजून शेतातलं काम आटपायचं बेत न्हाई.''

''भाताची जमीन तरी तयार व्हयाय पायजे.'' हानमून शंकरच्या बोलण्याचा रोख न ओळखताच सबागती बोलला.

''व्हयाला पायजे खरं. एकट्याला आटपायतरी पायजे –'' शंकरनं वेळ साधली. पांडू मात्र कायच बोलला न्हाई. सगळं ऐकत त्यानं न ऐकल्याचा चेहरा केला. आता मात्र शंकरला राग चढला. त्यानं मागं म्होरं न पाहता पांडूलाच सांगितलं –

''पांडू आता तू बी जरा जरा इत जा शेताकडं''

''खरं मी इवून काय करायचा'' पांडबा मनात नसतानंच बोलला. म्हातारीला हेच पायजे व्हतं...

''काय करू म्हणजे – तू काय भटाचा का बामणाचा कुळंब्याचा हाईस! गावातला कोण म्हमयवाला घरात असतोय काय?'' म्हातारीनं पांडबाला झाडलं. शंकरलाबी हेच पायजे व्हतं. हानमूलाबी वाटाय लागलं पांडबानं आता हंगामाच्या दिवसात तरी शेताकडं बघावं. हानमूनं पांडबाला समजावित सांगितलं –

''काय जमंल तेवढं करत जाऽ''

''मला काय शेतात जमायचं न्हाई –'' पांडबानं विषयाचा कंडकाच पाडला.

बायकास्नी बी हाच विषय पायजे व्हता. म्हातारीला काय बोलावं हेच समजना. शंकरचा राग चढतच गेला. हानमूला सगळंच यडताक वाटाय लागलं. कोण कुणाशी बोललं न्हाई... सगळ्यास्नी आपआपली हातरुणं टाकली... रात्र तापलेल्या चुली सारखी फुलत गेली...!!

वळवाच्या पावसानं गावात चांगलीच धांदल उडिवली. पेरण्या करायला लोकांची झुंबड. आजून अर्धअधिक औतकाम आटपाय न्हवतं. खरं दाणं एकदा हंगामाला लागला की बरं म्हणून सगळ्यांची धावपळ सुरु झाली. गावात माणसाला माणूस मिळत न्हवतं. सगळी आपापलं आवरुन घ्यायच्या गडबडीत. दम घ्यायला कुणाला फुरसत न्हवती. शंकरनं जमल तसं रेटायला सुरुवात केली. तरी बायका मदतीला व्हत्या. हानमू दोन-तीन दिवस दुकानला जायाचा बंद झाला. एकदा पेरणी आटोपली की जरा बरं... खरं पांडूनं काय शेताचा बांध बघीतला न्हाई....!

पांडूचा उपज झाला तवाच बा मेला. तवापास्नं सगळ्यानी पांडूला हाताच्या फोडासारखं जपलं. म्हमईला गेला, खरं घराकडं म्हणाव तसं लक्ष दिलं न्हाई. तेबी खपवून घेतलं. लगीन झाल्यावर तरी पोरगं सुदरल म्हटलं. खरं आताचं तेच वागणं बघून म्हातारीचं डोकं चकरम व्हयाला लागलं. उठल्यापास्नं झोपंपतोर म्हातारीच्या डोक्यात ह्योच इच्यार. आता काय एकामेकाच्या वडीनं सगळं चाललं. खरं हेच फुडं कसं व्हईल...? हेच तिच्या डोक्यात सारखं घोळायचं.

त्यात पांडबाची बायकोबी म्हातारीच्या मनासारखी गावाय नव्हती. ती तरी घसासा राबणारी आसती तर गोष्ट वायली! तिला बी राडीत जायाला जीवावर येतं. म्हातारी आसली पोर आपल्या घरात नकोच म्हणत व्हती. खरं आईकतोय कोण? हानमूला वाटलं, चांगल्या घरची हाय, हुंडाबी चांगला मिळतोय म्हणून केल्यान. घरात आल्यावर रुळंल आसं वाटलं. पर घरात आल्यावर तिचं येगळंच थॅर सुरु झालं. नुस्ती नट्यापट्यात! सकाळी उठली की सांगितल्या शिवाय शेणाच्या गोठ्यात जाईत न्हाई. शेण काढाय लागली की हजारदा नाकाला तिडा देती. म्हातारीच्या तळपायाची आग मस्तकाला जातीया. खरं दातबी आपलंच आणि व्हटबी आपलंच!

न्हवरा म्हमईस्नं आल्यापास्नं तरी तिच्या वागण्यानं खूळच लावलं. सकाळपास्नं शेताकडं जाईपतोर नुस्तं पांडबाच्या म्होरनं म्होरनंच काय करती. हाजारदा आरशात काय बघती. त्यो तरी भाड्या कसला. त्येला बी हेच पायजे. म्हातारीच्या जिवाला तर इट आलता. हिचं बघून थोरल्या दोघी बी कराय लागल्या तर घराचा मांडव व्हयाला येळ लागणार न्हाई...! म्हातारीच्या जिवाला हिच झुरणी लागली.

...गल्लीतल्या बायका मिळून पाण्याला गेल्या की पांडबाचाच विषय... दोघीतिघी

जमल्या की आपल्या आपल्यात कुजबुजायच्या –

"काय बाई! जगात का लगनं व्हईत न्हाईत. सारखं आपल्याच बायकोचं सांगत आसतो."

"हूं..! हे काय बाई? परवादीशी आमच्या घरात येवून म्हणालता– बायकोला घीऊन जरा कोल्हापूरला जाऊन यावं म्हणतोय..." मधीच दुसरी म्हणायची.

"अशी काय सोन्यानं मडिवली या काय गंऽऽ पैसं हाईत तवर न्हील. मागनं चिकील खाईस्तोर फुर व्हईल."

"जा म्हणावंऽ आगं ह्या सगळ्या म्हमयवाल्यानी बायकास्नी आवगाडून ठेवलं..."

"मग फुडच्या उन्हाळ्यात सगळ्या बाळतीणीच" म्हणतच सगळ्या खो ऽ खोऽऽ हसायच्या.

कोणीतरी आई-बाई म्हातारीला हे सगळं सांगायची. म्हातारीचा जीव झारऽ झारऽ व्हायचा. पोरगं गावात बी हासं करून घ्यालंय. आसं कधी व्हयालं न्हवतं. खरं हे काय झालं – असं सारखं म्हातारीला वाटायचं.

एकटीच गुडघ्यात गळा घालून बसायची. मनाशीच म्हणायची त्येंच तर काय खोटं हाय – घरातच काय काय करतोय, आसं शेताकडनं आला की आंगाला आंग लावून बसतोय. मी समोर आसले तरबी गालावर बॉट मारतोय. जगात न्हाई ते एकएक. भाड्याची खाकडच काढावी. असं मनाशीच ठरवून म्हातारी बसली.

...सगळी शेताकडं गेली. आज पटारचं भात टोकणायचं व्हतं. भाईरची बी तीन-चार माणसं घेतलीती. हानमू बी आज दुकानाला जायाला न्हवता. तो बी शेताकडंच. पांडू रोजच्या सारखं जेवला आणि झोपायचं म्हणून घरातनं भाईर पडाय लागला. पोरं बी शाळला गेलती. म्हातारीनं भाईर पडणाऱ्या पांडूला थांबवतच म्हणाली –

"हितं बस जरा – कुठं चाललास...?" ही आणि काय सांगणार –? शेताकडं जा म्हणून सांगल. आसं पांडूला वाटलं म्हणून तेनं पायात चढीवलेली चप्पलं काढली आणि भितीला बसला टेकून! म्हातारीनं जरा शिस्तान घ्यावं म्हणून इच्यारलं –

"तुझं वागणं तुला तरी पटतंय व्हयरं...?"

"मग काय कर म्हणतीस –?" पांडबा गुरकावला.

"माणसानं जरा इच्यारानं वागावं... लोक काय म्हणत आसतील ह्येचा इच्यार करावा... जनाची नसना मनाची तरी –" म्हातारी जरा जरा तापत चालली.

"मला काय शेतात जायाचं न्हाई... चार म्हयनं झालं संप व्हवून तर आसं आणि माझ्या पैस्यावर वरीसभर बसून खाल्यासा तवा कसं..." पांडबा भडाकला.

"इस्तु लाव तुझ्या पैस्याला आणि राबणूकीला! खरं घरात तरी चांगलं...?" म्हातारीचं बोलनं पांडबाला काय बी समजना. त्याला कोड्यात पडल्यागत झालं. मग नरम येऊन म्हणाला –

"मग ऽ मग काय...?"

"आरं ऽ जगात बी लगनं व्हत्यात... आमची बी झालती. खरं आमी आसी गावाकडनं चरच्या करून घ्याय नव्हती. लगीन व्हवून दहा वरसं झालती तरी आमी समोरासमोर बोलत न्हवताव... आणि तुझं काय दिमाक हे?"

"मग मी काय बायकोला काकत घीऊन गावभर फिरलो? जग काय पायजे ते म्हणतंय... मला काय करायचं... तू आसलं न्हाई ते मला सांगू नको" पांडूचा आवाज चढला. म्हातारी आता मात्र चिडली. तिच्या अंगाचा तिळपापड झाला. तिच्या तोंडातनं लाह्या उडाल्या –

"भाड्या गाव म्हणायचं बोंबलू दे – तुझ्या घरात भाऊ हाईत. भावजा हाईत. हे कधी बघीतलास..? रात्रीचं बायकोला घीऊन वाटत झोपतोस – मध्यान्ह झाली तर बी दोघं खिदळत बसत्यासा... कुणाला मुताय व्हतंय.... रात्रीचं उठाय लागतंय... हे काय न्हाई! लाज सोडून लाजगिड्यागत वागतोस... आक्काल कुठं ठेवलास?" एक ना हजार. म्हातारीच्या तोंडाचा पट्टा सुरुच ऱ्हायला.

पांडबाला काय बोलावं हेच समजना. ही आणि काय नवी पिडा. च्या आयला घर फिरलं की वासं बी फिरत्यात! ह्यो संप कवा मिटंल? आसं त्याला वाटाय लागलं. म्हातारी बडबडतच व्हती. तो काय न बोलता उठला. बाहेर सगळीकडनं ढग कावारुन आलतं... त्यानं घोंगडं घेतलं आणि बाहेरच्या सोप्यात वळवळत पडला. झोप कसली ती इना!!

"वळूसारखा बसून खातोस आणि हितनं तिथं जायाला व्हईना व्हय रंऽऽ भाड्या ऽऽ" थोरल्याची बायको शिव्या देऊन आपल्या पोराला बडवत व्हती. काय बी निमित्त गावलं की शिव्या देऊन मारणारी थोरली पांडबाला शिव्या द्यायचा सपाटाच सुरु करून बसलीती.

मधली बी हळूहळू सूर वडत तसंच कराय लागलीती. धाकटीनं तर आता शेताकडं जायाचच सोडून दिलतं. रोज न्हवऱ्याबरबर सारखं गुलूगुलू बोलत बसायची. पांडबालाबी हेच गोड लागायचं.

हे सगळं बघून म्हातारीनं तरी डोक्यात राक घालून घेतलीती. शंकरचं शेतात लक्ष नव्हतं. पाऊस बी वाडावलाता. भांगलण, कोळपण तरी आवराय पायजे व्हती. खरं शंकरनं शेताकडचं लक्षच काढलंत. सगळीच बसून खात्यात मग आपुन तरी कशाला राबायचं? आसच डोक्यात कायतरी घिऊन तेनं बी नुस्तं फिरायला सुरुवात केलती. ही सगळ्याची तऱ्हा बघून हानमूचं डोकं वाळवी लागल्यागत किडाय

लागलत. आशानं काय घर टिकायचं न्हाई! हेच्यातनं कायतरी समजूत काढाय पायजे, आसं सारखं त्येला वाटायचं. खरं समजूत काढणार कुणाची?

बायका तर भकल्यातच? थोरल्याला सांगावं तर त्येचं काय चुकत न्हाई. धाकल्याला चार समजुतीच्या गोष्टी सांगाव्या तर कुत्र्यासारखा अंगावर धावून येतोय! एक शब्द आयकून घ्यायला तयार न्हाई... आशानं चार दिवस जास्त जगणारी म्हातारी आताच मरुन जाईल. बायकास्नी हेच पायजे... तीन घरच्या तीन– कवा एकदा घर फुटंल हेच बघाल्यात. दुकानातनं घराकडं जाऊच नये असं हानमूला रोज रोज वाटाय लागलं. खरं काय करायचं? जसं व्हईल तसं व्हईल म्हणून हानमूबी निरधडा व्हवून वागाय लागला.

इल तो दिवस सारखाच भांडणात जायाला लागला. त्यात पाऊस बी पडायची चिन्ह न्हवती. पांडू कान दिऊन रेडिव आयकायचा. खरं संप मिटायची काय वार्ता न्हवती. सगळं यडताक व्हवून बसलंतं! कुणाचा पायपोस कुणाच्या पायात नव्हता. जो तो आपल्याच तोऱ्यात! शेजारी पाजारी म्हणायची 'ह्या म्हमईच्या संपानं घर मोडाय आणलं' म्हातारीच्या कानावर आसं काय आलं की तिचं काळीज केळीच्या पानागत फाटायचं!

अशातच घरातलं धान्य बी संपत आलं. सगळी खाणारी तोंडं. कुठं म्हणून पुरठा पडणार? त्यात घरचं धान्य किती दिवस टिकणार...? हेचा इच्यार कुणाच्याच डोक्यात नव्हता. म्हातारीला ऱ्हावून ऱ्हावून झुरणी लागाय लागली. एकदा तिघं बी घरात बघून म्हातारीनं विषय काढला –

"आरं जुंधळं संपत आलंऽ आता काय तरी बघा की."

"कोण बघणार –?" हानमू टराकला. म्हातारी चराकली. संपलं-बिपलं धान्य हानमू आणायचा. तेनंच आसं म्हंटल्यावर काय करायचं – त्यातनं बी म्हातारीनं सूर काढला –

"बघणार आणि कोण –? तुच बघ की..."

"माझ्या कडं काय न्हाई – धाकट्यानं काय पैसे आणलं आसलं तर आण म्हणावं..." हानमूनं झटकून टाकलं. हानमूचं बोलणं पांडबाच्या कानावर गेलं. तो मधल्या सोप्यातनं तणतणतच भाईर आला –

"मी काय कुणाच्या घरावर दरोडा घातलाय ते गठ्ठल आणून दिऊ –?"

"इतकं दिवस म्हमईत काढलास की –" शंकरनं संधी साधली.

"म्हमईत काढलं ते काय तुमाला पोसाय न्हवं..."पांडबा उसाळला.

"कुणाला कुणी पोसायची गरज न्हाई... जेच तेणं बघावं" हानमूनं एकदा सांगून टाकलं. म्हातारी भेगाळली!

"आता म्हणणार तुमी – हेच्या आगोदर गचा ऽ गचाऽऽ खातानं का सुचलं

न्हाई.'' धाकट्याच्या बायकोनं तोंड घातलं. सगळंच बिघाडलं – हानमू, शंकर भडाकली.

''तू काल आणल्याली रांडऽ आसं म्हणतीस...?'' म्हणतच हानमू उठला, म्हातारीनं आपलं तोंड सोडलं. सगळ्यांचीच तोंडं सुटत गेली. कुणाचं बोलणं कुणाला आयकाय इना. सगळी गल्ली गोळा झाली. म्हातारीनं डोकं आपटून घ्यायला सुरुवात गेली, शेजारी पाजारी घरात घुसले. सगळ्यास्नी शांत केलं. त्या दिवशी घरात दिवा लागला न्हाई. घरात अंधार तेवढा पिसू वळवळल्यागत वळवळत ऱ्हायला!

कोण कुणाची समजूत घ्यायला तयार नव्हतं. कोण कुणाशी बोलत न्हवतं. म्हातारीनं हातरुन धरलं. तिला कुणी का म्हणून इच्यारायला तयार न्हवतं. सगळी आपली वारं भरुन! शेताकडं कुणी ढुकून बघाय न्हवतं. गोठ्यातली जनावरं गोठ्यातच बसली. त्यास्नी पाणी दाखवायची आठवण कुणाला व्हईना, सगळं घर घिरणी लागल्यागत खंगत व्हंतं...

हे आसंच किती बघायचं म्हणून हानमू गावच्या पाटलाकडं गेला. चारचौघा गावातल्या चांगल्या लोकास्नी भेटला, ह्या भांडणाचा एकदा कंडका पाडा म्हणून इनवून सांगितलं. घरातल्या बायका मनातल्या मनात पालजाय लागल्या! सगळ्यास्नी हेच पायजे व्हतं. सगळं बघून म्हातारी तळमळून तळमळून रडाय लागली. रडून रडून तिचं डोळं सुजलं. तोंड आत वडलं. उठून बसण्याची ताकद तिच्यात ऱ्हायली न्हाई..

...आकीरला सगळं पंच एकदा हानमूनं घरात आणलं. पंचानी पांडबाला, शंकरला बलवून घेतलं. सगळ्यांची समजूत काढाय सुरुवात केली. जेनंतेनं आपलं रडगाणं वकून टाकलं. पंचानी गुण्या-गोविंदानं ऱ्हावा म्हणून इणवून सांगितलं...जवळ जवळ सगळंच मिटत आलं तवर थोरल्याच्या बायकोनं चौकटीतनं तोंड भाईर काढतच सांगितलं –

''कापल्याला भोपळा सांधत न्हाई... आमाला काय मिळून ऱ्हायाचं न्हाई...'' एवढ्याशा बोलण्यानं आवाज वाढत गेला. सगळ्यानीच तोंड घातली... म्हातारीच्या घशाला कोरड पडली. जमल्याली सगळी कटाळली. शेवटी पाटलानं सरळ सांगितलं –

''तुमा सगळ्यास्नीच यगळं पायजे तर व्हवून टाका...'' कुणीच काय बोललं न्हाई. कुणी आडवण लावली न्हाई. मनोमन सगळ्यास्नीच बरं वाटालतं. पंचानी घरातलं सगळं खिडूक-मिडूक वाटणी केलं. जेंचं तेंचं जेच्यातेच्या ताब्यात दिलं. शेताच्या वाटण्या उन्हाळ्यात करायच्या ठरल्या. हानमूनं म्हातारीला आपल्याकडं घेतलं. पांडबाच्या बायकोनं लक्ष्मीदेवीला हात जोडलं. सगळी गल्ली हाळहाळली.

एका घरात तीन चुली झाल्या!

...कसा बसा आठवडा गेला. सगळ्यानी आपापला संसार जमवाय सुरुवात केली. पांडबानं हिंगूतींगू जमवता जमवता व्हता त्यो पैसा संपवून टाकला. संप मिटायचा काय आजून बेत न्हवता. बायकोला दिवस जावून सावा म्हयना लागलाता. घड्याळ इकून टाकलं. कशानच काय भागंना. पांडबाच्या डोक्यात किडं पडाय सुरुवात झाली. बायको दुसऱ्याच्यात कामाला जायाला तयार झाली. खरं आवगाडल्याली बाई बलीवणार कोण...? दोघंबी थंड चुलीम्होरं किडं वळवळल्यासारखी वळवळायची...

रानमळा, दिवाळी १९८२